D1680488

உயிர்கள் நிலங்கள் பிரதிகள் மற்றும் பெண்கள்

கட்டுரைகள் (1995 – 2016)

உயிர்கள் நிலங்கள் பிரதிகள் மற்றும் பெண்கள்
கட்டுரைகள் (1995 – 2016)

பா. வெங்கடேசன்

எண்பதுகளின் இறுதியில் எழுதத் தொடங்கிய பா. வெங்கடேசன் மதுரையில் பிறந்து கல்லூரிக் காலம் வரை அங்கேயே வளர்ந்தவர். பணி நிமித்தமாக இப்போது ஓசூர்வாசி.

மனைவி நித்யா. இரண்டு மகன்கள். வாகனங்களுக்கான பிளாஸ்டிக் உதிரிப் பாகங்கள் உற்பத்தி செய்யும் பிரபல தனியார் தொழில் நிறுவனத்தின் நிதிப் பிரிவில் மேலாளர். கவிதை, சிறுகதை, குறுங்கதை, சிறு புதினம், புதினம், படைப்பாய்வுக் கட்டுரை, மொழிபெயர்ப்பு எனத் தொகுக்கப் பட்டவையும் படாதவையும் படவிருப்பவையுமாக நவீனத் தமிழ் இலக்கியத்திற்கு இவருடைய பங்களிப்புகள்.

ஆசிரியரின் பிற படைப்புகள்

- இன்னும் சில வீடுகள் – 1992 – கவிதைகள் – முன்றில்
- ஒரிஜினல் நியூஸ்ரீல் – சிறுகதைகள் – 1996 – சிறுகதைகள் – முன்றில்
- எட்டிப் பார்க்கும் கடவுள் – 2000 – கவிதைகள் – விருட்சம்
- ராஜன் மகள் – 2002 – சிறுபுதினங்கள் – காலச்சுவடு
- தாண்டவராயன் கதை – 2008 – புதினம் – ஆழி
- நீளா – 2014 – கவிதைகள் – காலச்சுவடு
- பாகீரதியின் மதியம் – 2016 – புதினம் – காலச்சுவடு

பா. வெங்கடேசன்

உயிர்கள் நிலங்கள் பிரதிகள் மற்றும் பெண்கள்

கட்டுரைகள் (1995 – 2016)

காலச்சுவடு பதிப்பகம்

உயிர்கள் நிலங்கள் பிரதிகள் மற்றும் பெண்கள் ❖ கட்டுரைகள் (1995–2016) ❖ ஆசிரியர்: பா. வெங்கடேசன் ❖ © பா. வெங்கடேசன் ❖ முதல் (குறும்) பதிப்பு: ஆகஸ்ட் 2017 ❖ இரண்டாம் (குறும்) பதிப்பு: டிசம்பர் 2018 ❖ வெளியீடு: காலச்சுவடு பப்ளிகேஷன்ஸ் (பி) லிட்., 669, கே.பி. சாலை, நாகர்கோவில் 629001

காலச்சுவடு பதிப்பக வெளியீடு: 780

uyirkaL nilankaL piratikaL maRRum penkaL ❖ Essays (1995-2016) ❖ Author: Ba. Venkatesan ❖ © Ba. Venkatesan ❖ Language: Tamil ❖ First (Short) Edition: August 2017 ❖ Second (Short) Edition: December 2018 ❖ Size: Demy 1 x 8 ❖ Paper: 18.6 kg maplitho ❖ Pages: 248

Published by Kalachuvadu Publications Pvt. Ltd., 669 K.P. Road, Nagercoil 629001, India ❖ Phone: 91-4652-278525 ❖ e-mail: publications@kalachuvadu.com ❖ Printed at: Compuprint Premier Design House, Chennai 600086

ISBN: 978-93-86820-01-3

12/2018/S.No. 780, kcp 2238, 18.6 (2) MLL

தமிழ் இலக்கியச் சூழலின்
புதிய சிந்தனைப் பாய்ச்சலில்
தமிழவன், நாகார்ஜுனன் ஆகிய
இருவரின் பங்களிப்புகளுக்கு...

நன்றி

காலச்சுவடு
கனவு
புது எழுத்து
மேலும்
மணல்வீடு
கல்குதிரை
காட்சிப்பிழை
மலைகள்.காம்
பிரம்மராஜன்
வே. பாபு
அழகியசிங்கர்
சாந்தாராம்
லக்ஷ்மி சரவணகுமார்
கிருஷ்ணப்ரியா
ராமானுஜம்
சிவகாமி
முத்தழகம்மை
சு. துரைக்குமரன்
சீனிவாசன் நடராஜன்
மஞ்சு முத்துக்குமார்

எப்பொருள் யார்யார்வாய்க் கேட்பினும் அப்பொருள்
மெய்ப்பொருள் காண்ப தறிவு

(குறள் 423)

கவிதை

உள்ளடக்கம்

1. கவிதை: ஒரு மறுவாசிப்பு — 15
2. பெண் படைப்பாளிகளின் கவிதைகளில் பெண் மொழி — 27
3. நவீன விமர்சனத்தைப் 'புரிதல்' — 54
   (பசுவய்யா கவிதைகளை முன்வைத்து...)
4. கவிதையற்றதிலிருந்து கவிதைக்கு — 75
5. 'பயனற்ற கண்ணீர்' — செவ்வியல் அன்பு — 84
   (சிவகாமியின் கவிதைகளை முன்வைத்து...)
6. Blank — 93
   (இசை கவிதைகளை முன்வைத்து...)
7. மொழி போல ஒன்று — 103
8. Urban fantasy and Rural fantasy — 112
   (அய்யப்ப மாதவன் கவிதைகளை முன்வைத்து...)
9. தமிழில் நெடுங்கவிதைகள் — 117
10. தத்துவமும் கவிதையும் — 126
    (அப்பாஸ் vs நகுலன்)
11. சொல் எனும் சூது — 135
    (ந. பிச்சமூர்த்தி கவிதைகளை முன்வைத்து)

கவிதை: ஒரு மறுவாசிப்பு

கவிதை பற்றிப் பேசுமுன் கலை இலக்கிய மற்றும் சமூக மரபுகளையொட்டி சமூகம் – தனி மனிதன் உறவு கட்டமைக்கப்பட்டிருக்கும் விதத்தை ஒரு பார்வை பார்த்துவிடலாம். இது இக்கட்டுரையின் அடிப்படை.

சமூகம் தனிமனிதனை இரண்டு வழிகளில் சென்றடைகிறது. ஒன்று: சமூக நிகழ்வுகள். இரண்டு: கலை இலக்கிய நிகழ்வுகள். நிகழ்வுகள் பருண்மை வடிவமானவை. (உம். எழுதப்பட்ட கவிதை). இந்நிகழ்வுகளுக்கு நேர்மறையாகவோ எதிர்மறையாகவோ மரபுரீதியான முன் – பின் தொடர்ச்சி உண்டு. இந்த மரபைச் சமூகம் இரண்டு விதங்களில் கட்டமைக்கிறது. சமூக நிகழ்வுகளை அரசியல் (அதாவது சட்டம், திட்டங்கள்) மூலமாக வும், கலை இலக்கிய மரபை இலக்கணங்கள் மூலமாகவும் சமூகம் ஒழுங்கு செய்கிறது. இவ் வகையில் இலக்கணம் அரசியலுக்குள்ளும் அரசியலாகவும் செயல்படுவது தவிர்க்க முடியாத ஒன்றாகிறது. ஆக ஒரு நிகழ்வென்பது ஒரே சமயத்தில் தனிநிகழ்வென்கிற விதத்தில் – அதன் பருண்மை வடிவத்தில் – தனிநபர் சார்ந்ததாகவும், மரபின் தொடர்ச்சியென்கிற விதத்தில் வரலாறு சார்ந்ததாகவும் வெளிப்படும். தனிநபர்கள் நிகழ்வுகளை உருவாக்கச் சமூகம் கைக்கொள்ளும் அரசியல் / இலக்கணம் ஆகியவற்றை நாம் சமூகத்தின் 'மொழி' என்றழைக்கலாம். இந்த மொழிக்குப் பருண்மை வடிவம் கிடையாது.

மேலே பார்த்தவை 'கொடுக்கும் முனை'யிலிருந்துதான் பார்வை. இனி 'பெறும் முனை'யிலிருந்து இந்நிகழ்வுகள் உள்வாங்கப்படுதலைப் பார்க்கலாம். ஒரு சமூக / கலை இலக்கிய நிகழ்வைத் தனிமனிதன் சமூகத்தின் வாசகனாயிருந்து 'வாசிக்கிறான்'. மேலும் இவ்வாசிப்பின் வழியே தனக்குத் தெரியவரும் சமூகத்தை அவன் இரண்டு விதமாகவும் புரிந்து கொள்கிறான். முதல் வகையாவது நிகழ்வுகளை – அவற்றின் பருண்மை வடிவத்தை – தன் வாசிப்புக் களமாகக் கொள்வது. இவ்வகை வாசிப்பை 'பின்பற்றும் வாசிப்பு' எனலாம். நிகழ்வின் மேல் தள அர்த்தம் இங்கு முக்கியமானதாக இருக்கிறது. இம்மேல் தள அர்த்தங்களைத் (உடனடி அர்த்தம் என்றும் சொல்லலாம்.) தரும் நிகழ்வின் பருண்மை வடிவம் சமூகத்தின் மொழியால் மரபாக நிச்சயிக்கப்பட்டு விடுவதாதலால் இதைப் புரிந்து கொள்வதும், திருப்தி அடைவதும், அதையொட்டிச் சிந்தித்துப் பழகுவதும் வாசகனுக்கு எளிதான செயலாகியிருக்கிறது. இவ்வகை வாசிப்பு சமூகம் – வாசகன் உறவை ஒருவழிப் பாதையாக்குகிறது.

இரண்டாம் வகையில் வாசகன் தன் கவனத்துக்கு வரும் ஒரு நிகழ்வினுடைய பருண்மை வடிவங்களின் மூலமாக அவற்றை இயக்கும் சமூகத்தின் 'மொழி'யைப் படிப்பவனாக இருக்கிறான். இவ்வகை வாசிப்பு நிகழ்வுகளின் மேல் கட்டுமானத்தை, மொழியை அறிய உதவும் ஒரு 'குறித்தொகுப்பாக' பார்க்கிறது. இவற்றைக் கட்டுப்படுத்தும் அரசியல்/இலக்கணத்தைத் தன் வாசிப்பின் வழியே அறியும் வாசகன் அதை மீண்டும் பருண்மை வடிவில் (தன் படைப்பில்) வெளிப்படுத்த விழைகிறான். பெரும்பாலும் ஒரு நிகழ்வின் பருண்மை வடிவத்துக்கும் அது உட்கொண்டிருக்கும் மொழிக்குமிடையிலான உறவு பிறிதொன்றாகவோ, அல்லது நேரெதிரானதாகவோ இருக்கிறது. இந்தப் பிறிதொன்றை அல்லது முரண்பாட்டைத் தன் 'மொழியாக்க' எண்ணும் வாசகன் வாழ்தலின் மூலம் கலகக்காரனாகவும், படைத்தலின் மூலம் கலைஞனாகவும் வெளிப்படுகிறான். பொதுவாக நடப்பது என்னவென்றால், 'பின்பற்றும் வாசிப்பு' தயாரிக்கப்பட்ட மொழியை வாசகனுக்கு அளிக்கிறது. 'அலசல் வாசிப்பு' (இரண்டாம் வகை) நிகழ்வுகளுக்குப் பின்னுள்ள மொழி தன்னுடன் முரணுவதைத் தெரிந்து கொள்ளும் வாசகனுக்குத் தன் மொழியை உருவாக்கிக்கொள்ள உதவுகிறது.

இப்படித் தன் மொழியால் புதிய நிகழ்வுகளை உருவாக்கும் ஒரு சமூகம் மீண்டும் ஒரு மரபை உருவாக்கும். இம்மரபு மீண்டும் வேறொரு சந்தர்ப்பத்தில் வேறோர் 'அலசல் வாசிப்பை' முன்வைக்கும் வாசகனால் இனங்கண்டு கொள்ளப்படும் போது காலப்போக்கில் இறுகியும் அதனால் தகர்ந்தும் போகும்.

இவ்விரண்டாம் வகையில் சமூகம் – தனிமனிதன் உறவு இருவழிப் பாதையாக வாங்கல் – கொடுத்தல் என்கிற ரீதியில் இருக்கும்.

இனி கவிதைக்கு வரலாம். தமிழ்க் கலை இலக்கிய மரபிலும் தமிழ் கலாச்சார மரபிலும் கவிதைக்கான முக்கியத்துவம் இரண்டு வகைகளில் கவனிக்கப்படவேண்டியது. 1. அதன் தொன்மை. 2. அதன் இலக்கணம் தமிழ் கவிதையிலக்கண மரபு, தமிழர் வாழ் முறையினைக் கட்டுப்படுத்தும் அரசியல் மரபாயும் செயல்பட்டு வந்ததை எடுத்துச் சொல்லும் திறனாய்வு நூல்கள் இன்று தமிழில் நிறைய வந்திருக்கின்றன. கவிதை பற்றின நம் காலக்கட்டச் சிந்தனைகளில் நான்கை ஒப்பீட்டுக்காக எடுத்துக்கொள்ளலாம்.

1. "பொருந்தாத பொருள்களைப் பொருத்தி வைத்து அதிலே இசையுண்டாக்கும்." – சக்தி: பாரதி. 1930
2. "வசனத்தின் வழி அறிவுநிலையைச் சார்ந்தது. கவிதையின் தர்க்கப் பாதை உணர்விலேயே ஓடும். அறிவின் வரம்பை மீறி வசனம் போகுமானால் அந்த நிமிஷத்திலேயே அது கவிதையாகிவிட்டது என்று நிச்சயிக்கலாம். எவ்வளவுக்கெவ்வளவு உணர்வைத் தீண்டாமல் அறிவுடன் கவிபேசுகிறோனோ அவ்வளவுக் கவ்வளவு வசனமாய்விடும்." – ந. பிச்சமூர்த்தி (1942).
3. *"Void is necessary for the density of the word to raise out of a magic Vacuum. Connections only facinate, and it is the word which gratifies and fulfils like the sudden revelation of a truth." - Roland Barthes. 1953.*
4. "நான் x நீ என்ற குறியீட்டு எதிர்வு ரூபம் மாறி வேறு கருத்தியல் எதிர்வுகளாய் வடிவம் பெற்று கவிதையைப் படைக்கிறது. எதிர்வுக் கருத்து ஜோடிகளின் மூலம் கவிஞன் ஒரு தளத்தைச் சிருஷ்டிக்கிறான்." – தமிழவன் 1991.

மேலே கொடுக்கப்பட்டிருக்கும் மேற்கோள்கள் தமக்குள் சில ஒற்றுமைகளையும் சில வேற்றுமைகளையும் கொண்டிருக்கின்றன.

1. பிச்சமூர்த்தியுடன் தமிழவன் ஒரு கருத்தில் ஒன்று படுகிறார். ஒரு கருத்தில் வேறுபடுகிறார். பிச்சமூர்த்தியைப் பொறுத்தவரை கவிதையென்பது உணர்வுத்தளத்தில் பிறந்து உணர்வுத்தளத்திலேயே நிலைக்க வேண்டிய இந்த உணர்வு அறிவுக்கு எதிரி. கவிதை உணர்வுடன் சம்மந்தப்பட்டது என்பது தமிழவன் பிச்சமூர்த்தியுடன் ஒன்றுபடுமிடம். ஆனால் இந்த உணர்வு அறிவின் வசப்படக்கூடியதென்பது இருவரும் வேறுபடுமிடம். "உணர்வென்பது மொழியால் ஆன ஒரு சட்டகம்.

மொழி தர்க்க வயப்பட்டது. ஆராயத்தக்கது. எனில் மொழியை ஆராய்வதன் மூலம் உணர்வு செயல்படும் விதத்தையும் ஆராயமுடியும். இவ்விதமாகக் கவிதையை அறிவுத் தளத்துக்கு வாசகனால் கொண்டுவரமுடியும்." – இது தமிழவனுடைய பார்வை. (விருட்சம் இதழ்க் கட்டுரை) பிச்சமூர்த்தி பயன்படுத்தியிருக்கும் 'உணர்வு' என்கிற ஒற்றைச் சொல் 'எதிர்வு' கருத்து ஜோடிகளின் இணைவு என்கிற அலசல் முறை வாக்கியமாக தமிழவனில் வளர்ந்திருக்கிறது.

2. 'பார்த்'தினுடைய கருத்தாக்கத்தின் ஒரு பகுதி மட்டுமே தமிழவனின் கவனிப்புக்குள் வந்திருக்கிறது. பார்த் கவிதைக்குள் *Vacuum* சிருஷ்டிக்கப்படுகிறது என்று சொல்வதைத் தமிழவனில் 'எதிர்வு ஜோடிகளின் இணைவு சிருஷ்டிக்கும் தளம்' என்பதாக வாசித்துப் புரிந்து கொள்ள முடியும். ஆனால் இந்த *Vacuum*லிருந்து பிறக்கும் ஒரு சொல் (பார்த் இதைக் கவித்துவச் சொல் (*Poetic word*) என்பார்) பற்றின கருத்தாக்க வளர்ச்சி எதையும் தமிழவனில் பார்க்க முடிவதில்லை. அவர் ஆய்வுகள் 'வெளி'யைத் தோற்றுவிக்கும் எதிர்வுகளை இனங்காணுவதோடு தம்மைக் கட்டுப்படுத்திக்கொள்கின்றன. ஆனால் இந்தக் கவித்துவச் சொல்தான் கவிதையின் 'உபயோக மதிப்பு'. 'வெளி' என்பது ஒரு சூழல் மட்டுமே என்கிற அர்த்தத்தில் பார்த் பேசுவதை மேற்கோளில் மீண்டும் படிக்கலாம். கவித்துவச் சொல் தர்க்கப் பூர்வமானது. அதைக் கவிதை வெளியில் சிருஷ்டிக்கும் மனம் மேற்கொண்டு நிகழ்வுகளின் சிருஷ்டிக்கு வித்திடுகிறது எனலாம். பிச்சமூர்த்தி உணர்வை அறிவுடன் இணைக்கவில்லையென்றால் தமிழவன் அறிவைச் செயலுடன் இணைக்கவில்லை.

3. பார்த், பாரதி இருவருமே கவிதை சிருஷ்டிக்கும் *Void / vacuum* மற்றும் அதன் உபயோக மதிப்பு ஆகிய இரு கருத்து நிலைகளிலும் ஒத்துப் போகிறார்கள். (காட்டப்பட்ட மேற்கோளில் பாரதி அதை 'இசை' எனும் குறியீடாகப் பயன்படுத்துகிறார். 'மந்திரச்சொல்') கவிதை என்பது ஓர் இரட்டை நிலைப் படைப்பு என்பதாகவே இருவரும் சிந்தித்திருக்கிறார்கள்.

4. 'பொருந்தாதவற்றைப் பொருத்தி வைத்து' எனும் கருத்தாக்கத்தின் மூலம் 'தேர்ந்தெடுத்தல்' எனும் தர்க்கச் செயல்பாட்டைக் கவிதைக்குள் கொண்டு வருவதாலும் கவிதையின் விளைவானது இசை எனும் பிரக்ஞை நிலை உருவாக்கம் என்கிற நிலைப்பாட்டாலும் தன்னை

முன்னோடியாக வரித்துக் கொண்ட பிச்சமூர்த்தி உள்ளிட்ட புதுக்கவிதையாளர்களிடமிருந்து பாரதி முற்றிலுமாக விலகி நிற்கிறார்.

கவிதையாக்கத்தில் பிச்சமூர்த்தி, தமிழவன் இருவருமே கவனிக்காமல் விட்டுவிட்ட கவித்துவச் சொல் பற்றிக் கொஞ்சம் பார்க்க வேண்டும். இதற்கு முதலி ல் கவிதை வாசகன் மனதில் ஏற்படுத்தும் வெளி பற்றிச் சமன்பாட்டு ரீதியாகப் புரிந்து கொள்ளுதல் அவசியம். இந்த உணர்வு வெளி / *Vacuum* / இன்மை / சொல்லாது விடல் என்பதை நாம் ஒரு பூஜ்ய நிலைக்கு ஒப்பிடலாம். இந்தப் பூஜ்யத்தைச் சிருஷ்டிப்பவை கருத்து எதிர்வுகள். இதைத் தர்க்க எதிர்வுகள் என்றும் அழைக்கலாம். இன்மையைப் 'பூஜ்யமாக'க் கொண்டால் தர்க்கத்தை 'ஒன்று' என்று கொள்ளலாம். எனில் கவிதை உருவாக்கம் $+1\ (+)\ -1 = 0$ என்கிறவாறு நடைபெறுகிறது. $+1$ என்பது ஒரு தர்க்கம் / கருத்து நிலை என்றால் -1 அதன் எதிர்த்தர்க்கம் / எதிர்க் கருத்துநிலை. ஆக கவிதையுண்டாக்கும் அனுபூதி அதிர்வு (இன்மை நிலைக்கு இன்னோர் பெயர்). முற்றிலும் அனாதியானதன்று – பிச்சமூர்த்தி நினைத்ததைப் போல – மாறாகத் தமிழவன் சொல்வது போல கவிதைக்கு வெளியிலான நடைமுறைத் தர்க்கத்திலிருந்து உருவாவதென்பது விளங்கும். கவிதையானது வெறும் பூஜ்யப் பரப்பை மட்டுமே சிருஷ்டித்துக் கொண்டிருப்பது அதன் கச்சாப் பொருளான தர்க்கத்தின் அழிவுக்கும் அதன் மூலம் கவிதையின் அழிவுக்குமே காரணமாகி விடக்கூடும். எனில் கவிதை 'சுழற்சி முறையில்' வெளியை மட்டுமல்லாது வெளிக்குள்ளிருந்து அடுத்த கவிதைக்கான ஒரு தர்க்கத்தையும் உண்டாக்கியே தீரவேண்டியிருக்கிறது. இதைத்தான் பார்த் / பாரதி இருவரும் கவித்துவச் சொல் என்கிறார்கள் என்பதாக நாம் வாசித்துக் கொள்ளலாம். மந்திரச் சொல், எனில், கவிதைக்குள்ளிலிருந்து $0+1=+1$ என்கிறபடி வெளிப்படுவதாகச் சமன்படுத்த முடிகிறது.

ஒரு புதிய தர்க்கத்தின் உருவாக்கத்திற்கு கவிதை என்கிற வகைமை ஏன் முக்கியமானதாக இருக்கிறதென்றால் கவிதையில்தான் இருமை எதிர்வுகள் *(Binary oppositions)* செயல்படும் களம் இருக்கிறதென்பதால் கவிதையற்ற ஒரு சமூகப் பரப்பில் அல்லது கவிதையல்லாத பிற இலக்கிய வகைமைகளில் பொதுவாகவே இரு நேர்த்தர்க்கங்களின் இணைவால் $(1+1=2)$ உண்டாகும் அதிகாரச் சூழலோ, இரு எதிர்த் தர்க்கங்களின் இணைவால் $(-1 + -1 = -2)$ உண்டாகும் அடிமைச் சூழலோ செயல்படக்கூடிய சந்தர்ப்பங்கள் மிக அதிகம். இதே போல் பூஜ்ய நிலைக் கவிதைகள் இணைந்து செயல்படும் சாத்தியமும் கிடையாது $(0+0=0)$.

நாம் இதுவரை பார்த்த சமூகம் – தனிமனிதன் உறவு கட்டமைப்பு மற்றும் கவிதை பற்றின ஞாபகங்களோடு தமிழ்க் கவிதையுலகுக்கு வரலாம். சமூகம் – தனிமனிதன் சூழல் உறவு (இருவழி) விதியின் அடிப்படையில் புதுக்கவிஞன் என்று அப்போது தன்னை அடையாளப்படுத்திக் கொண்ட சமூக மனிதனால் சமூக / கலை இலக்கிய நிகழ்வுகளின் வழியே அம்மரபை இயக்கிய ஒரு சமூகத்தின் மொழியை இனங்காண முடிந்திருக்கிறது. இந்த இனங்காணல் தான் புதுக் கவிதையாக வெளிப்பட்டிருக்கிறது. அலசல் முறை வாசிப்பின் மூலம் தமிழ்க் கவிதை மரபின் அடிப்படையாயிருந்த 'சப்தத்தை' புதுக்கவிஞன் 'மௌனமாக' மாற்றி விட்டிருக்கிறான். (இது பற்றின பார்வையை 'மேலும்' இதழ் பிரசுரித்த என் 'மொழி போல ஒன்று' கட்டுரையில் விரிவாகக் காணலாம்.) இந்த 'மௌனம்' ஒரு மரபாக இன்று எழுதப்படும் 'நவீனக் கவிதைகளால்' இலக்கணமாக ஏற்றுக்கொள்ளப்பட்டு விட்டிருக்கிறது. கவித்துவவெளியை உண்டாக்குதலென்பது இன்றைய நவீனக் கவிதையின் பிரதானச் செயல். இந்த 'வெளி' 'எதையும் சொல்லாதிருத்தல்' என்பதாய் இன்று கவிதை எழுதவரும் தலைமுறையால் உள்வாங்கப்பட்டிருக்கிறது. இந்தப் பண்பு இன்று பொதுவாகப் பிற இந்திய மொழிக் கவிதைகளில் காணப்படாத தனிப்பண்பாகத் தமிழ்க் கவிதையில் செயல்படுகிறது. கீழே கொடுக்கப்பட்டிருக்கும் தேவதேவனின் கவிதை நித்யப்புரட்சியைச் செய்யும் ஒரு கவிதையாகத் தமிழவனால் குறிப்பிடப்படுகிறது:

> செடி ஒன்று காற்றில்
> உன் முகப்பரப்புக் குள்ளேயே அசைகிறது.
> கோணங்கள் எத்தனை மாற்றியும்
> இங்கிருந்து உன் முகம் காண முடியவில்லை.
> இவ்விடம் விட்டும் என்னால் பெயர் ஆகாது.
> ஆனால் காற்று உரத்து வீசுகையில்
> செடி விலகி உன் முகம் காண முடிகிறது.

இக்கவிதையில் செடி, காற்று, முகம் ஆகிய சில – பழகிய குறிகளைக் கொண்டு ஒரு கவிதை வெளி சிருஷ்டிக்கப்படுகிறது. கவிதைப்பரப்பின் ஓரிடத்தில் இவற்றை ஒரு நேர் படிமமாக்கியும் பிறிதோரிடத்தில் எதிர்ப்படிமமாக்கியும் கவிஞர் வெளியைச் சாதிக்கிறார். கீழ்க்காணும்படி –

1. முகப்பரப்புக்குள் செடி x முகப்பரப்புக்கு வெளியே செடி.

2. (இருந்த இடத்தில்) அசைதல் x அசையாதிருத்தல்

3. காற்று மெல்ல வீசுதல் x காற்று உரத்து வீசுதல்

4. முகம் காண முடியாமை x முகம் காண முடிதல்

5. உயிரற்ற செடி அசைதல் x உயிருள்ள முகம் அசையாதிருத்தல்

இந்த அளவில் கவிதையின் படிமங்கள் பூராவுமே எதிர்ப் படிமங்களாகச் சமன் செய்யப்பட்டு கவிதையின் வெளி உண்டாக்கப்பட்டுவிட்டது. அதாவது நாம் மரபாகச் சிலாகித்துச் சொல்கிறபடி கவிதை 'எதையும் சொல்லவில்லை'. உணர்வுத் தளத்தைத் தொடும் ஐம்பது வருடப் பழைய 'கவிதை அதிர்வு' மட்டுமே எஞ்சுகிறது. அதாவது தேவதேவனின் கவிதை மரம் பற்றியோ, காற்று, முகம் பற்றியோ பேசவில்லை. அல்லது அதைமட்டும் பேசவில்லை. மாறாகப் புதுக்கவிதை தோன்றிய காலக்கட்டத்தின் வாசிப்பை, இலக்கண வரையறுப்புகளைத் தன் வழியே இன்றைய வாசகனுக்கு கடத்தும் ஓர் அரசியலையும் நடத்துகின்றது.

இன்று கவிதை இலக்கியத்தின் வழியே சமூகத்தை அறிய முயலும் வாசகனாக என் கேள்வியும் சிந்தனையும் இப்படி இருக்கும்: கவிதை எதையாவது 'சொல்லியாக' வேண்டிய சூழலில் இன்று நாம் வாழ்ந்து கொண்டிருக்கிறோம். கவிதை நிகழ்வென்பதே ஒரு 'கலகச் செயல்' என்ற நோக்கில் 'சொல்லுதலின்' மூலமாகத்தான் இன்னொரு கவிதைக்கான கச்சாப்பொருளை ஒரு மரபு விட்டுச் செல்ல முடியும். புதுக்கவிதை இயக்கத்துக்கு முன்பு இதே போல ஒரு சூழல் – தேசிய அளவில் – இங்கே நிலவி வந்திருக்கிறது. சுதந்திரத்துக்குப் பிறகு 'சொல்லுதல்' என்பது கோஷமிடுதல் என்னும் திகட்டல் நிலைக்குச் சென்றதாக உணரப்பட்டபோது 'சொல்லாதிருத்தல்' என்பது (ஒரு 'சொல்லாக') கவிதையில் செயல்பட்டிருக்கிறது. இன்று அந்தச் சூழல் மாறியிருக்கிறது. பிரச்சனைகள் மேலும் கூர்மையடைந்திருக்கின்றன. முக்கியமாகத் தமிழனின் அடையாளப் பிரச்சனை. இந்த நிலையில் இன்றைய கவிதை 'வெளியைச் சிருஷ்டித்தலை' மட்டுமே தொடர்ந்து தன் போர்முறையாகக் கொண்டால் போதுமா? 'நவீனக் கவிதை' நவீனப் பிரச்சனைகளுக்கு முகங்கொடுக்குமளவில் தன் மரபின் 'மொழி'யை உள்வாங்கிக் கொண்டிருக்கிறதா? அன்றி வெறுமே 'பிரதி'களை (*copies*) உற்பத்தி செய்து கொண்டிருக்கிறதா?

'சொல்லுதல்' என்பது கவிதையில் எப்படி ஓர் உச்சாடனமாக, கவித்துவச் சொல்லாக, மந்திரச் சொல்லாக, கவிதையின் மற்றும் கவிதையை அறிவோடு இணைக்கும் (0+1) தர்க்கமாக உருப்பெறுகிறது?

> காக்கைச் சிறகினிலே நந்தலாலா – நின்றன்
> கரிய நிறம் தோன்றுதடா நந்தலாலா

பார்க்கு மரங்களெல்லாம் நந்தலாலா – நின்றன்
பச்சை நிறம் தோன்றுதடா நந்தலாலா
கேட்கு மொழியிலெல்லாம் நந்தலாலா – நின்றன்
கீதமிசைக் குதடா நந்தலாலா.
தீக்குள் விரலை வைத்தால் நந்தலாலா – நின்னைத்
தீண்டு மின்பம் தோன்றுதடா நந்தலாலா.

இது ஓர் எளிய கவிதை. எதிர்வுகளை நாம் ஒரே வாசிப்பில் அடுக்கிவிடலாம். பறவை, தாவரம், காற்று, நெருப்பு ஆகிய படைப்புகளின் புழக்கத் தர்க்கங்கள் கவிதையின் உறுப்புகளாகச் செயல்பட்டிருக்கின்றன. தர்க்கங்களின் எதிர்வுகள் நந்தலாலாவுடன் இணைக்கப்பட்டு அவனைத் தொடர்ந்து 'இன்மை'யாகக் கொண்டே இருக்கின்றன.

நந்தலாலா பச்சைநிறம் x நந்தலாலா கருமை நிறம்

நந்தலாலா பறப்பவன் x நந்தலாலா நிலைப்பவன்

நந்தலாலா ஒலிப்பவன் x நந்தலாலா ஒளியற்றவன் (தீ)

நந்தலாலா உருவமற்றவன் x நந்தலாலா உருவமுள்ளவன் (தீ)

இந்த அளவில் கவிதைப் பரப்பில் செயல்படும் தர்க்கங்கள் எதிர்வுகளோடு இணைவு பெற்றுப் பூஜ்யமான வெளியில் கவிஞன் 'இன்பம்' என்கிற வார்த்தையை இடுவதன் மூலம் கவிதை 'பேசத்' தொடங்கி விடுகிறது. அதாவது கவிதைக்குள்ளிருந்து கவிஞனின் 'மொழி' வாசகனுக்குக் கேட்க ஆரம்பித்து விடுகிறது. இன்பம் என்கிற வார்த்தை தர்க்க ரீதியான –செயலூக்கமுள்ள அர்த்தத் தளங்களை – கவிதை ஏற்படுத்தும் அதிர்வு நிலை மாறாமலேயே திறந்து விடுகிறது. மேலும் கவிதைக்குள் இணையும் எதிர்வுகளின் சுழற்சிக்கு அச்சாகவும் மாறிவிடுகிறது. பாரதியின் கவிதையிலிருந்து இன்பம் என்கிற வார்த்தையை எடுத்து விட்டுப் படித்தோமானால் அது தேவதேவன் கவிதையோடு கட்டொப்புமை கொண்டதே. கவிதையெனும் வடிவின் சமூகப்பயன் எனும் பிரக்ஞை மட்டும் 'இன்பம்' என்கிற சொல்லின் மூலமாக இரு கவிதைகளையும் வேறுபடுத்திக் காட்டுகிறது. முரண்பாடு கொள்ளுதல், கலகம் செய்தல், பிறிதொன்றாவதைத் தவிர்ப்பதன் மூலம் நிழல் வேண்டாதிருத்தல் இன்னபிற அர்த்தங்களைக் கொண்ட ஒரு கவித்துவச் சொல்லாக, கவிஞனின் கொடையாக இன்பம் என்கிற சொல் நமக்கு இக்கவிதை மூலமாகக் கிடைக்கிறது. இலக்கணத்துக்குள் இயங்கும் வாழ்நிலையொன்றை இலக்கியம் மூலமாகப் பேசிவந்த தமிழ்க் கவிதை மரபின் மொழியை இந்த 'இன்பம்' என்கிற வார்த்தை மரபுமொழியான தர்க்கம் மூலமாகவே கேள்விக்குள்ளாக்குகிறது. அல்லது 'இன்பம்' என்கிற கருத்தாக்கத்தின் மீது ஓர் அலசல்

முறை வாசகன்' கொண்டிருக்கும் வாழ்நிலை சார்ந்த, மரபோடு முரணும் – நிலைப்பாடு தன்னைச் சொல்லிக்கொள்ள கவிதை என்கிற 'வெளி'யொன்றை ஏற்படுத்திக் கொள்கிறது என்றும் சொல்லலாம்.

மொழியும், கவிதையும், மொழி அழிவும்
(மேற்படி கட்டுரைக்குத் தமிழவனுடைய எதிர்வினை)

இப்போது, மொழிக்கும் கவித்துவத்துக்கும் உள்ள தொடர்பு பற்றிய ஆராய்ச்சி தமிழ் இலக்கிய விமர்சனத்தில் முக்கியக் குறியாக்கப்பட்டிருக்கிறது. இது சந்தோஷத்துக்குரியது. மேலும் இது ஒரு வகையில் முக்கியமான ஒரு விசாரிப்புத்தான், ஏன் அப்படிச் சொல்கிறேன் என்றால் உலகத் திறனாய்வு முறையிலும் இஃது இன்று முக்கியமானது என்று ஏற்றுக்கொள்ளப்பட்டிருக்கிறது. இன்னொன்று, தமிழ் மற்றும் இந்தியக் கவிதை அணுகுமுறையில் மொழி பற்றிய கரிசனை பழங்காலத்திலிருந்தே தொடர்ந்து வருகிற ஒன்று. பழைய காலக் கவிதை ஆய்வுமுறை பற்றித் தொடர்ந்து தொழில் ரீதியாக ஈடுபாடு காட்டும் தமிழ்த்துறையினர் இவ்விஷயத்தில் எதிர்காலத்திலாவது வழிகாட்டிகளாக ஆவதற்கு வாய்ப்பு இருக்கிறது.

மொழிக்கும் கவித்துவத்துக்கும் உள்ள சம்பந்தம் எத்தகையது என்ற கவனிப்புடன் வந்துள்ள முக்கியமான ஒரு கட்டுரையை பா. வெங்கடேசன் *விருட்சத்தில்* (ஏப்ரல் – ஜூன் 1999) எழுதி யுள்ளார். எதிர்க்கருத்தினர் எங்கே புண்பட்டு விடுவார்களோ என்று அச்சத்துடன் எழுதும் உயர்ந்த நாகரிகத்தைக் கொண்டிருக்கும் விமர்சன எழுத்து இவருடையது. எனவே எதிர்வினை புரிவது மகிழ்ச்சிக்குரியது. இவருடைய சில கட்டுரைகளைத் தொடர்ந்து படிக்கும் வாய்ப்பு எனக்குக் கிடைத்து வருகிறது. மேலே பிரஸ்தாபித்த கட்டுரை நான் புரிந்துகொண்ட அளவில் 1. உணர்வு நிலை 2. அறிவு நிலை 3. கவித்துவ வெளி 4. கவித்துவச் சொல் ஆகிய நான்கு நிலைகளைக் கோடி காட்டுகிறது. அதில் உணர்வு நிலை வாதத்தை முன்வைப்பவராக ந. பிச்சமூர்த்தியையும், உணர்வையும் அறிவையும் இணைப்பவனாக என்னையும், இவைகளைத் தாண்டிய மந்திரச்சொல் என்ற வாதத்தை முன்வைப்பவர்களாக பாரதி மற்றும் ரோலான் பார்த்தையும் சுட்டுகிறார். இந்த நான்கு பிரிவுகளும் சரியாகக் கட்டுரையில் வாதங்களால் ஸ்தாபிக்கப்படவில்லை என்று கருதுகிறேன்.

ந. பிச்சமூர்த்தி இந்த உணர்வு நிலைவாதி மட்டுமே அன்று. 'சரஸ்வதி கடாட்சம்' என்ற சங்கேதத்தின் மூலமாகக் கவித்துவம்

பெற விழையும் இவரை ஏன் பாரதியின் வாதமான மந்திரச்சொல் பற்றிய சித்தாந்தத்தோடு சேர்க்க முடியாது?

அதுபோல் என்னைப்பற்றி வெங்கடேசன் சொல்லும்போது என்னிடம் உணர்வையும் அறிவையும் கலக்கும் போக்கு உள்ளதென்றும் 'பார்த்தை'ப் போல வெளி பற்றிய மூன்றாவது நிலையைத் தொடும் போக்குக்கூட காணப்படுகிறதென்றும் கூறுகிறார். அதற்கு உதாரணமாக 'எதிர்வு ஜோடிகளின் இணைவு சிருஷ்டிக்கும் தளம்' என்ற என் வாசகத்தை மேற்கோள் காட்டுகிறார். அடுத்து இந்த 'வெளி' என்னிடம் ஒரு சிந்தனையாக இருந்தாலும் வெளிக்கும் வெளியிலிருந்து பிறக்கும் ஒரு சொல் பற்றிய சிந்தனை என்னிடம் இல்லை என்கிறார். இப்படிச் சொல்வதால் இவர் மீது கோபப்பட யாருக்கும் உரிமை இல்லை. ஆனால் இக்கருத்து சரிதானா என்று என்னையே ஒரு விசாரிப்புக்கு உட்படுத்திப்பார்த்தேன். சரியில்லை என்பது என் வாதம்; வருகிறேன்.

பா. வெங்கடேசன் என்னுடைய "தமிழ்க்கவிதையும் மொழிதல் கோட்பாடும்" என்ற காவ்யா வெளியிட்ட ஏழாண்டு களுக்கு முன் வந்த நூலின் இரண்டாம் கட்டுரையான 'நான், நீ, புதுக்கவிதை, மொழியடிப்படை விமர்சனம்' என்பதை எடுத்துக்கொள்கிறார். அக்கட்டுரை முழுவதிலும் நான் விவாதிப்பது கவித்துவம் மொழியின் இடைவெளியில் இருந்து பிறக்கிறதென்பது. இது ஸ்ட்ரக்சுரலிசத்தை அடிப்படையாக வைத்தும் தொல்காப்பியத்தை அடிப்படையாக வைத்தும் நான் வந்தடைந்த ஒரு ஸ்தானம். சமஸ்கிருதம் மொழிதாண்டிய கவித்துவத்தைப் பேசுகையில், தமிழ் வேறு ஒரு மரபான தமிழ்ச் சமண மரபில் காலூன்றி நின்று கவித்துவத்தை மொழிக்குள் இருக்கும் மௌனத்துக்குள் இனம் காட்டுகிறது. சமஸ்கிருதத்தில் பத்ருகிரியின் 'ஸ்போடம்' என்ற தத்துவம் மொழியிலிருந்து திடீரென்று வெடிப்பது அர்த்தம் (கவித்துவம்) என்று கூறினால் தமிழில் தொல்காப்பியர் எழுத்திலிருந்து ஒலிகள் தோன்றி யாப்பு என்ற (யாப்பு பற்றி ஏற்றுக்கொள்ளப்படத்தக்க புதிய கருத்தொன்று அகஸ்தியலிங்கம் சொல்லி வரும் மரபாளர்களின் கவிதை ஆராய்ச்சி இன்னும் உயிரோடிருக்கிறதென்பதைக் காட்டுகிறது) 'கட்டுதல்' வழி, அகத்திணை, புறத்திணை வழி உணர்வு மெய்யின்பாடுகளாக (அய்யப்பணிக்கர் சமஸ்கிருத ரஸக் கருத்தாக்கம் வேறு மெய்ப்பாடு வேறு என்கிறார் – பார்க்க அவருடைய சமீபத்திய மலையாள நூல்) வெளிப்படும் கலையாக்கமே கவிதை என்கிறார். நன்னூலார் கொஞ்சம் மாறுபட்டு மொழியில் தொடங்கி குறிப்பால் சொல்வது எல்லாம் கவிதை என்கிறார்.

மிகுந்த சிரத்தையுடன் சமீபத்தில் வந்துள்ள "சொல் புதிது" என்ற இதழில் எழுதப்பட்டுள்ள மொழி பற்றிய தர்க்கம் முழுதும் சமஸ்கிருத மரபை அதீதமாய் வலியுறுத்துவது என்பது என் கருத்து. தமிழ் சற்று மாறுபட்டது. நான் மொழிக்குள் பிரசன்னமாயிருக்கும் மௌனத்தை 'எதிர்வு ஜோடிகளின் இணைவு சிருஷ்டிக்கும் தளம்' என்று சொல்வதிலும் காணலாம். அதுபோல் என் பிரஸ்தாப நூலில் வரும் ஒரு சிந்தனையை வாசகர்களின் கவனத்துக்குக் கொண்டு வருகிறேன். ஓரிடத்தில் (அதாவது தேவதேவன் கவிதை விளக்கத்தில்) மொழி ரூபத்தில் சொல்லப்படும் எதிர்விலிருந்து மொழி ரூபத்தில் சொல்லப்படாத, அஃதாவது உய்த்துணரவைக்கிற எதிர்வு சாத்யமாகும் என்கிறேன். இது 'கவிதைச்சொல்' இல்லையா? அஃதாவது ஈரிணை ஜோடிக்குள் இருக்கும் எதிர்வுத்தளத்தில் இருந்து அதாவது void (வெளி)யிலிருந்து, உய்த்துணரப்படும் சொல் வருகிறது. அஃதாவது என் கட்சி, என்னவென்றால் மந்திரச்சொல் அல்லது கவித்துவச் சொல் என்ற சித்தாந்தம் என் எழுத்துக்குள் இருக்கிறது என்பதாகும். இதற்கான தாத்பரியமாகத் தமிழில் வழக்கமாய்ச் சொல்லும் ஆகுபெயருக்கான உதாரணமான "ஊர் சிரித்தது' என்பதில் ஊர் என்ற மொழி, சம்பந்தா சம்பந்தமில்லாமல் மக்கள் என்ற தொனிப்பு அர்த்தத்தை வாசிப்பவர்கள் மனதில் ஏற்படுத்துகிறது. தமிழ் மொழியின் உருவாக்கமே இந்த மாதிரி கவித்துவ வெளிகளைத் தன்னுள் உட்கொண்டு ஆகியிருக்கிறது. இதனால்தானோ என்னவோ தமிழில் பத்தொன்பதாம் நூற்றாண்டு வரை உரைநடை உருவாகவில்லை.

அடுத்த விஷயம், தேவதேவன் கவிதையை நான் மொழியின் வெளிவழி அணுகுகிறேன் என்று சொல்கிற கட்டுரையாளர், மந்திரச்சொல் அல்லது கவிதைச்சொல் என்கிற சித்தாந்தத்தின் வழி அணுகினால் பாரதியின் கவிதை எவ்வளவு உயர்ந்த ஸ்தானத்தைப் பெறுகிறது என விளக்கிக் காட்டுகிறார். 'அறிவும்' மந்திரச்சொல் தன்மையும் இணைவதாகக் 'காக்கைச் சிறகினிலே நந்தலாலா...' கவிதையைக் காட்டுகிறார். மேலும் 'தீக்குள் விரலை வைத்தால் நின்னைத் தீண்டுமின்பம் தோன்றுதடா...' என்கிற வரியைக் காட்டிப் புதிதாய் ஒரு விஷயத்தைச் சொல்கிறார். அதாவது தேவதேவன் கவிதை 'உச்சாடனம்' (அதாவது சொல்லல் தன்மை) இல்லை என்கிறார். பாரதியின் வரிகளில் 'இன்பம்' என்ற சொல் வரும்போது கவிதை 'பேச ஆரம்பித்து விடுகிறது என்கிறார் கட்டுரையாளர். 'பேசும்போது' சமூகப்பயன் கவிதைக்கு ஏற்பட்டு விடுகிறது என்கிறார். என், தேவதேவன் கவிதை ஆராய்ச்சியை அடியொற்றியதாகவே இப்பார்வை படுகிறது. நான் தேவதேவன் கவிதை நித்யப்புரட்சி

செய்கிறது என்கிறேன். அதாவது சமூகப்பயன் என்னளவில் புரட்சி, சமூகமாற்றம் சார்ந்தது. கட்டுரையாளருக்குக் கவிதையைப் பேசவைத்தல். இரண்டும் அப்படிப் பெரிய மாற்றம் எதையும் கொண்டிருக்கவில்லைதானே.

இறுதியாக, பா.வெங்கடேசன் கவனிக்காத ஒரு தகவலைப் பற்றிக் குறிப்பிட விரும்புகிறேன். நித்யப் புரட்சிக்கான கவிதை என்று தேவதேவன் கவிதையைச் சுட்டும் நான் இப்படி ஒரு வரியை எழுதுகிறேன்.

"நான் *x* நீ என்ற இறுகிப்போன மொழி எதிர்வின் அடிப்படையாகக் கொண்ட 'அரசு' (கருத்துருவ அரசு) என்னும் கருத்தாக்க நிர்ணயிப்பு உடைக்கப்படுகிறது கவிதையில்"

இங்கு 'நீ' என்பது ஒருவனை/ளை முன்வைத்து மொழியை மனித ஆளுமை இருப்புக்குப் பதிலியாக்கும் செயல். இந்த மொழி, கருத்துக்களம் என்னும் பாசிச இறுக்கத்தை ('பார்த்தி'ன்கருத்து இது) மனிதனில் உருவாக்குகிறது. அல்துஸ்ஸர் 'நீ' என்பது மொழிக்கருத்து நிலை என்கிறார். இந்த மொழிக்கருத்து நிலை என்னும் கருத்துருவ அரசு *(ideological State Aparatus)* மாற்றங்களை மறுக்கிறதென்கிறார். தேவதேவன் கவிதை, மொழியைச் சிதைக்கிறது; நான் *x* நீ எதிர்வு வழி நான் *x* நீ எதிர்வை அழிக்கிறது. மொழிக்குள் தொடங்கி அதே மொழியை அழித்தல் என்னும் நிராகரிப்பு அமைவு பெற்றிருக்கிறது.

இவ்விஷயத்தைக் கட்டுரையாளர் கவனிக்கவில்லையா என்று எனக்கு ஓர் ஐயம். எனவே மொழி அழிவு தான் கட்டுரையாளர் சொல்லும் 'தீக்குள் விரலை வைத்தால் கிடைக்கும் இன்பத்திலும் உள்ளது. அரசையும் மொழியையும் மாற்றவேண்டும் என்கிற நான் 'தமிழவன் அறிவைச் செயலுடன் இணைக்கவில்லை' என்ற குற்றச்சாட்டுக்குரியவன் அல்லன்.

இவ்வளவு விஷயங்களையும், இன்றைய கவிதை விமர்சனம் மீண்டும் வெறும் அபிப்பிராயம் சொல்லலுக்குத் தடம் மாறி உள்ள சூழலில் பா. வெங்கடேசன் முன்வைத்துள்ளார். இது கோட்பாட்டை மீண்டும் கவிதை விமர்சன அரங்கில் கொண்டுவர உதவும். தமிழுக்கு ஆழமான விவாதங்களைத் தரும்.

1999

பெண் படைப்பாளிகளின் கவிதைகளில் பெண்மொழி

பெண் எழுத்தாளர்களின் கவிதைகள் வழியே நாம் தேடிச் செல்லும் பெண்மொழியென்பது பெண்ணியச் சிந்தனைகளை அடிப்படையாகக் கொண்டதன்று என்பதை முதலில் தெளிவாக்கிவிட வேண்டும். பெண்ணியச் சிந்தனை, மனித சமூகத்தின் கலாச்சாரத் தளத்தில் பெண்ணின் உரிமை மற்றும் பங்களிப்பு என்ன என்பதைப் பற்றிக் கவலைப்படும்போது பெண்மொழி என்பது பிரபஞ்ச அமைப்பினுள் பெண் என்னும் சிந்திக்கத் தெரிந்த உயிரின வகையொன்றின் இருப்பு பற்றின ஆதாரமான கேள்வியைப் பிரதானப்படுத்துவதாக இந்தக் கட்டுரை புரிந்துகொள்கிறது.

பெண்ணியம் பெண்முன்னேற்றம் சார்ந்த முற்போக்குச் சிந்தனைகளை முன்னிறுத்தித் தன் வாதத்தை எடுத்துச் செல்கிறது. இந்தச் சிந்தனை களைப் பெண்ணுக்காக வாதிடும் ஓர் ஆணும் மேற்கொள்ள முடியும். மேற்கொண்டிருக்கிறார்கள். பெண்ணியம் பொது அடையாளங்களைக் கொண்டது. எனில் பெண்மொழி ஒடுக்கப்பட்ட உடலுக்குள் சூழல் மாற்றம் கிளர்த்தும் கிளர்ச்சி, வேட்கை, வலி, கனவு ஆகியன உள்ளிட்ட அக நிகழ்வுகள் சார்ந்து உருவாகிறது. இவ்வுணர்வுகள் குறியீடுகளாய் இடம்பெற்றிருப்பதாக வாசிக்க இடம் தருமானால் அக்கவிதையைப் பெண்மொழி இயங்கும் கவிதையாகக் கருதமுடியும். பெண்மொழி தன் பால்சார்ந்த தனி அடையாளங்களை

உடையது. இது பெண் பொதுவாகப் புழங்கும் பொருட்கள், சூழலோடு மட்டுமல்லாமல் பெண்ணுக்கேயான பிரத்யேக மனப்படிமங்களையும் தன்னை வெளிப்படுத்தும் காரணிகளாக இணைத்துக் கொள்கிறது. பெண்ணியச் சிந்தனை சொல்லத் தேவையில்லாதபடி தர்க்கத்தளத்தில் இயங்குவதெனில் பெண்மொழி அவ்விதம் இயங்குவதன்று. இதனால் சில நேரங்களில் பெண்மொழி இயங்கும் கவிதைகள் பெண்ணியச் சிந்தனைகளைப் பொருட்படுத்தாதவையாய்க்கூட நிற்கின்றன. பெண் எழுத்தாளர்களின் அகப்பொருள் கவிதைகளில் இப்போக்கைப் பொதுவாகக் காணமுடியும். ஆக நம் கவலை கவிதை பெண்ணுக்கு ஆதரவாகப் பேசுகிறதா என்பதன்று, கவிதையில் பேசுவது உண்மையில் பெண்தானா என்பதே. பெண்மொழி செயல்படும் கவிதைகளைப் பெண்ணைத் தவிர பிறரால் எழுதிவிட முடியாது என்று நம்பும் இக்கட்டுரை பெண்ணாக மாறிவிடச் சித்தமாயிருக்கும் ஆணையும் சேர்த்தே பெண் என்று குறிப்பிடுகிறது. இதற்குச் சிறந்த உதாரணம் பாரதி. பாரதியின் 'பெண்விடுதலைக் கும்மி' பாடலின் வரிகளை எடுத்துக் கொள்வோம்:

பெண்விடுதலைக் கும்மி

பட்டங்கள் ஆள்வதும் சட்டங்கள் செய்வதும்
பாரினில் பெண்கள் நடத்த வந்தோம்.
எட்டுமறிவினில் ஆணுக்கிங்கே பெண்
இளைப்பில்லை காணென்று கும்மியடி.

இந்தப் பாடலின் இறுதியில் பயின்றுவரும் கும்மியடி எனும் சொற்பிரயோகம் பாடல்தளத்தில் ஒரு சூழலை உருவாக்குகிறது. கும்மி என்பது முதலாவதாகப் பெண்களுக்காக ஒதுக்கப்பட்ட ஒரு கலை வடிவம். இரண்டாவதாக இந்தக் கலையை நிகழ்த்த பல பெண்ணுடல்கள் ஒரேயிடத்தில் ஒன்றாகச் சேர வேண்டியிருக்கிறது. மூன்றாவதாக இந்த வடிவம் பொதுவாகத் திருவிழா போன்ற பொது நிகழ்வுகளின்போது நடத்தப்படுவது. ஆக, பாடல் நிகழுமிடம் ஒரு திருவிழாப் பரப்பு. பேசிக் கொண்டிருப்பவரும் தனியான நபரல்ல, பலர் என்பது நமக்குக் குறிப்பால் சுட்டப்படுகிறது. கும்மியாட்டத்தின் இன்னொரு முக்கியமான அம்சம் இந்நிகழ்வின்போது பெண்ணுடலின் அசைவுகள். குனிவதும், நிமிர்வதும், வளைவதும், கைகளைத்தட்டியும் வாயாலும் உரத்த ஒலியெழுப்புவதும், கூடிச்சிரிப்பதும், இவ்வற்றையெல்லாம் பலர் பார்க்க நிகழ்த்துவதுமான இவ்வசைவுகள் பெண்ணுக்கு அவளது தனிப்பட்ட குடும்பச் சூழலில் கடுமையாக மறுக்கப்படும்

ஒன்று. அதுபோலவே பாடலின் மேல்தளத்தில் வெளிப்படும் கவிதை சொல்லியின் விருப்பங்களும் அவருக்குக் காலங்காலமாய் மறுக்கப்பட்டு வருவதே. ஆக ஒரு திருவிழாச் சூழலைத் தன் விருப்பத்தைச் சொல்லுவதற்காகத் தேர்ந்தெடுத்துக் கொள்வதன் மூலம் திருவிழா மற்றும் பண்டிகைக் காலங்களில் மட்டுமே அனுமதிக்கப்படும் சில அத்து மீறல்களையும் மரபுப் பிறழ்வுகளையும் கவிதைசொல்லி ஒடுக்கி வைக்கப்பட்ட சுயவிருப்பங்களைப் பகிரங்கமாக வெளிப்படுத்துவதற்குச் சாதகமாகப் பயன்படுத்திக் கொள்கிறார் என்பதை நம்மால் தெரிந்துகொள்ள முடிகிறது. ஒரே நேரத்தில் பாடலைப் பாடுபவரின் (அல்லது பாடுபவர்களின்) கனவையும் அவரது (அல்லது அவர்களது) யதார்த்தத்தையும் பாடல் சூசகமாக வாசிப்புக்குட்படுத்துகிறது. கும்மியடி என்கிற ஒற்றைச் சொல் உருவாக்கும் சூழலினால் பெண்ணுடலின் யுகாந்திரத் தனிமையைப் பாடல் வாசகப்பிரக்ஞை அதிரும் வண்ணம் சொல்வதன் மூலம் தன் 'மொழியை' அடையாளங்காட்டி விடுகிறது. உண்மையில் பெண் விடுதலைக் கும்மி பாடலிலிருந்து புறநிலையில் முழக்கத்துடனுங்கூட துயரம் தோய்ந்த மன அரற்றலையும் கேட்க முடியுமானால் பெண்குரலுக்கும் பெண்ணியக்குரலுக்கும் உள்ள வேறுபாட்டையும் நம்மால் புரிந்துகொள்ள முடியும்.

பெண்ணியச் சிந்தனைகள் கவிதை அழகியல் சார்ந்து பெண் உணர்வாக மாற்றம் பெறும்போது கவிதைக்குள் பெண்மொழி சாத்தியப்படுகிறது. பெண்ணுக்காகப் பரிந்து பேசும் குரல் உண்மையில் அவ்விதம்தான் பேசிக்கொண்டிருக்கிறதா என்பதைத் தெரிந்துகொள்ள நாம் கவிதையைக் கட்டுடைத்து வாசிக்கிறோம். இதற்காகத் தனியடையாளம் தரும் சில சலுகைகளை உதறி விட்டே நாம் கவிதையை அணுக வேண்டியிருக்கிறது. ஒரு கவிதையை வாசிக்கும்போது இதை எழுதியது ஒரு பெண் கவிஞர் எனும் ஞாபகத்தை நாம் நம் தலையிலிருந்து பிடுங்கி எறிய முடியாவிட்டால் பாலடையாளமற்ற சில பொதுவான நிகழ்வுகள்கூட தனிநபர் சார்ந்து பிரத்யேக அர்த்தம் பெற்றுவிடச் சந்தர்ப்பம் இருக்கிறது. உதாரணமாக வத்ஸலாவின் 'ஞாபகம்' கவிதையில் நாற்பது வயதைக்கடக்கும் ஓர் உடலின் உபாதைகள் பட்டியலிடப்படுகிறது. வத்ஸலா என்கிற பெயருடன் கவிதையை தொடர்புபடுத்தும்போது நாம் பெறும் பெண்ணுடல் சார்ந்த அர்த்தம் அப்பெயரை மறந்துவிடும்போது உதிர்ந்து போகிறது. மாறாக நாற்பது வயதைக் கடக்கும் பெண்ணுடலின் பிரத்யேகப் பிரச்சனைகள் இக்கவிதையில் எங்கும் பதிவாகவில்லை என்பது உறைக்கிறது. இதை ஒரு குறையாகச் சொல்லவில்லை. ஒரு

பெண்கவிஞரின் கவிதை என்பதாலேயே பெண்மொழி அதில் செயல்படும் என்று எதிர்பார்க்க முடிவதில்லை. அவ்வளவுதான். காலங்காலமாக ஆண்மொழியின் புனைவாகவே தன்னை அடையாளங் கண்டு கொண்டிருக்கும் பெண்ணுடல் தன் சுயத்தை வெளிப்படுத்திக்கொள்ள பெண்ணிய வாதத்தை மட்டுமே நம்பியிருக்க முடியாது. சிலசமயம் பெண்ணியச் சிந்தனைகளைக் கச்சாவாகக் கவிதையில் பதிவு செய்ய முற்படும்போது நுண்தளத்தில் அவை பெண்ணுக்கு எதிரான மொழியில பேச ஆரம்பித்துவிடுவதையும் நாம் பார்க்கமுடியும். கனிமொழியின் ஒரு கவிதை (தலைப்பில்லை):

அக்னிப் பிரவேசம்
என் சத்தியத்தை
நிரூபிக்கவல்ல . . .
நீ தொட்ட
கறைகளைக் கழுவ.

இந்தக் கவிதையின் கவிதைசொல்லி தன் முன்னிலையில் நிற்கும் நபரைப் பார்த்து நீ தொடுவது எனக்கு வெறுப்பைத் தருகிறது என்கிறார். அக்னிப்பிரவேசம் என்கிற பிரயோகத்தால் நீ தொடுவதைவிட என்னைத் தீ தொடுவது சுகமானது என்றும் குறிப்பாகச் சுட்டுகிறார். இவர்களுக்கு இடையில் சத்தியம் என்கிற பிரயோகத்தின் மூலம் பிரச்சனைக்குரிய இன்னொரு நபரின் இருப்பும் கவிதையில் புலப்படுத்தப்படுகிறது. இந்த நபர் கவிதைசொல்லி தான் சத்தியம் என்று நம்பும் ஒரு விஷயத்தை நிரூபிக்க உதவியாக அவரைத் தொடாதிருப்பவர். இந்த அர்த்தம் கவிதையில் பயிலப்படும் 'நீ தொடுதல்' என்கிற பிரத்யேகத்திற்கு எதிர்வாகக் கவிதையினுள் மறைந்து நின்று செயல்படுகிறது. ஆக கவிதையில் மூன்று நபர்கள் மூன்று விதமாகச் செயல்பட்டுக் கொண்டிருக்கிறார்கள்: 1. தன்னிலையைத் தொடும் நபர். இவர் தொடுவதன் மூலமாக ஏற்படுத்தும் கறை மூலமாகத் தன்னிலையின் இருப்பைச் சாத்தியமாக்குகிறார். 2. தன்னிலையைத் தொடாத நபர். இவர் தொடாமல் இருப்பதால் தன்னிலையின் உடலில் உண்டாக்கும் தூய்மை மூலம் அவரது இருப்பைச் சாத்தியமாக்குகிறார். 3. கவிதையில் பேசும் தன்னிலை. இது பிறர் தொடுவதாலும் தொடாமலிருப்பதாலுமன்றிச் சுயமாகத் தன் இருப்பைச் சாத்தியப்படுத்திக் கொள்ளவியலாத ஜடமாகத் தன்னை அறிவித்துக் கொள்கிறது. ஆக கவிதைக்குள் ஒலிக்கும் குரல் உண்மையில் தனக்கு எதிரான மொழியைத் தன்னையறியாமலேயே வழிமொழிந்து கொண்டிருக்கிறது.

இன்னொரு பார்வையில், கறை – சுத்தம் ஆகிய எதிர்வுகள் தரும் துன்பம் – சுகம் என்னும் பொருள் கவிதைக்குள்ளிருந்து

சில விபரீதமான அர்த்தத்தளங்களை உண்டுபண்ணி விடுகிறது. துன்பம் முன்னிலையுடனும், சுகம் தீயுடன் மற்றும் மறைந்து நிற்கும் மூன்றாம் நபருடனும் தொடர்புபடுத்தப்படுவதைக் கொண்டு கவிதையை இப்படிப் பொருள் கொள்ளலாம்: நீ தொடுதல் கறை. தீ தொடுதல் சுகம். அவர் தொடாதிருத்தல் சுகம். சுகம் என்னும் பொருள்தரும் பிரயோகம் தீக்கும் அவருக்கும் பொதுவாக நின்று இருவரையும் சமதளத்தில் இணைத்து அவர் தொடாதிருப்பது நீ தொடுவதற்குச் சமம் என்கிற பொருளைக் கொடுத்து நம்மைத் திடுக்கிடவைக்கிறது. தன்னிலைக்கும் முன்னிலைக்கும் நிகழ்ந்திருக்க வேண்டிய உரையாடலின் இடையில் படர்க்கையை ஞாபகப்படுத்துவதும், முன்னிலையின் இருப்பைக் காரணமின்றி மறுதலிப்பதும் (ஏன் கறை என்பதற்கான காரணம் கவிதைத் தளத்தில் சொல்லப்படுவதில்லை.) தன் சத்தியத்தின்மீது தனக்கு அக்கறை கிடையாது என்கிற தொனியில் பேசுவதும் கவிதையை இந்த அர்த்தத்தளத்திற்கு நாம் செல்வதைத் தடுக்கும் திறனற்றதாக்குகின்றன.

இதே அக்கினிப் பிரவேசம் எனும் படிமத்தைக் கொண்டு கனிமொழி வெற்றிகரமாகப் பெண் மொழியைச் சாதித்துள்ள கவிதையொன்றும் அவர் தொகுப்பில் காணக் கிடைக்கிறது. இடம் வரும்போது அதைப் பார்க்கலாம். இப்போது பிருந்தாவின் ஒரு கவிதை:

அம்மாவின் கணவர்

எல்லா அப்பாக்களின் விரல்களும்
அகப்படாமல் பிஞ்சுக் கைகளுள்
அதன் ரகசிய எல்லைகளுடன்
பருத்திருக்கின்றன.
சைக்கிள் கேரியரின் பின் அமர்ந்து
ராஜா டாக்டரிடம்
காய்ச்சலுக்குப் போகையில்
அப்பாவின்
அசைந்து நகரும் முதுகு
காட்சிகளை நிறைக்கிறது.
ஏனோ வளர்ந்து பெரிதானதும்
எல்லைகள் சுருங்கி
அப்பாவின் பரிமாணங்கள்
அதன் ஆரம்பப் புள்ளியுள்
ஒடுங்கிப் போயின
அம்மா அறிமுகப் படுத்தின
அம்மாவின் கணவனாலும்.

கவிதையில் பேசும் தன்னிலையின் பாலடையாளம் வெளிப்படையாக நமக்குக் காட்டப்படவில்லை. இதை நாம்

கண்டுபிடித்துக் கொள்ளலாம். இந்த தன்னிலையின் தகுதிகள் இவை: இவர் 1. உலகமறியாக் குழந்தை, 2. நோயாளி, 3. மறதிக்காரர், 4. சொந்த புத்தியில்லாதவர். கவிதையின் போக்கை இவர் எந்த விதத்திலும் பாதிப்பதில்லை. அதேபோல கவிதைத் தளத்தில் இயங்கும் அம்மா என்கிற பாத்திரமும் அறிமுகப்படுத்துதல் என்கிற வேலைதவிர வேறு செயல் எதையும் செய்வதாகக் காட்டப்படவில்லை. மாறாக ஆண் பாத்திரங்களான கணவன் மற்றும் தகப்பன் இருவரும் வலுவாகச் செயல்பட்டுக் கவிதையை உருவாக்குகிறார்கள். தகப்பன் தன்னிலையின் மனமாகவும் (அகப்படாத ரகசியம்), பார்வையாகவும் (முதுகு காட்சிகளை நிறைக்கிறது) அகம், புறம் இரண்டு நிலைகளிலும் செயல்பட்டு அதை உருவாக்குகிறான். தகப்பன் தன் புள்ளியில் சுருங்கி ஒடுங்கும்போது கணவன் அந்தப் பொறுப்பை எடுத்துக்கொண்டு விடுகிறான். அம்மா என்கிற, வெளிப்படையாகத் தெரியும் பெண்பாலுக்கும் பால் சுட்டப்படாத கவிதையின் தன்னிலைக்கும் சுயசிந்தனையற்றவர்கள் என்கிற பொதுத்தளம் ஒன்று உருவாக்கப்பட்டு தன்னிலையும் பெண் என்பதாக அடையாளங் காட்டப்படுகிறது. அதாவது சிந்தனையற்றவர்கள் பெண்கள் என்கிற ஆண்பார்வையின் அடிப்படையில் (பெட்டைப் புலம்பல் என்கிற சொற்றொடரை நினைவிற்குக் கொண்டுவந்தால் இது புரியும்). இப்போது கவிதையின் பிரதான உரையாடல் ஆண், பெண் என்கிற இரண்டு உயிர்களுக்கிடையே நிகழ்வதாக அமையாமல் பெண்ணின் மீதான உரிமையைக் கோரும் தகப்பன், கணவன் என்கிற இரு ஆணாதிக்க மையங்களுக்கிடையிலான பேரமாக அமைக்கப்பட்டிருப்பதை நம்மால் புரிந்துகொள்ள முடிகிறது. இந்தக் கவிதையின் கவிதை சொல்லி அதன் மேல்தளத்தில் நாம் காண்பதுபோல பெண் எனும் தன்னிலை அன்று. மாறாக அது விமர்சிப்பதாக நினைத்துக் கொண்டு முன்னிலைப் படுத்தும் ஆண். (கவிதையின் வடிவம் பற்றின சிந்தனை எப்படி கவிதையின் மொழியைப் பாதிக்கிறது என்பதற்கு ஓர் உதாரணமாகவும் பிருந்தாவின் இந்தக் கவிதையைச் சொல்லலாம். முற்றிலும் கவிதையின் தளத்திலேயே வளர்ந்து வரும் தகப்பன் ஓர் எழுத்துரு. ஆனால் கவிதையின் இறுதியில் எவ்விதக் காரணமோ, விவரணைகளோ அற்றுத் தோன்றும் கணவன் என்கிற ஒற்றைச் சொல் நடைமுறையில் அந்தப் பெயரோடு இணைந்த கவிதைக்கு வெளியேயான யதார்த்தத்தின் ஞாபகம். இப்படிக் கவிதை படைப்புத் தளத்திலும், கவிதை வாசிப்புத் தளத்திலும் ஓர் எழுத்துருவை எதிர்கொள்ள யதார்த்தத்தை உபயோகிப்பது என்பது சாதாரணமாக எல்லாக் கவிஞர்களாலும் கைக்கொள்ளப்படுகிற, சவாலற்ற உத்தி. ஆனால் இந்த உத்தியின் மூலம் கவிதானுபவத்தை ஏற்படுத்துவது என்பது கிட்டத்தட்ட

அசாத்தியமான காரியம். கவிதையின் பாத்திரங்கள் உயிருள்ளவை அல்லது யதார்த்தத்தைப் பிரதிநிதித்துவப்படுத்துபவை என்று நம்பும் மரபான வாசிப்பு கவிதைக்குள் இத்தகைய பலவீனமான உத்திகளைக் கொண்டுவருகிறது).

பிருந்தாவின் மேலே குறிப்பிடப்பட்ட கவிதையில் சிதைந்து போகும் பெண்மொழியை இதே விதமான பாத்திரங்களைக் கொண்ட இவருடைய இன்னொரு கவிதை எப்படி வெற்றிகரமான கவிதையாகி விடுகிறது என்பதைப் பார்க்கலாம் (தலைப்பற்றது):

வார்த்தைகளுக்குத் தவமிருந்து
வரப் பெற்றவையல்ல
என் கவிதைகள்
பூமி பிளக்க
விரைந்தெழும்பும்
விதைகள் போலுமல்ல
அதன் வார்ப்பு
அக்கா படிப்பது போல
அம்மா சமைப்பது போல
காற்றிற்கு
நெற்பூக்கள் மடங்குவது போல
நானும் செய்கிறேன்
எனக்குத் தெரிந்ததை.
ஒரு வேளை
அவை கவிதைகளாயிருக்கலாம்.

பிருந்தாவின் இந்தக் கவிதையிலும் கவிதையில் பேசுபவரின் பாலடையாளம் வெளிப்படையாகக் கொடுக்கப் படவில்லை. ஆனால் இதைத் தெரிந்துகொள்ள சில சூசகமான தகவல்கள் கொடுக்கப்பட்டிருக்கின்றன. முதலில் சமைப்பது என்பது படிப்பதையும் எழுதுவதையும் போல இயல்பானது என்கிற பார்வை. ஆண்மொழியில் சமையலறை என்பது இயல்பான தாக இருப்பதில்லை. ஆண்மொழியில் சமையலறை என்பது வகுப்பறை (கவிதையில் புத்தகம் படித்தல்) என்பதன் எதிர்வு. பெண்ணியச் சிந்தனைகளிலும் சமையலறை என்பது காலங் காலமாக ஒடுக்கப்பட்ட பெண் உடலின் குறியீடு என்ற பார்வையில் வகுப்பறையின் எதிர்வாகவே பார்க்கப்படுகிறது. மரபான பார்வையில் வகுப்பறை என்பது பேசும் தகுதியையும் சமையலறை என்பது கேட்கும் நிலையையும் அடையாளப்படுத்தி வந்தவை எனபதை நினைவில் கொண்டோமெனில் பிருந்தாவின் கவிதையில் இந்த எதிர்வுத் தன்மை அழிக்கப்படுவதன்மூலம் (சமைப்பதையும் படிப்பதையும் படைப்பதையும் ஒரே தளத்தில் இணைத்தல்) கவிதையின் மேல்தளத்தில் வெளிப்படாதிருக்கும் அம்மாவின் குரலை அதாவது பெண்மொழியை நுண்தளத்தில் நம்மால் கேட்க முடியும்.

இன்னொரு வாசிப்பில் முதலில் பார்த்த பிருந்தாவின் கவிதையைப் போலன்றி இந்தக் கவிதையில் தகப்பன் கணவன் போன்ற உறவுகள் அதனதன் இயல்பில் வெளிப்படுவதற்கான சூழல் உருவாக்கப்பட்டிருப்பதையும் அவதானிக்க முடிகிறது. அம்மா என்கிற பதத்தின்மூலம் அவளுடைய உறவான கணவனும், அக்கா என்பதன்மூலம் அவளுடைய உறவான தகப்பனும் கவிதையில் இயங்குவதையும், கணவன் – மனைவி உறவு நிலையில் சமைக்கும் செயலும், மகள் – தகப்பன் உறவு நிலையில் கற்கும் செயலும் காட்டப்படுவதானது கவிதைத்தளத்தில் அவர்களது இயங்கு திசைகளையும் சுட்டிவிடுகிறது. கவிதையில் சுட்டுப்படும் ஒவ்வொரு பாத்திரமும் தனக்கான பிரத்யேகக் குரலுடன் சமதளத்தில் ஒன்றையொன்று எதிர்கொள்ளும் சூழல் உருவாக்கப் பட்டிருக்கிறது.

சமைப்பது, படிப்பது, படைப்பது ஆகிய படிநிலையில் பாத்திரங்களின் செயல்பாடுகள் வளரும் விதம்பற்றியும், தவமிருத்தல், பூமிபிளந்து வெளிவருதல் போன்ற படிமங்கள் கிளறிவிடும் வேதகால ஞாபகங்களையும் இணைத்துக் கவிதையை வேறொரு தளத்தில் புரிந்துகொள்ளும் சாத்தியப்பாட்டை இடமின்மையால் செய்யமுடியவில்லை. மொத்தத்தில் பிருந்தாவின் கவிதை மரபான பார்வையில் சில உடைப்புகளை ஏற்படுத்துகிறது. இந்த உடைப்பு வேறொரு வழியில் மாலதி(பெங்களூர்)யின் கால்கொலுசு கவிதையில் சாத்தியப்படுத்தப்பட்டிருக்கிறது:

கால் கொலுசு

கால் கொலுசு
தொலைந்து போயிற்று.
குறுவைப் பணத்தில்
கொலுசு வாங்கித்தர
கல்லிடைக்குறிச்சியில்
அப்பா இல்லை.
காரியம் முடிந்தது
போன மாதம்
நான் போகாமலே.
உனக்குப் பிடித்ததெல்லாம்
வாங்கி
எனக்குப் பிடித்ததெல்லாம்
விட்டுவந்த
சந்தைத் தெருவில்
தொலைந்து போயிருக்கலாம்
வளைக்காரன் வாசலுக்குக்
கொண்டு வரும் வளைகள்
ஏன் இத்தனை வடிவாய்

இல்லை என்று
சிவப்பு மணி முத்துவளை
பார்த்து ஒரு நிமிடம்

மலைத்துவிட்டு
உன்னைத் தொடர்ந்த நேரம்
தொலைந்திருக்கலாம்.
ஒண்ணரைப்பங்கு
இடத்தை அடைத்து
முழங்கை தூக்கி பஸ்
இருக்கையில் நீ என்னை
ஜன்னலோரத்தில்
நெருக்கிய போது
முறுக்கு நறநறத்து கடலை தின்று
நீ காலடியில் தோல் உரித்த
சங்கடத்தில் நான்
குதிகால் ஒருக்களித்தபோது
தொலைந்திருக்கலாம்.
சத்திரத்து இருட்டில்
உன் குறட்டை ஒலிக்கு
சலித்துப் புரண்டு
கால் உதைத்தபோது
சிணுங்கிய கிண்கிணி
காலையில் தொலைந்திருக்கலாம்.
பஸ் ஸ்டாண்ட்
காபி கிளப்பில் நீ எனக்கு
நெய்த்தோசை மறுத்தபோது
காலில் கொலுசிருப்பு
நினைவில்லை.
கால் ரூபாய் தகராறில்
கடைவீதியில்
கத்தி, சண்டை போட்டு
கசாப்புக் கடை
கொண்டையனிடம்
எல்லாம் இந்தக்
கழிசடையால்
என்ற போது
நிச்சயமாக
என் காலில் கொலுசில்லை.
ரசிக்காத பயணத்தில்
களைப்போடு இழப்பு
எனக்குப்
பழக்கம்தான் என்றாலும்
இந்த முறை ரொம்ப
ரொம்பவே வலித்தது.
சொன்னேனே அதைத்தான். என்
கால் கொலுசு
தொலைந்து போயிற்று.

பா. வெங்கடேசன்

இந்த கவிதையில் தொலைந்தது ஏன் கழுத்துச் சங்கிலியாகவோ, கை வளையாகவோ இல்லை என்பது ஒரு சுவாரஸ்யமான கேள்வி. கால்கொலுசுக்கும் தமிழ்ச் சமூக வரலாற்றுக்கும் உள்ள தொடர்பை இந்தக் கவிதை தன் உள்ளடுக்கில் புதைத்துக் கொண்டிருக்கிறது. பெண் 'உடலின்' – குறிப்பாகத் தமிழ்ப் பெண்ணுடலின் – மீதாகக் கட்டப்பட்ட கற்பு எனும் ஆண்மொழிப் புனைவின் குறியீடு கால்கொலுசு. கொலுசின் பெயரால் மதுரையில் நடத்தப்பட்ட கூட்டு உடலெரிப்பைச் சிறப்பித்துப் பெண் உடலைக் கோட்டங்களாகவும், சிலைகளாகவும் நிறுத்தி வணங்கியபடி வளர்ந்திருக்கிறது தமிழ்ப் பகுத்தறிவுச் சிந்தனை மரபு. முற்றிலும் உடல்சார்ந்த கற்புநெறியிலும் கன்னித்தன்மையிலுமே சாத்தியப்படுவதாக நம்பப்படும் பெண்ணின் பரிசுத்தத்திற்கு ஆபரணங்களைக் குறியீடாக்கியதன் விளைவாக உடலால் பரிசுத்தமானவள் என்று நம்பப்படும் தனியொரு பெண்ணுக்கு ஆபரண வழக்கில் கிடைக்கும் தீர்ப்பை முன்னிறுத்தி – அது நியாயமோ அநியாயமோ – கூட்டு உடலெரிப்பென்னும் வன்முறையை நிகழ்த்துவது என்பது பெருமைப்படத்தக்க கலாச்சாரமாகத் தமிழ்ச் சமூகத்தின் நனவிலியில் பதிக்கப்பட்டிருக்கிறது. இவ்விதமாக இக்கவிதையைத் தமிழ்ச் சிந்தனை மரபோடு இணைத்துப் பார்த்துப் புரிந்துகொள்வது வாசிப்பை இன்னும் ஆழமாக்கும். இதற்கு உதவியாகக் கவிதையில் தனிப்பெண்ணுடலிலிருந்து (அதாவது கோட்டங்களிலிருந்தும், சிலைகளிலிருந்தும்) கழன்றுபோன கொலுசு கிடைக்கக்கூடும் என்று ஊகிக்கத் தக்க இடங்களாகக் கவிதை தரும் பட்டியல் இவை சந்தைத்தெரு, சத்திரம், பஸ் ஸ்டாண்ட், பேருந்து இருக்கைகள், கசாப்புக்கடை போன்ற கூட்டு மனித உடல்கள் புழங்கும் வெளிகள். எனில் கவிதை சொல்லிக்குத் தன் கொலுசு தொலைந்தது என்பது கோவில் களிலும் கடற்கரையிலும் தன்னைச் சிலையாக நிறுத்திச் சரித்திர, புராண வன்முறைப் புனைவுகளுக்குத் தன்னைக் காரணமாக்கி அதன் மூலம் சமகால வன்முறைகளுக்கு நியாயம் தேடும் கலாச்சாரச் சுமை ஒன்று தன்னை விட்டு நீங்கியதான ரகசிய ஆசுவாசத்தைக் கொடுத்திருக்க வேண்டும். இதனால்தானோ என்னவோ கொலுசை அவர் தேடிய தடயம் எதுவும் கவிதையில் இல்லை. பெண்மொழி சரியாக இயங்கும் கவிதைகளில் ஒன்று இந்தக் கால்கொலுசு என்கிற எளிமையான கவிதை.

சரித்திரம் தன்மீது ஏற்றி வைத்திருக்கும் புனைவுச் சுமைகளை மாலதி கழற்றி எறிகிறாரென்றால் கனிமொழி அவற்றைப் பொதுமைப்படுத்துவதன் மூலம் தன் கவிதையில் பெண்மொழியைக் கட்டுகிறார் (தலைப்பிடப்படாதது):

எது நான்
அதுவா, நானா,
என்னுள் உறைந்து போன
எனது பெயர்.
பார்த்துப் பார்த்துப்
பழகிப் பழகி
அலுத்துப் போன
முகம்.
தளர்வது தவிர
வேறு மாற்றமறியா
உடல்
தாங்காமல் உரசிப்போகும்
தெளிவுக்கீற்றுகள்
திரும்பத்திரும்ப
வீழ்த்தும் அக்னிப்பிரவேசங்கள்
தொட்டால் வலிக்கும்
தழும்புகள்.
வாழ்ந்து துப்பிய
சக்கைத் தடங்கள்.
எரித்து எறிந்து விட்டு
ஆதியுமற்று பாதையுமற்றுப்
போவதெப்போது.

இந்தக் கவிதையும் பாலடையாளமற்ற பொது மொழியில் இயங்குகிறது. உடல் தளர்வு, தழும்புகள், சக்கைத் தடங்கள் போன்ற சொற்பிரயோகங்கள் இவற்றைப் பெண்ணுடலோடு மட்டும் இணைத்துப் பார்க்கும்படி நம்மை வற்புறுத்துவதில்லை. இக்கவிதையில் இடம்பெறும் அக்னிப்பிரவேசம் என்கிற புராணிகச் சொல்லாடல் மட்டும் பெண்ணுடலோடு சம்பந்தப்பட்ட ஒன்றாகவே இதுகாறும் பயிலப்பட்டு வந்த ஒன்று. அதாவது அக்னிப்பிரவேசம் என்கிற சொற்றொடர் இடம்பெறும் பிரதியானால் அது கண்டிப்பாகக் கற்பு சார்ந்த வாதப் பிரதிவாதங்களைச் சுற்றியே கட்டமைக்கப்பட்டிருக்கும். அது புதுமைப்பித்தனானாலும் சரி, ஜெயகாந்தனானாலும் சரி. வாதம் பெண்ணுக்குச் சாதகமானதா பாதகமானதா என்பதன்று இங்கே பிரச்சனை. இந்த நிலையில் ஆண், பெண் இருபால் மொழியும் இயங்கும் பொதுச் சூழலைக் காட்சிப்படுத்தும் பிரதியொன்றுக்குள் இதுவரை பெண்ணுக்கு மட்டுமேயானதாக புழங்கப்பட்ட சொற்றொடர் ஒன்றை நகர்த்துவதன் மூலம் இந்தக் கவிதை வாசகரின் மரபுசார் நனவிலியில் உடைப்பைச் சாதிக்கிறது. கவிதையில் பெண்மொழி செயல்படுகிறது என்பது மட்டுமல்ல, அது பாரதியின் கும்மிப்பெண்ணைப் போல தனக்கெதிராகக் கட்டுப்பட்ட சொல்லாடல்களைக் கொண்டே தனக்குச் சாதகமான சூழலை உருவாக்கிக் கொள்ளும் தந்திரசாலியாகவும் தன்னை இனங்காட்டிக் கொள்கிறது என்பது குறிப்பிடத்தக்கது.

ஆண் – பெண் சமநிலை உறவு போன்ற சிந்தனைத் தளம் சார்ந்த சொல்லாடல்களை நேரடியாகப் பிரயோகிக்காமல் அவற்றைக் கவித்துவ உத்தியாக மாற்றும் செயல்பாடு என் வாசிப்பு எல்லை வரை தமிழில் வேறு கவிதைகளில் இது வரை காணப்படாத ஒன்று என்ற வகையில் கனிமொழியின் இந்தக் கவிதை முதலாவதும் முக்கியமானதுமாகப்படுகிறது.

புராணிகச் சொல்லாடல்களையும், கதைகளையும் கொண்டு அதில் செயல்படும் தனக்கெதிரான மொழியைக் கட்டுடைப்பதன் மூலம் கவிதையில் பெண்மொழியின் இருப்பை அடையாளங்காட்டும் உத்தி வகையில் இன்னொரு குறிப்பிடத்தக்க கவிதை பெருந்தேவியினுடையது (தலைப்பிடப்படாதது):

தாழம்பூ வசிக்கும்
விதிதின்ற தோட்டம்
ஈடன்
முன்றிலில்
பொழுதற்ற பொழுதும்
உலரா நீர்விழிச்
செம்முகம்
புதைந்தே விழைவும்
இழந்தா போயிற்று மாட்சிமை
யுன் ஜதியெனக்
குற்றஞ் சுட்டும்
ரகசியம் தோற்ற
தது ஸர்ப்பம்.
தேற்ற தூக்கிய பாதம்
பணிவபிநயித்து
அலையும் முத்துச்சுடர்
நடனம் த்வனிக்கும்
அசுரக்கால்கள்
திருச்சிற்றம்பல வொலி
பிரவகித்தோட
மிஞ்சிக்கூசும் கனி
புசித்த திருவிழி
தரித்ததே உயி
ரென்றும்
துணுக்குறுவாள்
உமாமஹேஸ்வரி.

இந்தக் கவிதை இருவேறு மதப் புராணிகங்களைச் சில ஒத்த அம்சங்களை முன்னிறுத்தி இணைப்பதன்மூலம் கவிதையில் பேசும் பெண்மொழியின் பிரதேச அடையாளங்களை அழித்து அதைப் பிரபஞ்ச அளவினதாக்குகிறது. கவிதை ஞாபகப்படுத்தும் பிரதானக் கதையாடல்கள்: 1. ஈடன் தோட்டத்து விலக்கப்பட்ட கனியை ஆதாமுக்கு முன் ஏவாள் பாம்பின் தூண்டுதலால் தின்றது. 2. நடனப் போட்டியில் சிவனுக்கு நிகராக அடவுகளை

நிகழ்த்திக் காட்ட முடியாமல் உமாமஹேஸ்வரி தோற்றுப் போனது. இரண்டு கதைகளிலுமே பெண் தோற்றுப் போகிறாள்.

விவிலியக் கதையில் சிவபுராணத்தில் காட்டப்படுவதுபோல ஆணுக்கும் பெண்ணுக்குமான நேரடி மோதல் காட்டப்படுவதில்லை. மாறாக ஆண், பெண் இரு எதிர்வுகளுக்கு வெளியே பொதுவாகச் சுட்டப்படும் கனியை உண்டு, பாவம் செய்து, தான் தோற்பதன் மூலமாகப் பெண் ஆணின் தோல்விக்கும் காரணமாகிறாள். சிவபுராணத்தில் நடனம் என்கிற பொதுக் குறியீட்டைக் கொண்டு ஆண் பெண்ணை ஜெயிக்கிறான். அதாவது கனி ஆண், பெண் இருவருக்குமே பொதுவாக விலக்கப்பட்டது. ஆனால் சிவன் முத்திலை பெண்ணுக்கு மட்டுமே விலக்கப்பட்டது.

இந்த வேறுபாட்டைத்தான் பெருந்தேவியின் கவிதை அழிக்கிறது. கவிதையில் கனி – நடனம் ஆகியவை ஒத்த அர்த்தத்திலும், ஏவாள் – உமாமஹேஸ்வரி இருவரும் ஒத்த அர்த்தத்திலும் பாம்பிடம் ஏமாறுவதும் நடனத்தில் தோற்பதும் ஒத்த பொருளிலும் கட்டப்படுகின்றன. ஆனால் கவிதையின் மேல் தளத்தில் நேரடியாகத் தோன்றும் சிவன் (திருச்சிற்றம்பலவொலி) ஆண் என்ற வகையில் ஆதாமுடன் இணைக்கப்படுவதில்லை. மாறாக பாம்பு அலைகிற மற்றும் தாழம்பூ விலக்கப்பட்ட வெளி என்கிற பொதுப்பண்பை முன்னிறுத்தி (சிவனுக்கு தாழம்பூ அர்ச்சனைப் பொருளன்று. அதுபோல ஈடன் தோட்டத்தில் தாழை வளர்வதும் கவிதைப்படி இயல்பன்று, விதி.) ஈடன் தோட்டமும் சிவனின் உடலும் கவிதைத்தளத்தில் இணைக்கப்படுகின்றன. ஜடப்பொருளுக்கும் – உயர்திணைக்குமிடையிலான இந்த எதிர்பார்க்கமுடியாத இணைவு புராணிகக் கதையாடல்களில் ஆண்மொழியைக் கட்டும் கதையொழுங்கைச் சிதறடித்து விடுகிறது. இப்போது ஈடன் தோட்டம் ஆண் பெண் இருவருக்குமான பொது வெளி அன்று, மாறாக ஈடன் தோட்டம் என்பதே ஆணுடல்தான் (சிவனுடல்) என்பதும் அதில் விலக்கப்பட்ட கனி கதைசொல்ல ஒரு சாக்கு என்பதும், அதுபோல நடனம் என்பது ஒரு சாக்கன்று மாறாக அது பெண் தோற்பதற்கென்றே உருவாக்கப்பட்ட ஈடன் தோட்ட வெளிதான் என்பதும் பெருந்தேவி கவிதையின் செய்தியாக நமக்கு அர்த்தப்படுகிறது. உமாமஹேஸ்வரி துணுக்குறுதல் அவளது விழிப்பைச் சுட்டும் குறியீடாக நின்று கவிதையில் பெண்மொழியை இயக்குகிறது.

இப்படி மரபான கதையாடல்களைக் (சிலப்பதிகாரம், ராமாயணம், விவிலியம், சிவபுராணம்) கட்டுடைப்பது பெண்மொழியை வெளிப்படுத்த ஓர் உத்தியானால் பெண்ணோடு இணைந்ததாக ஆண்மொழியில் புழங்கும் பொதுக் குறியீடுகளை மறுவாசிப்புக்குள்ளாக்குதல் என்பது இன்னொரு வகை

உத்தியாக க்ருஷாங்கினியின் கவிதைகளில் செயல்படுகிறது. இவர் மறுவாசிப்புக்காக இப்படி எடுத்துக் கொள்ளும் குறியீடு வண்ணங்கள் ஆகும். ஆனால் க்ருஷாங்கினியின் தனிப்பட்ட கவிதை எதையும் இதற்கு எடுத்துக்காட்டாக எடுத்துக்கொண்டு ஆய்வுசெய்ய முடியவில்லை. காரணம் இவருடைய கவிதைகளில் இவ்வகை வாசிப்பு பயிலப்படும் கவிதைகள் அவற்றின் மேல்தளத்தில் பொதுமொழியில் இயங்குகின்றன. இந்த நிலையில் அவற்றின் நுண்மொழி பெண்ணுடையது என்பதைக் கவிதை சொல்லியின் கவனம் செல்லும் விஷயங்களை (இங்கே வண்ணங்கள்) விசேஷமாக ஆராய்வதன் மூலமாகத்தான் கண்டுபிடிக்க முடிகிறது. இஃது ஒரு வகை வாசிப்பு. உதாரணமாக வத்ஸலாவின் கவிதைசொல்லி 'அபஸ்வரம் ஒலித்தாலும் பிடித்த பாட்டை அட்டகாசமாகப் பாட விரும்புகிறார். சல்மாவின் கவிதையில் ஒலிக்கும் குரல் 'காலாட்டி அமரும்படி சௌகர்யமாய் இருப்பில்லை எந்த இருக்கையும்' என்று குறைப்பட்டுக் கொள்கிறது. அட்டகாசம் மற்றும் காலாட்டுதல் என்பது போன்ற சொல்லாடல்கள் 1. பெண் மொழியில் புழங்க அங்கீகாரம் மறுக்கப்பட்டவை. 2. ஆண்மொழி உருவாக்கும் பிரதிகளில் பொருட்படுத்த முடியாத அளவுக்கு சமூகத்தளத்தில் ஆண்களுக்குப் பழகிப்போனவை. எனில் இந்தச் சொல்லாடல்களைக் கவிதைக்குள் கொண்டு வருபவர் அப்படிக் கொண்டுவருவதன் மூலம் தன்னை அடையாளந்தேடும் வழியில் ஒரு தடயமாக இவற்றைக் கையாள வாசகரை உந்துகிறார் என்று எடுத்துக்கொள்ள முடியும். இவ்வகையில் 'கானல் சதுரம்' கவிதைத் தொகுப்பின் மொத்தக் கவிதைகளினூடாகச் செயல்படும் கவித்துவச் சரடாக வண்ணங்களின்பால் கவிதைசொல்லி கொண்டுள்ள குழப்பமும், சலிப்பும், பயமும் வெளிப்படுகின்றன. அதாவது வண்ணங்கள் பொருட்படுத்தப்படுகின்றன. வண்ணங்கள் பெண்களோடு தொடர்புடையவை. ஆனால் பெண்ணுக்கானவை அல்ல. மஞ்சள் பூச்சு, செந்தூரத்திலகம், கருங்கூந்தல், பசலை உடல், வண்ண உடை என்கிறபடி மரபான பொருளின் வண்ணம் என்பது பெண் அணிய வேண்டிய சின்னமேயன்றி பெண்ணன்று. உண்மையில் ஆண்தான் வண்ண மயமானவன், ஒரு பெண் வண்ணங்களோடு தன்னை இணைத்துக்கொள்வதன் மூலம் ஆணின் இருப்பை ஒவ்வொரு கணமும் தன் நினைவில் இருத்திக்கொள்ள வேண்டியவளாயிருக்கிறாள். ஆணுடலைத் தன் தலைமேல் சுமந்து திரியும் புராணிகப் பெண்ணின் லட்சியம் தன் வண்ணங்களைக் காப்பாற்றிக் கொள்வதாகவே இருக்கிறது. குருடனான கணவனின் சவத்தன்மையைக் காந்தாரி வண்ண மயமான உலகைப் பார்க்க மறுத்துத் தன் கண்களைக் கட்டிக்கொள்வதன் மூலம்

அடையாளப்படுத்துகிறாள். க்ருஷாங்கினி அறிமுகப்படுத்தும் கவிதைசொல்லி ஆணுடலின் சுமையை வண்ணங்களாக உணர்கிறாள். வண்ணங்கள் அபாயகரமானவையாகவும், தவிர்க்கப்பட வேண்டியவையாகவும் இருக்கின்றன. சில கவிதை வரிகள்:

கருப்புப் பொட்டு
சிவப்புக் கோடு
பச்சைத் திட்டு
எல்லாம் கறைகள்.
(வெண்மை) இப்படியே இருக்கட்டும்.   – (வண்ணம்)

ஸ்டாண்டு இட்டு
நட்டு நிறுத்திய தட்டில்
பிசுபிசுத்த ஈரவர்ணம்
(வண்ணத்துப் பூச்சியின்)
மென் இறகை அப்பிக் கொள்ள
இறகை அடித்து அடித்து வெளியேற
உடல் கனத்தால்
பின்னும் பின்னும் உள் அமிழும்.   – (செயற்கை சதுரம்)

இந்த மஞ்சள் பிடித்தமற்றது
காரணம் தெரியாமலேயே
என்னைத் தொடர்ந்து துரத்தி
விரைவில் விரைவில் என
எப்போதும் விரட்டும்.   – (மஞ்சள் சதுரம்)

(வண்ணப்புள்ளிகள்)
அங்கங்கே பளீரிட்டு மறைய
ஓரடுக்கு ஈரடுக்கு
கடந்து சென்று
அடைந்தது
வெறுமையா
நினைந்து வாழ்தலா.   – (தகிப்பு)

இப்படிப் பல கவிதை வரிகளில் பெண்ணுடலில் வண்ணங்க ளேற்றும் சுமையை அரற்றலாக க்ருஷாங்கினியால் வெளிப்படுத்த முடிந்திருக்கிறது. வெண்மை குறிக்கும் கைம்மைக்கு எதிரான மஞ்சளின் மங்கல வண்ணத்தை முன்னிறுத்தி சிதைக்கப்பட்ட காகித உறையைப் பெண்ணுடலின் குறியீடாக வாசிக்க இடந்தரும் இவரின் கவிதை ஒன்று மட்டும் முழுவதுமாக:

இசங்கள்

புவி ஈர்ப்பின் விசையில் மண் மீது
விழுமுன் தாங்கப்பட்டது
சதுரப்பெட்டி, நாற்புறமும் கூராக
திணித்துத் திணித்து வளர்ந்தது
உணர்வுகள் வார்த்தைகள் கழிவுகள்
அனைத்துமே அதனுள்ளாக

மேலும் அடையக் குலுக்க
கீழிறங்கிக் கனமாய்ப் படியும்.
மங்கலம் புரிய வைக்க
நாற்புறமும் சாயப்பூச்சு
பிரதியெடுக்கக் கொண்டு செல்ல
நகல் பிரதியின் நாற்புறமும்
மங்கல சாயத்தின் கருமை.
மங்கலம் கருமையானதல்ல.
எனவே
வெட்டி அகற்றி எறிய
மற்றொரு இடம் நோக்கி பயணம்
முனை மழுங்கியதாய் நாற்புறமும்.
இன்னொரு மங்கலமும்
இன்னொரு பிரதியும்
இன்னொரு செதுக்கலுமாக
எண்கோணமாகி அதுவும்
கோணல் வடிவாகி
எனவே
கருவிமீது நிறுத்தப்பட்ட
முழுமையானதல்ல அது.

இந்தக் கவிதை வெளிப்படையாகவே என் விளக்கங்களுடன் பொருந்திப் போவதால் கவிதைக்குள் தொடர்ந்து நான் போகவில்லை.

காலங்காலமாக அதிகாரம் மற்றும் அடிமைத்தனத்தின் குறியீடுகளாக முறையே ஆணுடலும் பெண்ணுடலும் சமூக மனதில் பதியவைக்கப்பட்டுள்ளதால் பெண்மொழி வெளிப்படும் கவிதைகளில் ஆணுடலின் மீதான சலிப்பும் (க்ருஷாங்கினி) அதன் ஆக்டோபஸ் பரவலின் மீதான அச்சமும் (பெருந்தேவி) கருப்பொருளாவது எதிர்பார்க்கக் கூடியதே. பெருந்தேவியின் கவிதைசொல்லி பிறிதொரு கவிதையில் இரவின் இரண்டாம் ஜாமத்தில் தன்னை விட்டு ஆணுடலின் சுமை நீங்குதலை பெண் இறப்புக்கொப்பான அமைதியாக உணர்கிறாள். சல்மாவின் கவிதை பெண் முன்ஜாமத்தில் தன்னை அழுத்திய ஆணுடலின் சுமை இரண்டாம் ஜாமத்தில் அவன் நீங்கிய பின்னும் அச்சமூட்டும் புலியாகத் தன்னை உற்றுப்பார்த்துக் கொண்டிருப்பதைச் சொல்லிப் புலம்புகிறாள். மாலதி மைத்ரியின் கவிதை இன்னும் ஒரு படி மேலே செல்கிறது. கவிதையை முதலில் படித்து விடுவோம்:

பிரபஞ்ச தியானம்

கனவில் கூட பார்த்திடாத கடற்கரையில்
கைகளை வீசி ஆடைகலைய
கூந்தல் அலைய

கண்களில்
நீர்பறக்க நடக்கிறேன்.
நான் முந்த காற்று முந்த
நான் ஓட காற்று துரத்த
மண்ணில் பதியும் பாதச் சுவடுகள்
வாய்களாகி என்னை ஊதி
உயர உயர இப்பொழுது ஒரு
இறகைப்போல
மிதந்து கொண்டிருக்கிறேன்.
சுற்றிலும் கிளிஞ்சல்களும் சருகுகளும்
சுழல்கின்றன
கீழே கடல்
அமைதியாகத் துள்ளுகிறது.
மோதிய சருகு முகத்தில்
பட்டாம்பூச்சியென படபடப்பு.
ஓயாத படபடப்பில் உறக்கம் கலைந்தது.
அறை முழுவதும் சருகுகள்
சிதறிக் கிடக்கின்றன.
அருகில் என்மகள்
குட்டி புத்தனின் தியானமென
இதழில் புன்னகை மினுமினுக்க
உறங்கிக் கொண்டிருக்கிறாள்.
ஜன்னலை அடைத்து விட்டு அமர்கிறேன்.
மின்னலில் அறை ஒளிர்ந்து மறைகிறது.
சிறுசிறு இடியுடன்
மழை சீராகப் பெய்கிறது.
கடந்த ஆண்டு பருவ மழை இடிக்கெல்லாம்
குடுவைக்குள் மீன்குஞ்செ‌ன வாலடித்து
மோதிமோதி நீந்தினாள்
எனக்குள் இருந்த குமிழ்
இன்று எல்லாம் நிறைந்த பிரபஞ்சம்.

    இந்தக் கவிதை மேல்பரப்பில் கனவு – யதார்த்தம் (புனைவு யதார்த்தம்தான்) என்கிறபடி இரண்டு பகுதிகளாகப் பிரித்து வாசிக்கக் கிடைக்கிறது. இதை விடுத்துக் கவிதையைக் கட்டுடைத்து வேறு இரண்டு பகுதிகளாகவும் வாசிக்க முடியும். இந்த வாசிப்பின்படி –

    கனவில் கூட பார்த்திடாத கடற்கரையில் / மண்ணில் பதியும் பாதச் சுவடுகள் / வாய்களாகி என்னை / ஊதி உயர உயர இப்பொழுது ஒரு / இறகைப்போல மிதந்து கொண்டிருக்கிறேன். / சுற்றிலும் கிளிஞ்சல்களும் சருகுகளும் / சுழல்கின்றன / கீழே கடல் அமைதியாகத் துள்ளுகிறது. / மோதிய சருகு முகத்தில் / பட்டாம்பூச்சியென படபடப்பு / ஓயாத படபடப்பில் உறக்கம் கலைந்தது. / அறை முழுவதும் சருகுகள் / சிதறிக் கிடக்கின்றன. / அருகில் என் மகள் / உறங்கிக்கொண்டிருக்கிறாள்... / ஜன்னலை அடைத்து விட்டு அமர்கிறேன். / மின்னலில் அறை ஒளிர்ந்து

பா. வெங்கடேசன்

மறைகிறது. / சிறுசிறு இடியுடன் / மழை சீராகப் பெய்கிறது. / கடந்த ஆண்டு பருவ மழை இடிக்கெல்லாம் / குடுவைக்குள் மீன்குஞ்சென வாலடித்து / மோதிமோதி நீந்தினாள் / எனக்குள் இருந்த குமிழ் / இன்று எல்லாம் நிறைந்த பிரபஞ்சம்.

இஃது ஒரு பகுதி. இந்தப் பகுதி மட்டுமே சந்தேகமில்லாமல் ஒரு தனிக்கவிதை. இந்தப் பகுதி கனவு – யதார்த்தம் சார்ந்த சொல்லாடல்களை முன்னிறுத்திக் கட்டப்பட்டது. இவை கீழ்க்காணும்படி கவிதையில் கட்டப்பட்டிருக்கின்றன:

கனவு x யதார்த்தம்

கடல் துள்ளுதல் x இடியுடன் மழை பெய்தல்

முகத்தில் சருகு x அறையில் சருகு

பட்டாம்பூச்சியின் படபடப்பு x மீன் குஞ்சின் நீச்சல்

முகப்பரப்பில் பட்டாம்பூச்சி x குடுவைக்குள் மீன்

வயிற்றுக்குள் மகள் x அருகில் மகள்

கனவு மறைதல் (அறை தோன்றுதல்) x அறை மறைதல் (கனவின் தோற்றம்)

கனவுப் பிரபஞ்சம் x யதார்த்த பிரபஞ்சம்

கனவு – நனவு இரண்டிலும் இடம்பெறும் வேறுபட்ட படிமங்களுக்குள் ஒத்த அசைவுகளை ஏற்படுத்தி ஒரு தொடர்ச்சியை உண்டுபண்ணி அற்புதத்துக்கும் யதார்த்தத்துக்கும் இடையிலான கோட்டை அழிப்பதன் மூலம் இந்தக் கவிதை கவித்துவ (மௌன) வெளியை உண்டாக்குகிறது. இது முற்றிலும் கவிதையின் அழகியல் சார்ந்தது. தீவிர தமிழ் இலக்கியப் பரப்பில் இவ்வகைக் கவிதைகள்தான் இன்று பெரும்பாலும் எழுதப்படுகின்றன. புதுக்கவிஞர்கள் தமிழ்க்கவிதை மரபை எவ்வாறு வாசித்திருக்கிறார்கள் அல்லது வாசிக்க பழக்கப்படுத்தப் பட்டிருக்கிறார்கள் என்பதற்கு மாலதி மைத்ரியின் கவிதையிலிருந்து வெட்டி எடுக்கப்பட்ட இந்த முதல் பகுதி ஓர் உதாரணம்.

இனி விடப்பட்ட வரிகளைக் கொண்டு கட்டப்படும் இரண்டாம் பகுதி:

கனவில் கூட பார்த்திடாத கடற்கரையில் / கைகளை வீசி ஆடைகலைய / கூந்தல் அலைய / கண்களில் / நீர்பறக்க நடக்கிறேன் / நான் முந்த காற்று முந்த / நான் ஓட காற்று துரத்த / (இப்போது) அருகில் என்மகள் / குட்டி புத்தனின் தியானமென இதழில் புன்னகை மினுமினுக்க / உறங்கிக் கொண்டிருக்கிறாள்.

முதல் பகுதியைப் போலவே இந்த இரண்டாம் பகுதியும் குழந்தையை மையமாகக் கொண்டே பின்னப்பட்டிருக்கிறது. ஆயின் இரண்டாம் பகுதி செயலாக்கமுள்ள சொல்லாடல்களைக் கொண்டு இயங்குகிறது. ஆடை கலைதல், கூந்தல் அலைதல், உறுப்புகளில் ஈரம் துளிர்த்தல், மற்றும் துடிப்பான இயக்கம் ஆகியவை பாலுறவுச் செயல்பாட்டையும் குழந்தை இச்செயலின் விளைவையும் குறிப்பதாக நாம் எடுத்துக் கொள்ளலாம். எனில் குழந்தையின் புன்னகை கவிதையில் படைப்பாளியின் தன்னிலை சார்ந்த ஓர் அர்த்தத்தைக் கட்ட முயல்கிறது. இந்தப் புன்னகைதான் இக்கவிதையின் கவித்துவச் சொல். (கவித்துவச் சொல்லென்பது கவிதையின் அழகியல் சாராம்சத்தை உள்ளடக்கிய சொல்லன்று. கவிதைப் பரப்பில் கடையப்படும் பல்வேறு அர்த்த இணைவுகளின் திரட்சியாக இறுதியில் சிந்தனைத் தளத்திற்கு மிதந்து வரும் வஸ்து. கவிதையின் பயன்பாட்டை முன்னிறுத்தி படைப்பாளி திரட்டி எடுக்கும் தன்னிலை சார்ந்த ஒற்றைச் சொல்லே இங்கு கவித்துவச் சொல் என்பதாகக் குறிக்கப் பெறுகிறது).

இவ்வாறாகக் கவிதையை இரண்டாகப் பிரித்துத் தனித் தனியாக அர்த்தப்படுத்திக் கொண்ட பிறகு மாலதி அடுக்கியுள்ள வரிசையில் பழையபடியே கவிதையைப் படிக்க, கவிதையின் நுண்ணர்த்தம் கண்களுக்குப் புலனாகக் கிடைக்கிறது. கவிதை (அல்லது இந்தக் கவிதையில் குறியீடாகக் குழந்தை) பிறப்பென்பது வெறும் அழகியல் அனுபவத்தின் வெளிப்பாடு மட்டுமன்று, அதற்கு புத்தனாதல் என்கிற பயன்பாட்டு நோக்கமும் உண்டு. இந்தப் பயன்பாடு சாத்தியமாக இதுவரையிலான ஆண்மொழியின் போதாமையைக் கவிதை சொல்லி உணர்வது ஆணுடலை விடுத்து அவர் காற்றுடன் புணரும் செயல் வெளிப்படுத்துகிறது. இது கவிதையின் செயல்தளம். கவிதை சொல்லியின் செயல்திட்டம் என்றும் சொல்ல முடியும். இந்தச் செயல்திட்டத்தின் நம்பகத்தன்மையை வாசகருக்கு அறிவிக்கும் பொருட்டு கனவுக்கும் யதார்த்தத்துக்குமான எல்லைக்கோட்டை அழித்து இரண்டையும் ஒன்றாக இணைப்பது கவிதையின் அழகியல் தளம். ஆக கவிதை இனி செல்லவேண்டிய திசையைப் பெண்மொழி தீர்மானிக்கக் கூடும் என்பதை இந்தப் பிரதி தன் செய்தியாகச் சொல்லுகிறதெனலாம்.

பிரச்சனை என்னவென்றால் கட்டுரையின் துவக்கத்தில் நாம் வாசித்தபடி சமூகச்சிந்தனை படைப்பாளியின் சமூக உணர்வாக மாற்றம் பெற்றாலொழிய இவ்வகைக் கவிதைகள் வெளிப்படுவது அசாத்தியம். பாரதிக்குப் பிறகு சமூகத்தளத்தின் பருண்மை நிகழ்வுகளைக் கவிதைகளாக்கும் போக்கு அருகிப் போனதற்குக் காரணம் இந்த மாற்றமின்மைதான். மாலதி

மைத்ரியே பிரபஞ்சத் தியானம் கவிதையின் வெற்றியைத் தன்னுடைய தெய்வ உடல் கவிதையில் பெறமுடியவில்லை. அதன் மீதான ஆய்வை இங்கே தொடரவில்லை. பதிலாக இதேவித உள்கட்டமைப்புள்ள வத்ஸலாவின் கவிதை ஒன்று பலவீனப்படும் இடத்தைப் பார்க்கலாம். கவிதை:

இழப்பு

என்ன அழகான உலகம் படைத்தாய் நீ,
சொற்களால் நீ தொடுத்த மாலை
ஆகாயத்திற்கும் பூமிக்குமாய் நின்றது
ஒரு வானவில்லைப் போல.
உன் மூச்சு
என்னை ஊடுருவி
என்னுள்ளே நிறைந்து
என்னை மூச்சடைக்க வைக்கும்
உன் மெலிதான மூச்சு
அதற்குத் தான் எத்தனை வலிமை.
உன் தேகத்தின் மணம்
நல்லது கெட்டது எனப் பாகுபடுத்த முடியாத அது
எனக்குப் பழகிப் போனது.
உன் சிரிப்பு
கண்ணோரத்தில் துவங்கி
உதடுகளைத் துளித்துளியாக தொட்டுப் பிரித்து
வெண்பற்கள் எட்டிப் பார்க்க
திடீரென முகமெல்லாம் பொங்கி வரும்
ஓசையில்லாச் சிரிப்பு.
வானவில்லின் வண்ணப் பூக்கள் அனைத்தும்
உன் கற்பனையின் குழந்தைகளென உணர்ந்து
உன் மூச்சு எனக்கு மட்டுமானதல்லவென அறிந்து
உன் சிரிப்புக்கோர் விலையுண்டெனப் புரிந்து கொண்டு
நீ தீட்டிய அம்மாய உலகை
நான் அழிக்க முயற்சிக்கையில்
கண்டு கொண்டேன் அடிமைத்தனம் என்னவென்று
உன் மூச்சின், சிரிப்பின் தளைகளைத்
துண்டித்து விட்டேன்.
உன் தேகத்தின் மணம்?
அதையும் பிய்த்தெறிந்து விடுவேன்
ஆனால்
அத்துடன் சிறிது என்னையும் இழந்து விடுவேன்.

கவிதையில் இயங்கும் தன்னிலைக்கு முன்னிலை மீது புகார் இருக்கிறது. காரணம் முன்னிலை தீட்டிய மாய உலகு தன்னை இதுகாறும் அடிமைப்படுத்திவிட்டதாக அவர் கருதுகிறார். பிரதியின் மரணம் மற்றும் வாசிப்பின் வகைமை களைப் பொருட்படுத்தும் பின்நவீனத்துவ வாசகர்களுக்கு இந்தக் கூற்றில் இருக்கும் பலவீனம் நன்கு புலப்படும்.

வார்த்தைகளை வானவில்லின் ஜாலம் ஆக்குவதும், மூச்சைப் புயற்காற்றின் வலிவுள்ளதாக்குவதும், சிரிப்பின் ஆகிருதியை பிரம்மாண்டமானதாக வளர்ப்பதுமாக கவிதையில் உருவாகும் மாயஉலகம் தன் வாசிப்பினாலன்றி முன்னிலையால் தன்னிச்சையாகச் சாத்தியப்படுத்திக்கொள்ள முடியாத ஒன்று என்பதை கவிதைசொல்லி தெரிந்து கொள்ளவில்லை என்பதே இந்தப் பலவீனம். வாசிப்பின் மூலமாகப் பிரதியின் அர்த்தத்தை வரம்பின்றிப் பெருக்கவும், பிரதியின் உயிர்ப்பு வாசிப்பின் மூலமே சாத்தியப்படும் என்பதையும் தெரிந்து கொள்ளாததால் தளைகளை அறுத்தெறிந்து விட்டதாக நினைத்துக் கொண்டு தளையிட்டவரின் கையிலேயே திரும்பத்திரும்ப அதிகாரத்தைக் கொடுக்கும் தவறைச் செய்துவிடுகிறார். உண்மையில் கவிதை சொல்லி அடிமைத்தனம் என்று நினைக்கும் விஷயம் அவரது படைப்பூக்கம் சார்ந்த சுதந்திரமான தளம். மாறாகச் சுதந்திரம் என்று நம்பும் விஷயமோவெனில் மீண்டும் மீண்டும் அவரைத் தளைகளில் வீழ்த்தும் அவரது அறியாமை. என் ஆய்வு கவிதை சுட்டும் முன்னிலையிலிருந்து கவிதை சொல்லி விலக வேண்டுமா கூடாதா என்பதைப் பொருட்படுத்தவில்லை. கவிதைத் தளத்தில் கட்டப்பட்டிருக்க வேண்டிய பெண்மொழி இயங்கும் அற்புதமான ஓர் உலகம் பரிதாபத்துக்குரிய வகையில் இந்தக் கவிதையில் சிதைந்து போயிருக்கிறது என்பதுதான் என் கவலை.

மாலதியின் பிரபஞ்ச தியானம் கவிதையைப் போலவே ஆண்மொழி மீதான அவநம்பிக்கையைச் சல்மாவும் தன் 'காலத்தின் ஒட்டடைகள்' கவிதையில் வெளிப்படுத்துகிறார். பயிற்றுவிக்கப்பட்ட மொழியின் மீதான அவநம்பிக்கையானது கவிதைத்தளத்தில் அர்த்தங்களை உருவாக்கும் வார்த்தை இணைவுகளை நிராகரிப்பதாகச் சல்மாவின் கவிதையில் வெளிப்படுகிறது. சொற்றொடர்கள் ஒன்றுக்கொன்று தொடர்பற்றுக் கவிதை நெடுகிலும் கண்டபடி இறைக்கப்பட்டிருக்கின்றன:

காலத்தின் ஒட்டடைகள்

கனல் உமிழ்ந்து
பளிச்சிட்டுப் பிரகாசிக்கும் பொழுதில்
எங்கிருந்துதான் உயிர்க்கிறதோ
இந்தக் கொடுங்கசப்பு
உன் திரும்புதலுக்கான உணவை
எப்போதோ
சமைத்தாகி விட்டது.
தயவுகள் வேண்டா
சுவர்ப் பல்லிகள்
இரவை நோக்கிக்
காத்திருக்கின்றன.

முடிவில்லை.
முடிவேயில்லை
என் அக்கறையின்மைகளுக்கு.
இந்த அறையெங்கும்
இந்தப் படுக்கையெங்கும்
அத்துமீறி நுழைந்த கால்களின்
சுவடுகள்.
எங்கோ தொடங்கிற்று
பாதைகள் அழிக்கப்பட்ட
பாதையில்
அதிசயங்கள் நேரா குகை வாழ்வுக்கு
நமதிந்தப் பயணம்.
யாரேனும் ஒருவர்
கொலையாளியாகும் சாத்தியங்களுடன்
ஒன்றாக உறங்குகிறோம்.
வண்ண உடைகளுக்குள்
காலகாலமாய்
ஒட்டடை படிகிற உடல்.
எண்ணற்ற சதிகளால்
புனையப்பட்டதிந்த வாழ்க்கை.
ஒட்டடைகள் துளைத்துச் செல்கின்றன
சீன அரசிளங்குமரனைப் பற்றிய கனவினை.
தனித்த மாலைப் பொழுதினில்
திடீரென ஜன்னல் கம்பிகளில் துடிக்கின்றன
யாரேனும் ஒருவர் விட்டுச்செல்லும்
அதிர்வுகள்.
கருப்பு அங்கிக்குள்
பெருகிச் சிதறும்
யாருமில்லாத
யாரோ ஓர் அன்னியனின் முகம்.

எந்தப் படிமமும் நிதானித்துப் பொருள் கொள்ளும் அவகாசத்திற்காகக் காத்திராமல் கவிதையின் ஓட்டத்தில் துண்டுதுண்டான காட்சியாக மின்னி மறைந்து போகிறது. ஒட்டடை படிகிற, கனவு காண்கிற, காத்திருக்கிற உடல் என்று தன்னை அடையாளங் காட்டுகிற கவிதையின் தன்னிலை, தான் பேசிக்கொண்டிருக்கிற முன்னிலையின் பாலடையாளத்தைக்கூடத் தெளிவாகக் காட்டும் சிரத்தையற்று 'உன்' என்னும் பொதுச் சொல்லால் குறிக்கிறது. தனிமை உருவாக்கும் உருவெளி, கவனப்படுகிற காட்சித் துணுக்குகள், கவனம் திரும்புமென்ற நம்பிக்கையில் அன்றாடத்தின்மீது குவிக்கும் வலுக்கட்டாயமான கவனம், பின்னும் நழுவிப்போகும் தன்னுணர்வு என்று நீண்டு அந்த நிலையிலேயே முடிந்தும் போகிறது கவிதை. முடியும்போது சிதறிப்போன வார்த்தையாடல்கள் உருவாக்கும் ஒரு விதமான சொல்லற்ற சோகையான மனநிலை மட்டுமே கவிதையின் செய்தியாக எஞ்சுகிறது. பெண்மொழி வெளிப்படும் வலுவான கவிதைகளில் இதுவும் ஒன்று.

இதே போலவொரு குழப்பமான மனநிலை கொஞ்சம் பலவீனமான குரலில் சுகந்தி சுப்பிரமணியனின் ஒரு கவிதையில் பதிவாகியிருக்கிறது. இந்தக் கவிதையை முதலில் படித்து விடலாம் (தலைப்பற்றது):

என் குழந்தையின்
தொப்புள் கொடியை
அறுத்தது யார்?
பாட்டியா?
நர்ஸா?
நினைவில்லை.
என் முதல் கர்ப்பம்
பற்றிய முதல் செய்தியை
யாரிடம் சொன்னேன்?
ஞாபகமில்லை..
பள்ளியில் அ ஆ இ ஈ
கற்றுக் கொடுத்த ஆசிரியர் யார்?
மறந்து போனது.
பள்ளி மைதானத்தில்
விளையாடும் போது ருதுவான கணத்தில்
என் கைபிடித்து சந்தோஷம் கொண்ட
முகம் எது?
நினைவில்லை.
சட்டெனச் செத்துப்போன அப்பா
எனக்காய் விட்டுப் போன வார்த்தைகள்
எவை? எவை?
நினைவில்லை.
முதல் பிரசவம் குறித்து
பயமுறுத்திச் சொன்னவர் யார்?
மறந்து போனது.
பாஷை புரியாத ஊரில்
புது பாஷையில்
முதலில் கேட்ட பெண்?
நீள்கிறது நினைவில்லைகள்.
ஏதோ ஒரு வகையில்
எல்லாவற்றிற்கும்
முக்கியத்துவம் இருந்தும்.

கவிதையில் பேசும் குரல் தேடிச் சிரமப்படத் தேவையில்லாதபடி மேற்பரப்பிலேயே தன்னை எளிதாக அடையாளங் காட்டிக் கொள்கிறது. கவிதை சொல்லிக்கு தனக்கு நேர்ந்த நிகழ்வுகள் ஞாபகத்திலிருக்கின்றன. ஆனால் நிகழ்வுகளோடு தொடர்புடைய உடல்கள் (முகங்கள்) ஞாபகத்துக்கு வருவதில்லை. இது நிகழ்வுகளுக்கு முக்கியத்துவம் இருப்பதாகக் கவிதை சொல்லி சொன்னாலும் அதில் அவருக்குப் பலத்த சந்தேகம் இருப்பதாகத்தான் நமக்கு ஊகப்படுத்துகிறது. காரணத்தைப் பார்ப்போம்: கவிதை சொல்லி தனக்கு நேர்ந்த நிகழ்வுகளை

(ஞாபகங்கொள்ளத்தக்க வகையில்) பிரத்யேகமானவையாயும் நிகழ்த்தியவர்களை (மறந்து போகத்தக்க வகையில்) தனி அடையாளமற்றவர்களாயும் உணர்கிறார் என்பது தெரிகிறது. பெரும் முகக் கூட்டமொன்றிலிருந்து நிகழ்வுகளை உத்தேசித்து அவ்வப்போது வந்துபோகும் முகத்தையன்றி நிரந்தரமாகத் தன்னோடு தங்கும் முழு மனித உடலெதுவும் கவிதைசொல்லிக்குக் காணக் கிடைக்கவில்லையென்கிறது கவிதை. இதை வேறு வகையில் சொல்லிப் பார்க்கலாம்: முகங்கள் வெளிப்படுகிறபோது மட்டுமே கவிதைத்தளத்தில் நிகழ்வுகள் உருவாகின்றன. இந்நிலையில் இவருடன் இணைக்கப்படும் நிகழ்வுகளின் முக்கியத்துவம் நிர்ணயிக்கப்படுகிறது இவரல்லாத பிறரால் என்பது கவிதை வெளிப்படுத்தும் நுண்ணர்த்தமாக நமக்குப் புலனாகிறது. குழந்தையின் தொப்புள் கொடியை அறுத்து அதன் வாழ்வை நிச்சயிப்பதிலிருந்து, சிந்தனை செல்ல வேண்டிய வழியைப் போதிப்பது உள்பட, பேச வேண்டிய சொல்லைச் சாவில்கூட முடிவு செய்யும் பொறுப்பைப் பிறரே ஏற்றுக்கொண்டிருக்கிற நிலையில் நிகழ்வுகள் வெற்றுச் சம்பவங்களாக மட்டுமே மிஞ்சும்படி அவற்றை நிகழ்த்தியவர்கள் அருவங்களாகச் சிதைந்து போவது எதிர்பார்க்கக் கூடியதுதான் அல்லவா?

நாம் மேலே பார்த்து வந்த கவிதை வகைகளில் சேராத ஒரு தனிக்குரல் உமாமஹேஸ்வரியினுடையது. க்ருஷாங்கினியின் கவிதைகளைப் போன்றே உமாமஹேஸ்வரியினுடைய தனிக்கவிதைகளையும் அவருடைய மொத்தக் கவிதைகளின் பின்புலத்திலேயே வைத்து வாசித்துப் புரிந்துகொள்ள வேண்டியிருக்கிறது. தேவதைக் கதையொன்றைப் படித்து முடித்த உணர்வை ஏற்படுத்தும் உமாமஹேஸ்வரியின் 'நட்சத்திரங்களின் நடுவே' தொகுப்பின் கவிதைகள் யுகாந்திரமாக வீட்டுக்குள் சிறை வைக்கப்பட்டு வீடே உலகமெனத் தேர்ந்து கொண்ட பெண்ணின் புகார்களற்ற மொழியை நமக்கு அறிமுகப்படுத்துகின்றன. பெண்ணுக்கு மட்டுமேயான உடல் சார்ந்த தனிமை அவள்மீது நிகழ்த்தும் மூளைச் சலவையை இந்தத் தனிமைக்குள் அறைச் சன்னலின் துணையுடன் அவள் ஏற்படுத்திக்கொள்ளும் தனியுலகை முன்னிறுத்தி நாம் உணரச் செய்கின்றன. உமாமஹேஸ்வரியின் ஒரு கவிதை:

பிரியம்

ஏனிந்தக் குருவியை
இன்னும் காணோம்?
எனக்கு மகாச் செல்லம் அது.
பழுப்புக் கலரில்

அழுக்குக்குஞ்சு
சின்ன இறக்கைகளில்
கறுப்புக்கோடு தெரியும்.
கண் மட்டும்
கண்ணாடிக் கல் மாதிரி
வெளிச்சத் துருதுருக்கும்.
உரிமையாய் கூடத்தின்
உள்ளே நுழைந்து நடக்கும்.
புத்தகம்
ஒதுக்கி அதை கவனிக்கும் என்னை
அலட்சியப் படுத்தும்.
மாடி வெயிலில்
வேட்டியில் காயும்
வடகத்தை அலகால் நெம்புதல்,
தோல் உரிக்காது
நெல்லை விழுங்குதல்,
துணிக்கொடியில் கால் பற்றிக்
காற்று வாங்குதல்,
அறைக் கண்ணாடியில்
தன்னைத் தானே
கொத்திக் கொள்ளுதல்
அதற்குப் பிடித்தம்.
நான் இறைக்கும்
தானிய மணிகளை
அழகு பார்த்துத் தின்னும்
ரசனாவாதி.
ஏனிந்தக் குருவியை
இன்னும் காணோம்.
அது வரும் மாலை
மெதுவாய் நகருதே.
கீழ்வானப் பரப்பில்
கண் விசிறித் தேடினும்
காணவில்லை,
எங்கு போச்சோ.
திடுமெனக் காதில்
தித்தித்தது அதன் கீச்சுக்குரல்.
ஜன்னல் பிளவில்
உன்னிப் பார்த்தால்
அடுத்த வீட்டு முற்றத்தில்
இறைந்திருக்கும் தானியம் பொறுக்கி
அழகு பார்க்கும் என் குருவி
என் முகம் ஏறிடாது
திருப்பிக் குனியும் விழிகளை.

வேட்டி என்னும் சொற்பிரயோகம் கவிதைச் சூழலில் ஓர் ஆணின் இருப்பைத் தெரியப்படுத்துகிறது. 'முகம் ஏறிடாது விழிகளைத் திருப்பிக் குனிவதன்' மூலம் குருவிக்கு மனிதப் பண்பு கொடுக்கப்பட்டு அஃது உயர்திணை ஆக்கப்படுகிறது. இந்த

இரண்டு அம்சங்களையும் இணைக்க, கவிதையில் பேசப்படும் முன்னிலை ஓர் வளர்ந்த ஆண் என்பது தெரிய வருகிறது. இதோடு வேட்டி ஒரு உடை என்னும் அர்த்தம் நிராகரிக்கப்படுவதன் மூலம் (வேட்டியில் வடாம் இடுதல்) கவிதையின் தன்னிலை தன்னை ஓர் ஆணன்று (பெண்) என்றும் அடையாளங்காட்டிக் கொள்கிறது.

கவிதையில் பேசும் இந்தத் தன்னிலைக்குச் சில செயல்கள் வரையறுக்கப்பட்டிருக்கின்றன. இவர் வீட்டைக் காவல் காப்பவர், புத்தகங்கள் படிப்பவர், வீட்டிற்குள் ஓர் ஒழுங்கைப் பேணும் பணியை மேற்கொண்டிருப்பவர். கவிதையில் பேசப்படும் முன்னிலையான குருவியோவெனில் தன்னிலை கட்டிவைத்திருக்கும் சூழலின் ஒழுங்கைச் சிதைப்பதில் குறியாக இருக்கிறது. மட்டுமன்று, அத்துமீறி உள்ளே நுழைதல், அலட்சியப்படுத்துதல், காத்திருக்கச் செய்தல், ஏமாற்றுதல் போன்ற செய்கைகள் மூலம் கவிதை சொல்லியின் இருப்பை நிராகரிக்கவும் செய்கிறது. ஆனால் இந்த வன்முறை தன்னிலைக்குக் கோபத்தையோ வருத்தத்தையோ ஏற்படுத்துவதில்லை. மாறாகத் தான் ஒதுக்கப்படுவதிலும், தன் உழைப்புக்கான அங்கீகாரம் மறுக்கப்படுவதிலும் தன்னிலையான கவிதைசொல்லி மகிழ்ச்சியே அடைகிறார். இதற்கு அவர் சொல்லும் காரணம் தான் விரும்பினால் குருவியை எப்போது வேண்டுமானாலும் தன் வசப்படுத்திக்கொள்ள முடியும் என்பது. இதை 'என் குருவி என் முகம் ஏறிடாது திருப்பிக் குனியும் விழிகளை' என்கிற வரிகள் நாம் அறியத் தருகின்றன.

இரண்டாவதாக, மகிழ்ச்சி என்ற பொருளில் கவிதையில் இடம் பெற்றிருக்கும் தித்திப்பு என்கிற சொற்பிரயோகம். (தித்திப்பு என்பது முற்றிலும் உடல் சார்ந்த (நாக்கு) அனுபவத்தைக் குறிக்கும் ஒரு சொல். "திருப்பவளச் செவ்வாய்தான் தித்தித்திருக்குமோ" எனும் நாச்சியார் பாசுர வரிகளை இங்கே நினைவிற்குக் கொண்டுவருதல் புரிதலை எளிதாக்கும்). எனில் கவிதை சொல்லி கவிதையில் இடம் பெறும் வீட்டைத் தன் உடலின் குறியீடாகவே பயன்படுத்துகிறார் என்பதாக நாம் பொருள் கொள்ள முடியும். குருவியின் அத்துமீறல்கள் தன்னுடலைக் கிளர்த்தும் தித்திப்பான விளையாட்டுகளாகவே அவருக்கு அனுபவமாயிருக்கக் கூடும். எனில் உடல் ரீதியான இணைவனுபவத்தையே இக்கவிதை குறியீட்டு வடிவில் தருகிறது. மூன்றாவதாகக் கவிதை சொல்லி அறியும் உலகமும் வரையறுக்கப்பட்ட ஒன்றாகவே கவிதைத் தளத்தில் காட்டப்படுகிறது. சன்னல் பிளவைத் தாண்டிக் கவிதை சொல்லியால் வெளியே வர முடியாது. அதே சமயத்தில் முன்னிலையான குருவியின் உலகமோ

மிகப் பரந்தது. வரையறுக்கப்படாதது. தன்னுடைய இந்த பலவீனம் குரலுக்குரியவருக்கு நன்றாகத் தெரிந்திருக்கிறது. (கீழ்வானப் பரப்பில் கண்வீசித் தேடினும் என்ற வரிகள்). அதே சமயம் தன் சிறகின்மையை ஒத்துக் கொள்வதும் அவருக்கு இயலாததாயிருக்கிறது (ஏனெனில் அவர் புத்தகங்கள் படிக்கிறார்). இந்நிலையில் குருவியைத் தலைகுனியச் செய்யத் தன் பார்வையே போதுமானது என்று சொல்லிக்கொள்வதன் மூலமாகத் தன் இருப்பை அஃது அவ்வளவு எளிதாக நிராகரித்துவிட முடியாது என்று அறிவித்துவிட்ட திருப்தியையும் ஆறுதலையும் கவிதை சொல்லியின் மனம் பெற்றுக் கொள்கிறது. இந்தப் 'பார்வை' தான் உமாமஹேஸ்வரியின் 'பிரியம்' கவிதை.

குருவியின் குற்ற உணர்வென்பது உண்மையில் கவிதை சொல்லியின் ஊகமேயென்கிற அளவில் கவிதையில் கட்டப் படுவது அவரது தனிப்பட்ட மனஉலகமென்றாகிறது. இஃது இந்தக் கவிதையில் ஆணின் குறுக்கீடற்ற பெண்மொழியை இயங்க அனுமதிக்கிறது. ஆனால் இந்த மொழி நாம் இதுவரை பார்த்த கவிதைகளில் ஒருமித்து ஒலித்த பெண்மொழியினின்றும் வேறுபட்டது. சூழல் மாற்றத்தைத் தன் பார்வை மூலமே சாத்தியப்படுத்திவிட முடியும் என்று நம்பித் தன் உடல் மீதான வன்முறையைத் தன்னையறியாமலேயே அனுமதிக்கும் அப்பாவிப் பெண் மொழி உமாமஹேஸ்வரியினுடையது. தன் நம்பிக்கையின் சாத்யாசாத்யங்களைப் பற்றி அது கவலைப்படுவதில்லை. கவிதைகளில் பெண்மொழி இந்த வகையிலும் செயல்படமுடியும் என்பது உமாமஹேஸ்வரியின் கவிதைகளைப் படிக்கிறபோது ஆச்சரியப்படும்படி தெரிய வருகிறது என்பதோடு இந்தக் கட்டுரையை முடித்துக்கொள்கிறேன்.

(18 & 19.11.2000இல் பிரம்மராஜன், ஆர். சிவக்குமார் ஆகியோரால் தர்மபுரி, பரம்வீர் பானாசிங் பள்ளி வளாகத்தில் ஏற்பாடு செய்யப்பட்டிருந்த, பெண் படைப்பாளிகளின் படைப்புகள்மீதான கருத்தரங்கக் கூட்டத்தில் வாசிக்கப்பட்ட கட்டுரை)

2000

நவீன விமர்சனத்தைப் 'புரிதல்'

(பசுவய்யா கவிதைகளை முன்வைத்து...)

நவீன கவிதைகள் மீதான புரிதல் எனும் செயல்பாடு ஜெயமோகனால் கீழ்வருமாறு வரையறுக்கப்பட்டிருக்கிறது:

"கவிதை வாசகனுக்கு – எந்தக் கலையையும் போலவே – அதற்கான பயிற்சி அவசியம். வார்த்தையான நுண்ணிய மனப்பயிற்சிதான் அது. அடிப்படைத் தகுதிகள் கொண்ட வாசகனுக்குத் தன்னை வெளிப்படுத்தியபடியே செல்லும் தன்மை உடையதுதான் எந்தக் கவிதையும்."[1]

இந்தக் கருத்தாக்கத்தை நான் இரண்டாகப் பிரித்துக்கொள்கிறேன்.

1. கவிதையை 'புரிந்து கொள்ளல்' அல்லது 'கவிதை வெளிப்படுதல்' என்பது அனுபூதித் தளத்தில் நிகழும் நிகழ்வு.
2. கவிதை தன்னைத் தானே வெளிப்படுத்திக் கொள்ளும். அதாவது தேர்ந்த வாசகனுக்குக் கவிதையே 'தன்னை புரிந்து கொள்ளும்' அனுபவத்தை அளிக்கும். (அருளும்?)

இரண்டாவதாக சொல்லப்படும் கவிதையின் 'சுய இயக்கம்' பற்றின கருத்தை ஜெயமோகன் இதே கட்டுரையின் இன்னொரு இடத்திலும் கீழ்க்காணுமாறு உறுதிப்படுத்தியிருக்கிறார்.

"அது (கவிதை) வாசகனின் அனுபவ அனுபூதிகளின் நினைவுத் தொகுப்பை ஸ்பரிசிக்கின்றது. அவனுடைய சொந்த அனுபூதிகளின் பல துணுக்குகள் கவிஞன் ஏற்படுத்தும் ஒரு குறிப்பிட்ட அலைவரிசையில் மறு தொகுப்பு அடையும்போது கவிஞனுக்கு ஏற்பட்ட படைப்பனுபூதிக்குச் சமமான ஓர் அனுபூதி அவனுக்குக் கிடைக்கிறது."[2]

இதன்படி கவிஞன் (கவிதை மூலமாக) ஏற்படுத்தும் ஒரு குறிப்பிட்ட அலைவரிசைக்குள் வாசகன் (பயிற்சி மூலமாக) வரவேண்டுமென்பது 'புரிதல்' நிமித்தம் ஜெயமோகனால் வற்புறுத்தப்படுகிறது. அதாவது கவிதையென்பது 'ஸ்திரமான' ஒன்றாகவும் வாசகன் அதன் (வார்த்தைக்கு அப்பாற்பட்ட) அர்த்தத்தைத் தேடி (அலைவரிசை) அலைபவனாகவும் இருக்கிறான் என்கிறார் ஜெயமோகன். அப்படியானால் கவிதை அனுமதிக்கும் எல்லைவரைதான் வாசகனின் புரிதல் எனும் செயல்பாடும் நிகழமுடியும் என்றாகிறது. அனுபூதித் தளத்தில் கவிதையே தன்னைப் புரிய வைத்துவிடும் (வெளிப்படுத்திக்கொண்டுவிடும்) ஆதலால் இதில் வாசகனின் பங்கு எதுவுமில்லை (தேடிக் காண்பதைத் தவிர) என்பதும் இங்கே குறிப்பாலுணர்த்தப்படுகிறது. இந்த நிலையில் 'புரிதல்' நிகழும் 'அனுபூதித் தளத்தில்' வாசகன்மீது மேலாதிக்கம் செய்யும் அதிகாரத்தைக் கவிதை கைக்கொள்கிறது.

நவீன விமர்சன / வாசக நிலையிலிருந்து ஒரு கவிதையைப் 'புரிதல்' எனும் செயல்பாடு பற்றிய என்னுடைய நிலைப்பாட்டை இனி விளக்க முயற்சிக்கிறேன். அதற்கு முன்: இலக்கிய ஆக்கங்களை அவற்றின் வடிவம் சார்ந்தே நவீன சிந்தனை வகைப்படுத்துகிறது: கதை, கவிதை, கட்டுரை, நாவல் என்று. அதாவது ஜெயமோகன் கவிதைக்கு மட்டுமே உரித்தாக்கும் 'அனுபூதி' அனுபவம் உண்மையில் கவிதைக்கு மட்டுமே உரியதன்று எனும் அடிப்படையில். எனவே நான் கவிதை உள்பட இலக்கிய வகைகளைக் குறிக்கப் பொதுவாகப் 'பிரதி' எனும் சொல்லைப் பயன்படுத்துகிறேன்.

பிரதி என்கிற கருத்தாக்கம் நவீன விமர்சனத்தில் புகுந்த பிறகு கவிஞனின் அல்லது கவிதையின் மேலே குறிப்பிடப்பட்ட அதிகாரம் பலமாகத் தாக்கித் தகர்க்கப்பட்டிருக்கிறது. புரிதல் எனும் செயல்பாடு பிரதியின் அதிகார எல்லையிலிருந்து பிடுங்கப்பட்டு வாசகனின் செயல்பாடாக முன்வைக்கப்படுகிறது. அதாவது பிரதிக்கு சுயஇயக்கம் கிடையாது, மாறாக அது வாசகனால் இயக்கப்படுகிறது. இலக்கிய உருவாக்கம் என்பதே வாசகனுடைய 'பிரதி' என்பதாகிறது. அடிப்படையில் ஓர்

'இலக்கியப் 'பொருளுக்கு' நிலையான அர்த்தம் எதுவும் கிடையாது என்பதிலிருந்தே பிரதி பற்றிய கருத்தாக்கம் உருப்பெறுகிறது எனலாம். எனவே வாசகன் ஓர் இலக்கியப் பிரதியை வாசிக்கும் நிலைக்கு ஏற்ப அது தன் ஸ்திரத்தன்மையை இழந்து தன்னைத் தொடர்ந்து சிதைத்துக் கொண்டேயிருக்கிறது. இந்தச் சிதைவே அதற்கு உயிர்ப்பையும் கொடுக்கிறது. படைப்பு என்று சொல்லப்படுவதன் இறுகிய தன்மை இதனால் உடைக்கப்படுகிறது. ஏனெனில் எழுதப்பட்ட இலக்கியம் படைப்பு *(reality)* அன்று. மாறாக அதன் பிரதி ("இயற்கையின் 'படைப்பு'களில் மனிதனும் ஒன்று." இங்கே படைப்பு என்பது எந்த அர்த்தத்தில் வருகிறதோ அந்த அர்த்தத்தில் தான் நானும் இந்தச் சொல்லை உபயோகிக்கிறேன்). அப்போது ஓர் இலக்கியப் பிரதி காலப்பரப்பைத் தாண்டியும் நிற்பதோ / வீழ்வதோ சாத்தியப்படுகிறது. பிரதிக்கு அதிகாரத்தை வழங்கும் 'புரிந்து கொள்ளல்' எனும் செயல்பாடு வாசிப்பின் வகைமைகளையும் சாத்தியப்பாடுகளையும் முன்னிலைப்படுத்தும் 'புரிதல்' எனும் செயல்பாடாக மாறுகிறது. தொடர்ந்து வரும் காலக்கட்டங்கள் ஒவ்வொன்றினூடாகவும் வாசகனால் அவனுக்குரிய பிரதியாக 'புரிய'ப்பட்டுக்கொண்டேயிருக்க அதன் வாழ்வு வாசகனின் 'புரிதல்' சாத்தியமாகும்வரை நீடிக்கிறது.

இனி 'அனுபூதி அனுபவம்' என்பது பற்றி ஜெயமோகனின் கருத்தாக்கங்களைப் பார்க்கலாம்:

"கவிதை என்பது கவிஞனின் அனுபவங்கள் ஏற்படுத்தும் அனுபூதி நிலையின் வரிவடிவப் பதிவுக்கான – ஒருபோதும் பூரண வெற்றிபெற இயலாத – ஒரு முயற்சியேயாகும்."

"எழுத்து – வாசிப்பு என இரு முனைகளிலும் கவிதை அனுபூதியின் தளத்தில் மட்டுமே நிகழவேண்டும். கவிதை என்பது அறிவு– பவுதிகத் தளம்விட்டு மேலெழும் ஓர் அனுபவத்தைப் பற்றின விஷயம். இவ்வனுபவம் கவிஞனின் அனுபூதி நிலையில் பிறப்பிக்கப்படுகின்றது. வாசகனின் அனுபூதி மண்டலத்தில் அதிர்வுகளை உண்டு பண்ணுகிறது."

"நவீன கவிதை இன்று மேற்கொள்ளும் சவால் இத்தனை பணிகளையும் ஆற்றுவதாய், இத்தனை முகம்கொண்டதாய் இருக்கும் கணம் அனுபூதித்தளத்தில் செயல்படுவதாகவும், ஆன்மீக அம்சத்தின் வெளிப்பாடாகவும் இருப்பதெப்படி என்பதுதான்."[3]

இதில் ஒரு முக்கியமான கருத்தாக்கத்தில் ஜெயமோகனுடன் என்னால் நூறு சதவீதம் ஒத்துப் போக முடிகிறது. கவிதை என்பது (அனுபூதியை வரிகளில் சாதிக்கும் அதன் நோக்கத்தில்) ஒருபோதும்

பூரண வெற்றி பெற இயலாத ஒன்றுதான். ஆனால் எனக்கு மிக முக்கியமாகப்படும் இந்தக் கருத்தாக்கம் ஜெயமோகனால், கட்டுரையின் தொடர்ச்சியைச் சாத்தியப்படுத்தும் ஒரு இணைப்பு வரியாக மட்டுமே உபயோகிக்கப்பட்டிருக்கிறது. ஏனெனில் நவீன கவிதையின் முன்னிற்கும் சவால் "அனுபூதி" சாதிப்பு மட்டுமே என்று தன் கட்டுரையில் திரும்பத் திரும்பச் சொல்லும் ஜெயமோகனுக்கு அது நடக்காத காரியமென்பதும் தெரிந்தேயிருக்கிறது. எனினும்கூட அவர் எது இந்த வெற்றியைச் சாதிக்க விடாமல் தடுக்கிறது என்பதைப் பற்றித் தன் கட்டுரையில் ஆராயவில்லை. அல்லது கவிதையாக்கம் ஏன் குறைபட்ட இயல்புடையது என்பதையும் விளக்கவில்லை. இரண்டையுமே செய்யாமல் காரட்டைக் காட்டிக் கழுதையை நகர்த்துவதைப் போல 'அனுபூதி'யைக் காட்டிக் கட்டுரையை நகர்த்தியிருக்கிறார்.

ஜெயமோகனுடைய கூற்றுப்படி கவிஞன் புற உலகிலிருந்து பெறும் அனுபவங்களின்மீதான அனுபூதி அனுபவத்தை வார்த்தைப்படுத்துகிறான். வாசகன் அந்த வார்த்தைகளை அனுபூதி அனுபவங்களாக மாற்றிக்கொள்வதன் மூலம் புறஉலகைப் 'புரிந்து' கொள்கிறான். அதாவது கவிதையென்பது புறஉலகை அல்லது புறஉலகின் சாரத்தை (reality) அப்படியே பிரதிபலிக்கிறது என்பது ஜெயமோகனின் நிலைப்பாடு. சரி, 'அனுபூதி' என்றால் என்ன என்று ஜெயமோகன் சொல்கிறார்?

"அறிவில், சிந்தனையில், மன உணர்ச்சிகளில், தருக்க போதத்தில் அதிர்வுகளைத் தரும் ஒரு வரித்தொகுப்பைக் கவிதை என ஏற்கலாகாது."

எனவே 'அனுபூதி' என்பது ஒருவித 'அதிர்வு'. இந்த அதிர்வு ஏற்படும் இடம் தர்க்க அறிவுக்கு உட்படாதது. அப்படி உட்பட்டுவிட்டால் அது அனுபூதி அன்று என்பது ஜெயமோகனின் நிலைப்பாடு.

இப்போது ஜெயமோகனின் கூற்றுகளாக மேலே பார்த்தவைகளை நான் இப்படித் தொகுத்துக் கொள்கிறேன்:

'கவிதை (text) என்பது படைப்பின் பிரம்மாண்டத்தைத் (அது தேர்ந்தெடுத்துக்கொண்ட தலைப்பின்கீழ்) தேர்ந்த வாசகன்முன் பிரதிபலிக்கிறது. படைப்பின் சாராம்சம் கவிஞன் மூலமாக வாசகனுக்குள்ளும் பயணப்படுகிறது. இப்படியாகக் கவிதை தரும் 'அதிர்வு' அதைவிட மிகப் பெரிதான படைப்பு தரும் அதிர்வுக்கு இணையான தூய்மை உடையது. மொழி வசப்படாதது. மொழி இந்த அதிர்வைக் கவிஞனிலிருந்து வாசகனுக்குக் கொண்டு செல்லும் ஒரு வாகனம் அவ்வளவே.'

ஆனால் கவிதையாக்கம் (அல்லது பிரதியாக்கம்) ஜெயமோகன் நினைப்பதுபோல் அவ்வளவு தூய்மையானது இல்லை. 'ஒருபோதும் வெற்றிபெற இயலாது' என்கிற தன் கருத்தாக்கத்தில் அவர் போதிய கவனம் செலுத்தியிருப்பாரேயானால் கவிதையாக்கம் மற்றும் அனுபூதி பற்றிய வேறுவிதமான நிலைப்பாடுகளுக்கு அவர் வந்திருக்க முடியும். ஏனெனில் எழுத்திலக்கியப் பிரதி முழுக்க முழுக்க மொழி சார்ந்து வெளிப்படும் ஒன்று. ஓர் அனுபவம் மொழிப்படுத்தப்படும்போதே அது தன்னுள் மொழியைக் கட்டமைக்கும் தர்க்க அலகுகளான சொல், வாக்கியம், பத்தி, அத்தியாயம் ஆகிய கூறுகளை ஏற்றுக்கொள்ள வேண்டியதாகவும் இருக்கிறது. இந்தத் 'தர்க்க' உலகுக்குள் நுழைந்த பிறகு வாசகனிடம் சென்று சேரும் 'அனுபூதி அனுபவம்', நுழைவதற்கு முன்பிருந்த கவிஞனின் 'அனுபூதி அனுபவத்தின்' தர்க்க உலகு தொட முடியாத தூய்மையைத் திரும்பப் பெறவே முடியாது. இந்த நிலைப்பாட்டிலிருந்துகொண்டு ஜெயமோகன் விளக்கும் அதே 'அனுபூதி அனுபவ'த்தை நான் வேறுவகையில் விளக்க முயல்கிறேன்:

எழுத்திலக்கியப் பிரதி மொழியின் தர்க்க அலகுகள் சார்ந்த ஓர் 'அமைப்பு' என்று சற்றுமுன் சொன்னேன். இந்த அமைப்பில் 'சொல்' பிரதான இடம் பெறுகிறது. இஃது அடிப்படை அலகும்கூட. சொற்களின் இணைப்பும் சிதைப்புமே பிரதியின் வடிவத்தைத் தீர்மானிக்கின்றன. இந்தச் சொல் அலகுகளில் பிரதானச் சொல் மற்றும் துணைச்சொல் என்பதாக இரண்டு வகைகள் உண்டு. ஒரு முழு இலக்கியப் பிரதியில் பல்வேறு பிரதானச் சொல் அலகுகளைத் திரும்பத் திரும்ப ஒத்த அர்த்தத்தளத்தில் அழுத்துவதன் மூலம் எழுதுபவன் ஒரு குறிப்பிட்ட 'செய்தி'யை வாசிப்பவனுடைய நனவிலிக்குள் வற்புறுத்திக்கொண்டேயிருக்கிறான் (hammering). இந்தச் செய்தி பிரதியின் மேல்தள அர்த்தத்தோடு தொடர்புகொண்டது அன்று. இந்தத் தொடர்ந்த வற்புறுத்தலால் வாசகனுடைய நனவிலியில் பதியும் ஒருவித 'ஞாபக வடு'தான் உணர்வு எனப்படுகிறது. மேலும் 'இது' 'இதனால்' என்பதை அறியாதபோது வாசகனுக்கு அந்த இலக்கியப் பிரதியில் செயல்படும் துணைச் சொற்களின் மீதான முழு மறதியும் ஏற்படுகிறது. இந்த மறதி நிலையைத்தான் ஜெயமோகன் "தர்க்க அறிவுக்கு வசப்படாத அனுபூதி அனுபவம்" என்று கூறுகிறார். பிரதி தன்மீது அதிகாரம் செலுத்த வாசகன் இதனால் சம்மதிக்கிறான். பிரக்ஞையுள்ள 'நவீன' வாசகன் இந்த 'உணர்வு நிலையை' 'அறியவும்' அறிவதன் மூலமாகப் பிரதியைப் 'புரியவும்' பயிற்சி பெற்றிருக்கிறான். இவன் பிரதானச் சொற்கள் தன்மீது செலுத்தும் வற்புறுத்தலின்மீது மிக விழிப்போடு

இருக்கிறான். அந்த வற்புறுத்தலை அங்கீகரித்துக்கொண்டே பெரும்பாலும் (வேண்டுமென்றேகூட) துணைச்சொற்களின்மீது தன் கவனத்தைத் திருப்பிப் பிரதியின் அதிகாரத்தையும் சிதறடிக்கிறான் எனலாம்.

எனவே ஜெயமோகன் சொல்லும் அதிர்வு என்பதை நான் எனக்கான புரிதலோடு அங்கீகரிக்கிறேன். அதே சமயம் இது "பவுதிகத் தளத்தை விட்டு மேலெழும் விஷயம்" என்று அவர் சொல்வதை மறுக்கிறேன். மாறாக இந்த அதிர்வு நம் கண்ணால் பார்க்க (கையால் தொடவும்?) முடிகிற அளவுக்குப் பருண்மையான சமாச்சாரம்தான். மேலும் இந்த இடத்திலிருந்து இந்த 'அதிர்வை'க் குறிக்க ஜெயமோகன் உபயோகப்படுத்தும் 'அனுபூதி' என்கிற சொல்லுக்குப் பதிலாக அதன் அர்த்தத் தளத்தை மேலும் கொஞ்சம் விரித்து 'உணர்தல்' என்கிற சொல்லை நான் உபயோகித்துக்கொள்கிறேன்.

இப்போது 'அனுபூதி'க்கும் 'உணர்த'லுக்கும் இடையிலான மேலும் சில வித்தியாசங்களையும் பார்த்துவிடலாம்:

பிரதியின் வழியாக 'அனுபூதியை ஸ்பரிசிப்பதாக'ச் சொல்லிக் கொள்ளும் வாசகன் உண்மையில் அப்படி ஸ்பரிசிப்பது பிரதியின் மீதான அனுபூதியை அன்று, மாறாகப் பிரதி அர்த்தப்படுத்தும் படைப்பின் அல்லது நிஜ உலகின் மீதான அனுபூதியை. உதாரணமாக ஒரு குதிரை வண்டிக்காரனின் சோகத்தை விளக்கும் ஒரு பிரதியில் வாசகன் பெறும் அதிர்வு என்பது வண்டிக்காரனின் அவலத்தை உணர்வதுதான். அதேபோல் ஒருபோக்கிரியின் அட்டூழியங்களை அர்த்தப்படுத்தும் இலக்கியப் பிரதியில் வாசகன் பெறும் அதிர்வு என்பதும் போக்கிரியின் அட்டூழியத்தை 'நினைத்து'த்தான். இந்த இரண்டு நிலைகளிலுமே பிரதி பற்றிய பிரக்ஞை அவனுக்கு இருப்பதில்லை. கலாச்சாரத்தின் இரண்டு நிகழ்வுகள் எழுத்தும் செயலும் என்றால் எழுதுபவன் தன் பிரதான அர்த்தத்தை வாசகனுக்குள் வற்புறுத்திவிட்டுத் தன்னை, தன் பிரதியை, மறைத்துக்கொண்டு விடுகிறான். இப்படிப் பிரதி தன்னை மறைத்துக் கொள்கிறபோதுதான் சிறந்த 'படைப்பாக'வும் அங்கீகரிக்கப்படுகிறது. இதற்குக் காரணம் பிரதியில் சுட்டப்படும் உலகம் படைப்பின் ஒரு பகுதி *(reality)*, அதாவது நிஜமான உலகம் என்று எழுதுபவனும் வாசிப்பவனும் ஆக இருவருமே நம்புவதுதான். மாறாகப் பிரதியில் சுட்டப்படும் உலகம் எழுதுபவனின் படிப்பறிவு, சிந்தனைத் திறன், எழுத்தாளுமை, இன, மத, வர்க்க, சாதிச் சூழல், பழக்கவழக்கம் ஆகிய வரைமுறைகளுக்கு உட்பட்டே உருவாகும் புனைவு உலகம் *(textual world)*. எனவே நவீன

வாசகன் / விமர்சகன் ஒருபோதும் அது ஒரு 'பிரதி' என்பதை மறப்பதேயில்லை. அதன் வெற்றி தோல்விக்கான காரணங்களை அந்தப் பிரதிக்குள்ளேயே தேடிக்கொள்கிறான். இதனால்தான் மரபான விமர்சனம் ஓர் இலக்கியப் பிரதியை விமர்சிக்க ஆரம்பித்த அடுத்த வினாடியிலேயே அது சுட்டும் சமூகத்தைப் 'பிரதியை முன்னிறுத்தி' விமர்சிக்கப் போய்விடுகிறது. நவீன விமர்சனம் பிரதியை அவ்வாறு நழுவவிட்டு விடாமல் அதைத் தன் பிடிக்குள்ளேயே வைத்திருக்கிறது.

மற்றொரு வித்தியாசம்: அனுபூதி என்கிற சொல் பொதுவாக அதன் நேர்மறை (positive) அர்த்தத்திலேயே இதுவரை பிரயோகப்படுத்தப்பட்டு வந்திருக்கிறது. அதாவது 'அனுபூதி' எப்போதும் ஆனந்தத்தை அளிப்பதாகச் சென்ற பத்தியில் சொன்ன உதாரணத்தில் பிரதி சுட்டிக்காட்டும் போக்கிரியின் அட்டூழியத்தை நினைத்துக் கோபம். அவன் அட்டூழியத்தை அனுபூதி நிலைக்கு ஆட்படுத்திய பிரதியின் நேர்மையை நினைத்து ஆனந்தம். அதாவது இனி வாசகனின் வேலை போக்கிரியைத் தடுத்து நிறுத்தப் போய்விடுவதுதான், படைப்பை ஆராய்ந்துகொண்டிருப்பதில்லை என்கிறது இதுநாள் வரையிலான விமர்சனம். இந்த அர்த்தத்தில் மோசமான படைப்பு என்றால் அது சமூகத்தைச் சரியானபடி தனக்கு அர்த்தப்படுத்தாமல் தன்னைத் துருத்திக்கொண்டு நிற்கிறது என்று பொருள்.

'உணர்தல்' மேற்சொன்ன நிலைப்பாட்டை மறுக்கிறது. ஏனென்றால் 'பிரதி'யின் உலகம் முன்பு சொன்னபடி புனைவு உலகம் என்பதை இது தெரிந்துவைத்திருக்கிறது. எனவே அது சுட்டிக்காட்டும் போக்கிரியும் நிஜப் போக்கிரியன்று. எனவே புனைவுப் போக்கிரியைத் தடுத்து நிறுத்தப்போகும்முன் பிரதி போக்கிரியென்று யாரை அழைக்கிறது, அல்லது உண்மையிலேயே அது போக்கிரியைப் பற்றிதான் (அல்லது போக்கிரியைப் பற்றி மட்டும்தான்) பேசிக்கொண்டிருக்கிறதா என்பதை ஆராயவேண்டியது முக்கியமாகிறது. எனவே ஓர் இலக்கியப் பிரதி ஏற்படுத்தும் 'அதிர்வு' எப்போதுமே ஆனந்தமாகத்தான் இருக்கவேண்டும் என்று இது வற்புறுத்துவதில்லை. அபத்தமாகவோ, அருவருப்பாகவோ, கோபமாகவோ, வருத்தமாகவோ கூட இருக்கலாம். சுருக்கமாகச் சொல்லவேண்டுமென்றால் 'அனுபூதி'யைச் சித்திக்கும் எந்தப் 'பிரதி'யுமே நல்ல 'படைப்பு' என்பது மரபான விமர்சனம். மோசமான 'பிரதி'யும் அந்தச் செயலை செய்ய முடியும் என்பது நவீன விமர்சனம்.

இந்த வாதங்களோடு கட்டுரையின் முதல் வரியை மீண்டும் ஞாபகப்படுத்திக் கொண்டால், நவீன கவிதைகள் மீதான புரிதல்

என்பது அவை ஏற்படுத்தும் 'அதிர்வில்' அடங்கிவிடுகிறது என்கிறது 'அனுபூதி வாதம்'. உண்மையில் அதிர்வு என்பது புரிதல் *(understanding as well as making)* செயல்பாட்டில் முதல்நிலை மட்டுமே என்கிறது 'உணர்தல் வாதம்'. இத்தோடு ஜெயமோகன் கட்டுரை மீதான விவாதத்தைத் தற்காலிகமாக நிறுத்திக்கொண்டு 'புரிதலின்' அடுத்த நிலைக்கு நாம் செல்லலாம்.

'புரிதலின்' முதல்நிலைச் செயல்பாடு 'உணர்தல்' என்று பார்த்தோம். இரண்டாம் நிலைச் செயல்பாடு இந்த உணர்தலை 'அறிதல்' என்பதாக்குகிறது. பகுத்தல், ஆய்தல், தொகுத்தல் ஆகிய வழிகளில் ஒரு பிரதியின் மீதான இந்த 'அறிதல்' நடைபெறுகிறது. நவீன விமர்சனம் இந்த 'அறிதலை' இரண்டு விதமாகச் செய்ய முடியுமென்கிறது:

ஒன்று: உணர்தலை அடிப்படையாக வைத்து அதன் சரட்டைப் பின்தொடர்ந்து சென்று பகுத்து ஆய்ந்து தொகுத்துப் பிரதியைப் புரிதல்.

இரண்டு: பிரதானச் சொற்கள் வற்புறுத்தும் உணர்தலை பிரக்ஞைப் பூர்வமாகத் தவிர்த்துத் துணைச் சொற்களின் மீதாகச் சென்று அறிதலை நிகழ்த்துவது. இம்முறையில் (இரண்டு வகை அறிதல்களுமே) மொத்தப் பிரதியையும் அதன் மொழிசார்ந்த அலகுகளாகப் பகுத்துக் கொள்கிறது. இரண்டாவதாக இந்த அலகுகள் ஒவ்வொன்றையும் இலக்கியம் தவிர்த்த பிற அறிவுத் துறைகளிலிருந்து பெறும் ஆய்வுமுறை அறிவின் துணைகொண்டு ஆய்கிறது. இஃது அந்தந்த இலக்கிய வடிவங்களுக்கேற்ப மாறுபடுகிறது. இப்படிப் பிரதியின் ஒவ்வொரு அலகையும் தனித்தனியே ஆய்வு செய்து பெறும் முடிவுகளைத் தொகுக்கும்போது அவை ஒன்றையொன்று ஆமோதிக்கும் நிலையில் பிரதியின் மீதான புரிதல் சாத்தியப்படுகிறது என்று கூறமுடியும்.[5]

இந்தவகை அறிதல் முறைதான் மரபான தமிழ் இலக்கிய விமர்சகனையும், மரபான வாசிப்புப் பயிற்சிக்கு பழகி விட்டிருக்கும் வாசகனையும் பயங்கொள்ளச் செய்கிறது. காரணம் இந்த ஆய்வு முறை இலக்கியத்தின் மீது இப்போதுதான் பிரயோகிக்கப்படுகிறது என்பதுதான். இது வேறொன்றுமில்லை: பிற விஞ்ஞானத் துறைகள் அவை எதிர்கொள்ளும் பிரச்சனைகளை அவை சார்ந்திருக்கும் துறைசார்ந்த மொழியாக முதலில் மாற்றிக்கொள்கின்றன. அப்போது புரிதல் எளிதானதாகவும், நிலையானதாகவும் ஆன தேற்றங்களாக *(theories)* உருவாகிறது. பிறகு அந்த மொழிசார்ந்த தர்க்க அலகுகளாகப் பிரச்சனையைப் பகுத்து ஆய்ந்து தொகுத்துத் தீர்வு காண்கின்றன. உதாரணமாகத்

தண்ணீர் ஒரு பிரச்சனையாகும்போது அதன் பங்கீட்டளவு பற்றிக் கவலைப்படும் எண்கணிதம் அதை ஓர் அளவையாக (லிட்டர்) மாற்றிக்கொள்கிறது. அதன் பயன்பாடு பற்றிக் (utility) கவலைப்படும் வேதியியல் விஞ்ஞானம் அதை ஒரு சேர்மானமாக (தண்ணீர் = $H2O$) மாற்றிப் புரிதலுக்குள் செல்கிறது. இப்போது இலக்கிய வாசிப்பு என்பதும் பிரதியை ஒரு 'பிரச்சனை'யாக மாற்றிக்கொண்டு அஃது இயங்கும் மொழிசார்ந்த அலகுகளாக அதைப் பிரித்துக் கோட்பாடுகளை உருவாக்கிக்கொண்டு அதன் வழி புரிந்து தீர்க்கவேண்டிய ஒன்றாகியிருக்கிறது. இம்முறை அறிதலின் விளைவு எத்தனை தூரம் இலக்கியத்தைப் பிறதுறை விஞ்ஞானத்துக்கு வெகுஅருகே கொண்டுவந்து நிறுத்தியிருக்கிறது (அல்லது நிறுத்தக்கூடும்) என்பதையும் இலக்கியத்துக்கும் பயன் மதிப்பு கைகூடும் என்பதையும் தனிக் கட்டுரையில் விரிவாகப் பேசமுடியுமென்பதோடு நிறுத்திக்கொண்டு மேற்கண்ட நிலைப்பாடுகளினடிப்படையில் பசுவய்யா கவிதைகளைப் புரிதலுக்கு முயல்வோம்.

II

'பசுவய்யா கவிதைகள்' தொகுப்பு வெளிவருவதற்கு ஐந்து வருடங்களுக்கு முன் – அதாவது 1991ஆம் ஆண்டு 'சுந்தர ராமசாமியின் (பசுவய்யா) சிறுகதைகள்' தொகுப்பு வெளி வந்திருக்கிறது (க்ரியா வெளியீடு). இந்தச் சிறுகதைத் தொகுப்பின் முன்னுரையில் அதிலிருக்கும் சிறுகதைகளின் எண்ணிக்கை பற்றிய குறிப்பு ஒன்று காணப்படுகிறது.

"நான் 1950இலிருந்து 1990 வரையிலும் எழுதியுள்ள கதைகள் 52. சராசரி ஒரு வருடத்துக்கு ஒன்றேகால் கதை என்பது அவ்வளவு மோசமில்லை என்று நினைக்கிறேன்."

சு.ரா. தனக்குள் சுயமாக வரித்துக்கொண்ட இலக்கியம் மீதான பார்வை அடிப்படையில் வெளிப்படும் தனிப்பட்ட தகவலாக (individual statement) இதை நாம் எடுத்துக் கொள்ளலாம். அஃதாவது எழுதப்பட்டவற்றைவிட எழுதப்படாதவை – அதாவது கவிஞனின் / கதைஞனின் அனுபூதி நிலையிலிருந்து மொழியின் தர்க்க அலகுகள் சார்ந்த எழுத்துப் பிரதியாக இன்னும் மாற்றப்படாதவை – அதிக முக்கியத்துவம் கொண்டவையென்பது சு.ரா.வின் தனிப்பட்ட நிலைப்பாடாக இருக்கலாம். ஏனெனில் இந்தக் குறிப்பு சு.ரா. எழுதுதல் என்கிற இலக்கியச் செயல்பாட்டை அவ்வளவாகப் பொருட்படுத்தாதவர் என்கிற உணர்வை வாசகனுக்குள் உருவாக்குகிறது. சுவாரஸ்யம் எதிலென்றால் ஐந்து வருடங்கள் கழித்து பசுவய்யாவின் கவிதைத்

தொகுப்பு தன் தலைப்பிலேயே கவிதைகளின் எண்ணிக்கையை பெரிய எழுத்துகளில் அறிவித்தபடி வெளிவருகிறது (பசுவய்யா 107 கவிதைகள் – காலச்சுவடு வெளியீடு). இந்த எண்ணிக்கை விஷயம் – சு.ரா. என்கிற தனிப்பட்ட ஆளுமையின் பின்னணியில் விமர்சகனின் நனவிலியை திரும்பத் திரும்ப வற்புறுத்துகிறபோது – பசுவய்யா கவிதைகளின் மீதான விமர்சனத்தில் அவர் தொகுப்பின் அங்கமாக மாறுகிறது. நவீன விருட்சம் 32வது இதழ், 'புத்தகம்' பகுதியில் அழகிய சிங்கர், 'பசுவய்யா 107 கவிதைகள்' தொகுப்பு மீதான மதிப்புரையை (பக்.41) இப்படி ஆரம்பித்திருக்கிறார்:

"மொத்தம் 107 கவிதைகள். அதாவது ஓராண்டில் மூன்று கவிதைகளே எழுதியுள்ளார். சில ஆண்டுகள் தொடர்ந்து அதிகக் கவிதைகள். சில ஆண்டுகள் தொடர்ந்து ஒன்றும் எழுதாமல் இருந்திருக்கிறார்."

அதாவது சு.ரா.வின் படைப்புகளுக்கு இடையேயான கால ரீதியிலான 'மௌனமும்' அவர் படைப்புகளில் ஒன்றே என்கிற உணர்வு வாசகனை/விமர்சகனை 'அனுபூதி அதிர்வுக்கு' உள்ளாக்குகிறது. இது பிரதியின் இலக்கிய மதிப்பைப் பிரதிக்குள் அல்லாமல் வெளியே தேடும் மரபான வாசித்தல் பழக்கமுள்ள விமர்சகனுக்குள் சு.ரா.வின் 'படைப்பு'களுக்குள்ளேயே அவருடைய மௌனம்தான் (தியானம்?) விசேஷ கவனம் பெற வேண்டிய 'படைப்பு' என்கிறதான ஒரு சுவட்டை (*trace*) வடுவை (*scar*) அழுந்த ஏற்படுத்திவிடுகிறது. இப்படியாகச் சிறுகதை தொகுப்பின் முன்னுரை – கவிதைத் தொகுப்பின் தலைப்பு – அதன் மீதான விமர்சனம் – ஆகியவற்றைப் பற்றின இவ்வகைப் புரிதலுடன் – இவற்றோடு பசுவய்யாவின் கவிதைகளை இணைத்துப் பார்த்து அவற்றின் மீதும் ஒரு 'புரிதலை' மேற்கொள்ள முடியுமா?

III

பசுவய்யாவின் கவிதைகளிலிருந்து வாசகனின் 'அனுபூதி மண்டலத்தை ஸ்பரிசிக்கும்' அம்சங்களென்று முதல் வாசிப்பிலேயே இரண்டு அம்சங்களை வெளியே கொண்டு வந்துவிட முடிகிறது:

1. அவற்றின் மனிதனைத் தவிர்த்த பிரகிருதியின் பிரம்மாண்டம் மற்றும் இலட்சிய உலகம் பற்றின அக்கறை. 'மனிதன்' என்பது இவர் கவிதைகளில் தீட்டு, அழுக்கு, கயமை ஆகிய பண்புகளின் குறியீடுகளாகக் காணக் கிடைப்பது (தூய மனிதன் பசுவய்யாவின் கவிதைகளில் மனிதனாகக்

குறிப்பிடப்படுவதில்லை). இலட்சிய உலகம் என்பதும் அன்பு, நேர்மை, தியாகம், காதல் ஆகிய பண்புகளால் கட்டப்படும் உலகம்தான். இங்கே அழுக்குக்கோ, தவறுகளுக்கோ, வடிவப் பிறழ்வுகளுக்கோ இடமில்லை. இங்கேயெல்லாம் நாம் பசுவய்யாவின் கவிதைகளுக்குள் ஒலிக்கும் காவிய, செவ்வியல் காலத்திய மரபுகளின் குரலைக் கேட்க முடிகிறது. அஃதாவது உணர முடிகிறது.[6]

2. இந்த உணர்தலின்மீதான ஆய்வுக்காக நாம் எடுத்துக் கொள்ள இருக்கும் பசுவய்யா கவிதைகளின் வடிவமைப்பு. பசுவய்யா கவிதைகளின் உள் கட்டுமானம் ஒரு குறிப்பிட்ட முறையில் ஒன்றன்மீது ஒன்றாக அடுக்கி அமைக்கப்பட்டிருக்கிறது. இந்த அமைப்பைப் பிரித்து ஆராயும்போது கவிதைகளின் உருவத்துக்கும் உள்ளடக்கத்துக்குமான நேரடித் தொடர்பை நம்மால் கண்டுகொள்ள முடிகிறது. உதாரணமாகப் பசுவய்யாவின் கவிதைகள் பொதுவாகக் கீழ்க்காணும் முறையில் அமைப்பாக்கம் பெற்றிருக்கின்றன:

1. பிரதானச் சொல்
2. அதன் பண்பு நலன் பற்றிய விவரிப்பு
3. அதன் செயல்.

இந்த அமைப்பு முறை எழுத்து வடிவ இலக்கியத்தின் அலகுகளான சொல், வாக்கியம், பத்திகள் ஆகியவற்றின் நேரடி உருவக வெளிப்பாடுகளாக இருக்கின்றது. அதாவது மொழியின் அலகுகளைச் சொல், வாக்கியம், பத்தி எனப் பிரித்து ஓர் அட்டவணையிட்டுக் கொண்டால் பசுவய்யா கவிதைகளின் அமைப்பாக்கத்தை ஒட்டி அவற்றைப் பிரித்து அந்தப் பட்டியலினுள் இட்டு நிரப்பிக்கொண்டே போகலாம்.[7] பசுவய்யா கவிதைகளின் குறிப்பிடத் தகுந்த அம்சம் இந்த 'அட்டவணை'யில் எந்தப் பிறழ்வையும் மீறலையும் அவர் கவிதைகளில் காண முடிவதில்லை. 'கச்சிதம்' என்பதன் நேரடி வெளிப்பாடுகளாக இவை இருக்கின்றன. இந்த வடிவப் பிரக்ஞை பசுவய்யா கவிதைகளின் தூய அழகியல் உள்ளடக்கத்தை நிர்ணயிக்கிறது என்பதை நம்மால் புரிந்துகொள்ள முடிகிறது. அதாவது பசுவய்யா கவிதைகளின் மூலம் நம் 'அனுபூதி மண்டலத்தை ஸ்பரிசிப்பதாக' கூறப்படுகிற – பவுதீகத் தளத்தைவிட்டு மேலெழுகிற' – அந்த 'ஏதோ ஒன்று' உண்மையில் அவர் கவிதைகளின் வடிவம் சார்ந்த – தன்னைத் தர்க்கரீதியான ஆய்வுக்கு உட்படுத்திக்கொள்கிற – எழுத்து மொழியின் எல்லைகளுக்கு உட்பட்ட (அதாவது அதன் அலகு சார்ந்த) – ஒரு திடவஸ்து (solid product) தான் என்பது.

IV

கவிதையாக்கம் பற்றியே எழுதப்பட்ட கவிதைகள் சில (எல்லா கவிஞர்களின் தொகுப்பிலும் காணப்படுவது போலவே) பசுவய்யாவின் தொகுப்பிலும் காணக் கிடைக்கின்றன. பக்கம் 158இல் ஒரு கவிதை: (தடித்த எழுத்துக்கள் நான் இட்டவை)

ஒளி ஏற்ற பின்

மனதில் முடித்துவிட்ட கவிதையை
எழுதவிடாது வாட்டுகிறது இந்தக் குளிர்
கையகலம் வெயில் வந்தாலும் என் காரியம் கூடிவிடும்
சுற்றியிருக்கும் இந்த **ஒளி**யிடம்
மீண்டும் மீண்டும் என் கவிதையைச் சொல்லி
பரவசத்தில் சிறிது உஷ்ணம் பெற்று
குளிர் காய்ந்து கிடக்கிறேன்.
ஒளி என் கவிதையை ஏற்றால்
வெயிலை அது அழைத்து வராதா ?
என்ன இது ? **ஒளி** வேறு வெயில் வேறா ?
ஒளியின் குதூகலம்தானே வெயில்
விரைவில் **ஒளி** வெயிலாக மாறும்
அதுசரி. **ஒளி** ஏற்றபின்
என் கவிதையைக் காகிதத்தில்
கொட்டிவைக்க அவசியம் உண்டா ?

இந்தக் கவிதையை நான் முன்பு குறிப்பிட்டபடி எழுத்து மொழி வடிவத்தின் கூறுகளையொட்டி கீழ்க்காணும்படி வரிசைப்படுத்த முடியும்:

- *மொழி அலகுகள் – தனிக்கவிதை*
- *சொல் – ஒளி, ஒளியின் பண்பு (குதூகலம்), ஒளியின் செயல் (கற்பு)*
- *வாக்கியம், பத்தி (அ) அத்தியாயம் – ஒளியின் மேலாதிக்கம் (கவிதையெழுதுதலை நிறுத்துவது)*

இந்தக் கவிதையில் ஒளி எனும் பெயர்ச்சொல் பிரதானச் சொல் ஆகவும் கவிதை எனும் சொல் துணைச்சொல் ஆகவும் நின்று கவிதையைக் கட்டமைத்திருக்கின்றன. எப்படி என்பதைப் பின்னால் பார்ப்போம். இந்தக் கவிதை ஓரளவு இந்த 'அட்டவணை'யை ஒட்டி வெளிப்படையாக அமைப்பாக்கம் பெற்ற ஒன்று. எனவே பக்கம் 156லிருந்து இன்னொரு கவிதை:

ஒரு படைத்தலைவர் மேலதிகாரிக்கு மனதில் எழுதும் சொற்கள்

தாண்டிச் சென்றதும் பாலத்தைத் தகர்க்க
தங்கள் ஆணையை என் ரத்தத்தில்
எழுதிக் கொண்டிருக்கிறேன்
மேன்மை தங்கியவரே
குதிரைகளின் புட்டங்களில்
குதிரைகளின் முகங்கள் உரச
தாண்டிக் கொண்டிருக்கிறோம்
கடைசிக் குதிரை தாண்டியதும்
பாலம் பறந்து நதியில் மூழ்கும்.

தாண்டாமல் காத்திருக்கிறான் ஒரு வீரன்
தங்களிடம் சேதி சொல்ல
எப்படி மீண்டும் சேர்ந்து கொள்வேன்
என்று அவன் கேட்கவில்லை
தான் செல்ல பாலங்கள் இருக்குமா
என்று அவன் கேட்கவில்லை
தன் குதிரை இருக்குமா
என்று அவன் கேட்கவில்லை
தாங்கள் இருப்பீர்களா
என்று அவன் கேட்கவில்லை.
மேன்மை தங்கியவரே
தகர்ப்பது பெரிது இல்லை
கேட்கப்படாத இந்தக் கேள்விகள்
அவற்றின் தகர்ப்பு...

இந்தக் கவிதையில் தியாகம் அல்லது கடமை எனும் சொல் பிரதானச் சொல் ஆகியிருக்கிறது. ஆனால் நேரடியாக இந்தச் சொல்லாலேயே அது குறிப்பிடப்படாமல் 'தகர்த்தல்' எனும் வினைச் சொல்லின் மூலம் அது மறைமுகமாகக் குறிப்பிடப் படுகிறது. 'கேட்கப்படாத கேள்விகள்' என்பது இதன் பண்பாகவும் பிறகு அதுவே இதன் செயலாகவும் கவித்தளத்தில் அமைப்பாக்கம் பெற்றிருக்கின்றன. இங்கிருந்து மீண்டும் எழுத்து மொழியின் அலகுகள் பற்றின சிந்தனைக்குச் செல்வோம்.

சொல்லை எப்படிப் புரிந்து கொள்வது? ஒரு தனிச் சொல்லுக்கு நிரந்தரமான அர்த்தம் எதுவும் கிடையாது. உதாரணமாகத் 'துண்டு' என்கிற வார்த்தை எப்போதும் துணியைத்தான் குறிக்கவேண்டுமென்கிற அவசியமில்லை. சுத்தம், அரசியல், மரியாதை, ஏமாற்றுதல், பற்றாக்குறை என்று இந்தச் சொல் இடம்பெறும் பிரதியின் புனைவுச் சூழலைப் பொறுத்து அது தனக்கான தற்காலிக அர்த்தத்தைப் பெறுகிறது எனலாம். அதேசமயம் ஒரு பிரதியின் செய்தி இது போன்ற பல்வேறு சொற்களின் இடைவெளியற்ற இணைப்பின் மூலம் குறியீடுகளாக மாற்றப்பட்டு புரிந்துகொள்ளப்படுகிறது என்பதும் நினைவில் கொள்ளத்தக்கது. இதை நினைவில் கொள்ளும்போது ஒரு கவிதைத் தொகுப்பின் தனித்தனிக் கவிதைகளில் (அதாவது

பத்திகள் / அத்யாயங்களில் – முன் சொன்னதுபோல) ஒரு குறிப்பிட்ட அர்த்தத்தை அழுத்தும் பல்வேறு சொற்களைப் பிரித்து அடையாளங் கண்டுகொள்வதன் மூலம் அந்தக் கவிதைகளின் மீதான நம் 'உணர்தலை' ஸ்தூல ரூபமாக்கிக் கொள்கிறோம். இஃது அறிதல் முறையின் முதல்படி.

பசுவய்யா கவிதைகளில் உதாரணமாக முன் குறிப்பிட்ட ஒளி, தியாகம் உள்பட ஒரு குறிப்பிட்ட அர்த்தத்தைத் திரும்பத் திரும்ப வலியுறுத்தும் பல்வேறு சொற்களைப் பார்த்தால் அவற்றைக் கீழ்க்காணுமாறு பட்டியலிடலாம்:

ஒளி, தியாகம், மனைவி, மங்கை, மணப்பெண், நெருப்பு, வண்ணத்துப் பூச்சி, உறவு, மௌனம், சிற்பம், நிலவு, கடல், ஓவியம், சுடர், பறவை, காதல், மரணம், பொய்கை, அன்பு, குழந்தை, காற்று, நட்பு, காலம், இத்யாதி ...

இந்தச் சொற்கள் இடம் பெறும் கீழ்க்காணும் கவிச்சூழல் என்பது இவ்விதமாக ஆக்கப்பட்டிருக்கிறது.

1. பொய்கையைப் போற்றுவோம் (அம்மணம் கொள்வோருக்கு ஒரு சிறிய எச்சரிக்கை –பக். 146, 147)
2. கவிதையின் விண்மீன்கள் (நீக்க மற – பக்.143)
3. இசையின் குழைவில் பறவை (தனித் தனியே – பக் 135)
4. சந்திர ஒளியின் மஞ்சள், நெஞ்சை அள்ளும் அழகு (உயிரின் ஒளி – பக். 127)
5. அன்பின் சிறகுகளின் நீட்சி, ஈரம் (அன்பின் சிறகுகள் – பக். 119)
6. நதியில் மேகத்தின் நிழல்கள் (பிறப்பின் முதற்கணம் – பக். 113)
7. சூரியன் கரை இறங்கும் கடலைத் தழுவிப் புணர (அடிவயிறு குளிரும் காலம் – பக். 95)

என்பதுபோல தொகுப்பைத் தனித்தனிக் கவிதைகளாகச் சிதறடிக்கும்போது கூடவே சேர்ந்து சிதறடிக்கப்படும் இந்தப் பிரதானச் சொற்கள் நவீன விமர்சனப் பார்வையில் தொகுப்பின் முழுப் பண்பை ஒட்டிக் கீழ்க்காணும் அர்த்தத் தளத்தின் பல்வேறு குறியீடுகளாக 'மாற்றப்படுகின்றன'.

1. அப்பழுக்கற்றவை
2. எப்போதும் ஆனந்தம் அளிப்பவை

3. இயற்கை மற்றும் இயற்கை உணர்வின் குறியீடுகள்
4. மானிட விடுதலை இவற்றால் சாத்தியப்படுகிறது.

பசுவய்யாவின் கவிதைகளுக்குள் செவ்வியல் கால இலக்கிய வடிவங்களின் அழகியல் குரல் கேட்பதாக முன்பு சொன்னதை இங்கே இணைத்துப் பார்த்துக்கொள்ள வேண்டியிருக்கிறது. உதாரணத்திலும், பட்டியலிலும் இடம்பெறும் பிரதானச் சொல் அலகுகள் இவ்வாறாக செவ்வியல் மரபான அழகியல் உணர்வுடனேயே அதன் சூழல் முன்னிறுத்தி எடுத்தாளப்பட்டிருக்கின்றன. பொய்கை என்ற சொல்லுக்கு எந்த நவீன அர்த்தத்தையும் பிரத்யேகக் கவிதையின் கவிச் சூழல் ஏற்றவில்லை. அதுபோலவே கவிதை என்பதும் அதன்மீது அழுத்தப்படும் சூழல் சார்ந்த அர்த்தத்தையொட்டி 'poetry' என்கிற அர்த்தத்தில் அல்லாது 'verse' என்கிற செவ்வியல் கால மரபான அர்த்தத்தில்தான் பசுவய்யா கவிதைகளில் புழங்குகிறது.

என் கவிதையொன்று
கவ்வும் காலத்தின் வாயிலிருந்து தப்பித்து விடும்.

(பின் அட்டைக் கவிதை)

இங்கே தப்பித்தல் என்பது மனித யத்தனத்தை அல்லது சாதாரணத்துவத்தைக் கவிதை உதறுவதைக் குறிக்கிறது. இன்னொரு நிலையில் கவிதை என்னும் ஒரு வஸ்து பிரகிருதியின் பிரம்மாண்டத்தை எட்டுகிறது என்பதாக அர்த்தவிரிவு கொள்வதையும் கவனிக்கும்போது கவிதை என்பது தெய்வச்செயல் எனும் மரபின் குரல் இதனுள் ஒலிப்பதும் நம் கவனத்துக்குள் பிடிபட்டுவிடுகிறது. இதை ஏன் முக்கியமாக கவனிக்க வேண்டுமென்றால் பசுவய்யா கவிதைகளுக்குள் இயங்கும் 'பிரக்ஞை' இவற்றிலிருந்து அந்தக் குரலை அப்புறப்படுத்திவிட்டதாக ஜெயமோகன் சொல்கிறார்.

"பசுவய்யாவின் கவிதைகள் நவீன கவிதைக்குத் தடையாக இருக்கும் ரொமாண்டிக் தன்மைகளைத் தவிர்த்துவிட்டன." (பக்கம் 52)

ஆனால் காவிய / செவ்வியல் காலத்திய சொற்களை நவீன அர்த்தத்தளத்தில் உபயோகித்தும், நவீன வாழ்வுலகு சார்ந்த படிமங்களுக்குக் காவிய, செவ்வியல் அழகியல் கூறுகளை ஏற்றியும் புனையப்படும் புதுக்கவிதைப் பாணிகளிலிருந்து (முறையே பிரம்மராஜன், தேவதேவன்) பசுவய்யாவின் பாணி வேறுபட்டது. பசுவய்யாவின் கவிதைகள் சொற்களால் மட்டுமன்றி கவிச்சூழலாலும் செவ்வியற்கால அழகியற் பார்வையுடனேயே கட்டமைக்கப்பட்டிருக்கின்றன. எனில்

"பசுவய்யாவின் கவிதைகளில் செயல்படுவதாக" ஜெயமோகன் சொல்லும் பிரக்ஞை (பக். 52) என்பதுதான் என்ன? தர்க்கத்தைத் தவிர்க்கும் 'ரொமாண்டிக்' மௌனம் தான்..!

எழுத்து மொழி இலக்கியத்தின் முதல் (primary) நிலை அலகான சொல்லை இப்படிப் புரிந்துகொண்டபின் அடுத்த நிலை அலகான வாக்கியங்களுக்குச் (அல்லது வரிகள்) செல்லலாம். சொல்லுக்கென்று தனியான அர்த்தம் எதுவும் கிடையாது என்று முன்பு பார்த்தோம். வாக்கியங்கள் தன்னளவில் சுயேச்சையான அர்த்தத்தை வெளிப்படுத்துகின்றன. ஒரு கவிதையின் தனித்தனி வாக்கியங்களை வரிசை மாற்றியமைத்து கவிதையின் மொத்த அர்த்தத்தையே மாற்றிவிட முடியுமென்றால் வாக்கியங்களின் அமைவில் படைப்பாளியின் கருத்துலகம் சார்ந்த ஒழுங்கு கவிதையின் உள்ளடக்கத்தையும் தீர்மானிக்கிறது என்று கூறமுடியும். (பசுவய்யாவின் கவிதைகளில் பிரக்ஞை எனும் கருத்தாக்கம் ஓரளவு இந்தப் பொருளைத் தரும்விதமாக ஜெயமோகனால் குறிப்பிடப்படுகிறது.) எனவே வாக்கிய அலகுகள் பல இணையும்போது கவிதையின் பிளவுபட்ட அர்த்தம் உருவாகி விடுகிறது எனலாம். சொல்லுக்கு அர்த்தம் காணுதல் சூழலைப் பொறுத்தது என்றால் சூழல் வாக்கிய அமைவால் உருவாகிறது என்றும் சொல்லலாம். வாக்கிய அலகின் அர்த்தம் கவிதைக்குள் இயங்கும் துணைச்சொல் – பிரதானச்சொல் இரண்டின் இணைவால் உருவாகிறது. அப்போது வாக்கிய அலகின் சுயேச்சையான அர்த்தம் கவிதையின் மொத்த அர்த்தமாகத் தள விரிவடைகிறது. முன்பு குறிப்பிட்ட 'பின் அட்டைக் கவிதை'யின் (இதன் தலைப்பு: மிஞ்சும் ஒரு கவிதை) மீதான குறிப்பே இங்கும் பயன்படும். அதில் கவிதை, காலம், ஆகிய பிரதான – துணைச் சொற்கள் முறையே கவ்வுதல், தப்பித்தல் எனும் உள்ளார்ந்த வாக்கிய அலகுகளைத் தம்மளவில் உருவாக்கிக்கொண்டு ஒன்றாக இணைந்து கவிதையின் உடைபட்ட அர்த்தத்தை உருவாக்கியிருக்கின்றன. இங்கே 'உடைபட்ட' என்பதும் கவனிக்கப்படவேண்டும். அதாவது வாக்கிய அலகைப் புரிதல் என்பது கவிதையின் முழுமையைப் புரிதல் அன்று. மாறாக முழுமையின் சமிக்ஞையைப் புரிதல். மேலும் சில உதாரணங்கள் இப்படியாக:

1. ஒளி என் கவிதையை ஏற்றால் (ஒளி ஏற்ற பின் – பக். 158)
2. கேட்கப்படாத இந்தக் கேள்விகள் அவற்றின் தகர்ப்பு (ஒரு படைத் தலைவர் – பக். 156)
3. அறியாமைகளைக் காலம் மாற்றும் (அறியாமையின் வயது – பக். 155)

4. கண் விழித்ததும் மார்பில் அமர்ந்திருந்தது உண்மை (அது குழந்தை – பக். 149)
5. கவிதையின் வரிகள் பார்க்கத் தெரியும்போது இல்லாத இடம் இல்லை (நீக்கமற – பக். 143)
6. அதன் உலகத்தில் நான் இல்லை (காற்றில் எழுதப்படும் கவிதை – பக். 116)

மீண்டும் இங்கே சொல்லைப் புரிந்துகொள்ளலும், வாக்கியத்தைப் புரிந்து கொள்ளலும் வேறுவேறு என்பதை வலியுறுத்தி விடுகிறேன். 'ஒளி குதூகலிப்பது' என்பது பிரதானச் சொல்லின் பண்பு. 'ஒளி கவிதையை ஏற்பது' என்பது அதன் செயல்பாடு. வாக்கிய அலகு. இதுதான் இன்னொரு வாக்கிய அலகின் இணைவால் தோன்றுவது. இனி மேற்படி எடுத்துக்காட்டுகளில் நம் சொற்பட்டியல் சம்பந்தப்பட்ட வாக்கிய அலகுகள் கவிதைத் தளத்தில் நடைபெறும் அவற்றுக்கிணையான/ எதிர்வான இன்னொரு செயல்பாட்டையும் சூசகமாக உணர்த்திக்கொண்டிருப்பதை நம் கவனத்துக்குள் கொண்டு வரலாம். உதாரணமாகத் 'தகர்க்கும் கடமை' பற்றின பிரதான வாக்கிய அலகு 'கேள்விகள் கேட்கப்படுதல்/படாதிருத்தல்' என்கிற இன்னொரு எதிர்வுச் செயல்பாடு கவிதைப்பரப்பில் நடந்துகொண்டிருக்கிறது என்பதை உணர்த்துகிறது. அதேபோல் 'ஒளி ஏற்றல்' பற்றின பிரதான வாக்கிய அலகு 'கவிதை எழுதுதல்/எழுதப்படாதொழிதல்' என்கிற இன்னொரு எதிர்வுச் செயல்பாடு கவிதைப்பரப்பில் நடந்து கொண்டிருக்கிறது என்பதை உணர்த்துகிறது. இந்த அடுத்த நிலை 'உணர்தலை'ப் பற்றிக்கொண்டு பத்திகள்/அத்தியாயங்கள் (தனிக்கவிதைகள்) எனும் அடுத்த அலகுக்குள் நகரும் போது மொத்தக் கவிதைத் தொகுப்பின் செய்தி (message) நம் புரிதலுக்குள் பிடிபட்டு விடுகிறது.

இங்கே ஓர் இலக்கியப் பிரதிக்குள் அதன் அலகுகள் எவ்விதம் செயல்பட்டு அதைக் கட்டமைக்கின்றன என்பதைப் பற்றியும் கொஞ்சம் பார்த்துவிடலாம். எந்தப் பிரதியுமே அதன் அலகுகள் தங்களுக்குள் நடத்தும் ஓர் உள்வயமான பரஸ்பர சொல்லாடல் செயல்பாட்டின் நாடகீய வடிவமே என்கிறது நவீனச் சிந்தனை[8]. இஃது இலக்கிய வடிவத்துக்கு மட்டுமானது இல்லை. ஒரு கலாச்சாரத்தின் அலகுகளாக இலக்கியத்தையும், அரசியலையும் உதாரணத்துக்கு எடுத்துக்கொண்டால் இவை இரண்டுக்கும் இடையேயான சொல்லாடல் கலாச்சாரம் என்கிற அமைப்பைக் கட்டுகிறது. இவ்வாறே ஓர் அறிவுத்துறை இன்னோர் அறிவுத் துறையோடு கொள்ளும் உறவு. இலக்கியம்

அவ்வாறாகத் தனிமனிதன் தன் முந்தைய மரபோடும், சமகாலச் சமூகத்தோடும் நிகழ்த்தும் சொல்லாடல். எனவே இலக்கியத்தின் ஒரு வடிவமான கவிதையென்பதும் அதன் பிரதானத் துணைச் சொற்களின் பண்பு மற்றும் செயல்பாடுகளின் மூலமான ஒரு தொடர்ந்த சொல்லாடல். இந்தச் சொல்லாடலின் வன்மை மென்மைகளைப் பொறுத்து ஒரு படைப்பின், கலாச்சாரத்தின், சமூகத்தின் சாய்வு நிர்ணயிக்கப்படுகிறது. இப்படியாகப் பசுவய்யா கவிதைகளில் அதன் பிரதான இணைச் சொற்களின் பண்பு நலன் மற்றும் கவித்தளச் செயல்பாடுகள் எப்படித் தங்களுக்குள் 'உறவு' கொள்கின்றன என்பதைப் பார்த்துவிடலாம். இது கவிதை 'புரிதலின்' இறுதிப்படி.

'படைத்தலைவன் தன் அதிகாரிக்கு . . .' எனும் கவிதையை மாதிரி ஆய்வுக்கு எடுத்துக்கொள்கிறேன். அது மறைமுகமாக முன்னிறுத்தும் பிரதானச் சொல் தியாகம் என்பது. (பணிதல், கடமை எனும் அர்த்தப் பிரிவிலும் இதன் தாக்கம் *(impact)* ஒன்றே). இதன் பண்பு ரத்தவாடை கொண்டது ('ஆணையை ரத்தத்தால் எழுதிகொண்டிருக்கிறேன் . . .'). மேலும் கேள்விகளுக்கு அப்பாற்பட்டது. இதன் துணைச் சொல்லாகக் கவித்தளத்தில் இயங்குவது சிந்தனை. இதுவும் 'கேள்வி கேட்டல்' எனும் சொற்பிரயோகத்தின் மூலம் மறைமுகமாகச் சுட்டப்படுவது. இதை இப்படிப் பிரித்துக் கொள்ளும்போது கவித்தளத்திலிருந்து பிரதானச் சொல்லின் பண்பும் செயலும் துணைச் சொல்லின் செயல்பாட்டை நிர்ணயிக்கின்றன அல்லது மேலாதிக்கம் செய்கின்றன என்பதைப் புரிந்துகொள்ள முடிகிறது. அஃதாவது இங்கே தகர்த்தல் எனும் நோக்கம் – லட்சியம் – கேட்கப்படாத கேள்விகள் மூலமே சாத்தியப்படுகிறது. இன்னொரு விதத்தில் தன்னைத் தன் லட்சியத்தில் கேள்வி கேட்காமல் கரைத்துக்கொள்வதன் மூலமாக (தன்னையே தகர்த்துக் கொள்வதன் மூலமாக) அதாவது தான் 'அது'வாவதன் மூலமாக 'அதைப்' புரிதல் நடைபெறுகிறது என்று இப்படியாகவும். இங்கே எழுதுதல், கேள்வி கேட்டல், பதில் சொல்லல் போன்ற புறச்செயல்பாடுகள் 'உணர்தல்' என்பதிலிருந்து வேறுபட்டவை என்பதை நாம் நினைவில்கொள்ள வேண்டும். 'உணர்தல்' 'அறிதலாக'த் தளவிரிவடையும்போது அதனுள் கேட்டல், எழுதுதல் போன்ற தர்க்கரீதியான செயல்பாடுகள் தவிர்க்க இயலாதபடி குறுக்கிட்டுவிடுகின்றன என்பதையும், நினைவில் கொள்ள வேண்டும்.

இப்போது 'கேட்கப்படாத கேள்விகள்' மூலமாக மேற் சொன்ன கவிதை முழுவதிலுமே காவிய, செவ்வியல் அழகியல் உணர்வின் வாசனையடிப்பதை நாம் புரிந்துகொள்கிறோம்.

அதேசமயம் இந்த 'முழு வாசனை'யின் பண்புகள் கவிதையின் ஒவ்வொரு புற அலகிலும் சமிக்ஞைகளாக வெளிப்பட்டுக் கொண்டேயிருக்கின்றன என்பதையும் பார்க்கிறோம். இப்போது நான் முன்பு சொன்னபடி உருவத்தை ஆராய்வது உள்ளடக்கத்தை ஆராய்வதும் தான். (அகத்தின் அழகு முகத்தில் தெரியும்?) இவ்வாறு ஒரு தனிக் கவிதையின் புற அலகுகள் அதன் உள்ளடக்கத்தை வடிவமைக்கின்றன என்றால் ஒரு கவிதைத் தொகுப்பின் தனிக்கவிதைகள் (அலகுகள்) தொகுப்பின் உள்ளடக்கத்தைப் பிரதிபலிக்குமென்பதை ஒத்துக்கொள்ளத் தயக்கமிருக்காது என்று நம்புகிறேன். கூறப்பட்ட உதாரணத்தையும் ஓர் அட்டவணைபோல் வரைந்துகொண்டு பசுவய்யாவின் கவிதைகளைப் பிரித்து, இட்டு நிரப்பிக்கொண்டே வந்தால் கீழ்க்காணும்படியிலான அதன் உள் இயக்கத்தை (அதாவது நாடகீயமான சொல்லாடல் செயல்பாட்டை) நாம் புரிந்துகொள்ள முடியும். அதாவது பசுவய்யா பிரதானப்படுத்தும் சொல் அலகின் பிரம்மாண்டம், தனித்துவம், ஆனந்தம், விடுதலை கீழ்க்காணும் விதங்களிலேயே சாத்தியப்படுகிறது என்பதாக:

சந்திக்காத நண்பன் (இல்லாதபோது வரும் நண்பன் – பக். 77)

கேட்கப்படாத கேள்விகள் (ஒரு படைத்தலைவர் – பக். 156)

உடைக்கப்பட்ட சிற்பம் (மனம் நொந்து – பக். 124)

எரிக்காத சுடர் (ஓவியத்தில் எரியும் சுடர் – பக். 134)

அழிபட்ட காலடிச் சுவடு (கதவைத் திற – பக். 150)

இல்லாத மங்கை (மூடு பல்லக்கு – பக். 31)

சிறகுகளற்ற பறவை (தனித் தனியே – பக். 135)

கனவில் கட்டப்படும் பாலம் (நேற்றைய கனவு – பக். 125)

இத்யாதி. இவற்றோடு பசுவய்யாவின் கவிதை பற்றின கவிதைகள் வெளிப்படுத்துகிற –

எழுதப்படாத கவிதை (ஒளி ஏற்ற பின் காகிதத்தில் கொட்டி வைக்க அவசியம் உண்டா? – பக். 158)

அறியப்படாத கவிதை (அது எந்தக் கவிதையென்று இப்போது எனக்குத் தெரியவில்லை – பக். 160)

காணாமல் போன கவிதை (கண்விழித்த போது மனதில் அந்தக் கவிதையைக் காணோம் – பக். 143)

பிடிபடாத கவிதை (மொழியை வலையாக மாற்றி வீசிப் பிடிக்க முயன்றபோது கிழித்துக் கொண்டு வெளியே ஓடிற்று உண்மை – பக். 149)

பற்றின பார்வையையும் இணைத்துப் பார்க்கிறபோது பசுவய்யாவின் 'சிந்தனைத் தளத்தில்' இலக்கியம் பற்றின கோட்பாடாகச் செயல்படும் ஒரு குறிப்பிட்ட கருத்தாக்கம்தான் குறியீடுகளாகப் படிமங்களாக அவர் தொகுப்பின் கவித்தளத்தில் கவிதைகளாக மாறியிருக்கின்றனவேயன்றி 'வாழ்வனுபவத்தின் சாரங்கள் அல்ல' என்பதை நம்மால் 'புரிந்து' கொள்ள முடிகிறது. இப்படியாகத்தான் ஒரு கவிதைப் பிரதி சொல்லும் 'நேரடி அர்த்தத்தை' தவிர்த்து அதிலிருந்து எனக்கான கவிதையை நான் 'புரிகிறேன்'. இதன்வழி சுந்தர ராமசாமி படைப்புகளுக்கிடையேயான காலரீதியான மௌனத்துக்கும் படைப்புகளின் எண்ணிக்கை மீது நனவிலியில் அவரும் (அவருடைய) வாசகர்களும் கொடுக்கும் முக்கியத்துவத்துக்கும், அவருடைய கருத்தியல்ரீதியான அழகியல் சிந்தனைகளுக்கும், அவருடைய புனைவிலக்கிய கொடுப்பினைகளுக்கும் (contributions) நேரடியான சம்பந்தமிருக்கிறது என்பதையும் நான் 'புரிந்து' கொள்கிறேன். இதைத்தான் நவீனச் சிந்தனை சொல்கிறது:

"புனைபவன், புனையும்போதே (மரபை) விமர்சிக்கிறான். விமர்சகன் விமர்சிக்கும்போதே (பிரதியை) திரும்பப் புனைகிறான்."

குறிப்புகள்

1. கனவு – 18 (1992 பிப்ரவரி – சுந்தர ராமசாமி படைப்புகள் விமர்சன மலர்)
2. Ibid, 3. Ibid, 4. Ibid
5. இது சுருக்கமான விளக்கம். இலக்கியப் பிரதியை மொழி சார்ந்த அலகுகளாகப் பிரித்து ஆய்வது பற்றிய விரிவான விளக்கத்துக்கும், உதாரணங்களுக்கும் பார்க்க: "கட்டுடைத்தல் என்கிற செயல்பாடு" – நாகார்ஜுனன் – கலாச்சாரம் அ. கலாச்சாரம், எதிர்க்கலாச்சாரம் – அமைப்பியல் கட்டுரைகள் தொகுப்பு – கார்முகில் வெளியீடு.
6. காவிய, செவ்வியல் கால மரபின் குரல் என்று நான் குறிப்பிடுவது:

   அ. இயற்கை மற்றும் இணை விழைவு உள்ளிட்ட இயற்கை உணர்வுகளின்பால் அதீத ஈடுபாடு.

   ஆ. முற்றிலும் மனிதச் செயல்பாடுகளற்றுப் போன மிகத் தூய்மையான பிரம்மாண்டமான உலகக் காட்சி.

   இ. மனிதனைத் தவிர்த்து பிரகிருதியின் ஏனைய 'படைப்புகளை' உயர்திணைக்கும், மனித யத்தனத்தை முன்னிறுத்தி (பரிகசித்து?) மனிதனை அஃறிணைக்கும் இடமாற்றம்

செய்வது – ஆகிய குணாம்சங்கள் உள்ளடங்கிய – புராண, பக்தி இலக்கியங்களில் ஒலிக்கும் – குரல். முற்றிலும் ஜனநாயகப்படுத்தப்பட்டு விட்டதென்றும், நவீன மனிதனின் வாழ்வை மையப்படுத்துகிறதென்றும் அடையாளப்படுத்தப்படும் நவீனக் கவிதைக்குள் இந்தக் குரல் ஒலிப்பது ஆச்சர்யகரமானதும், அசந்தர்ப்ப வசமானதுமான ஒன்று.

7. ஒரு நாவலாசிரியன் தன் நாவலைச் சொல், வாக்கியம், பத்தி, அத்தியாயம் என்று பிரிப்பதைப் போலவே நவீன விமர்சகன் 'தொகுப்புகளை'யும் பிரிக்கிறான். அந்த வகையில் ஒரு கவிதைத்தொகுப்பு முழுவதும் மொழியின் அலகு சார்ந்து பிரிக்கப்பட்ட 'ஒரேகவிதை' தான் தனிக்கவிதைகள் என்பவை அந்தக்கவிதையின் (தொகுப்பின்) 'பத்திகள்' அல்லது அத்தியாயங்கள்.

8. இந்தச் சிந்தனைச் சாரத்தைத் தமிழவனின் அமைப்பில் கட்டுரையின் தொகுப்பு நூலிலிருந்து எடுத்துக்கொண்டு இருக்கிறேன். விரிவான ஆய்வு முறைகளுக்கும் விளக்கங்களுக்கும் காண்க: தமிழ்க் கவிதையும் மொழிதல் கோட்பாடும் – தமிழவன், காவ்யா வெளியீடு.

1997

கவிதையற்றதிலிருந்து கவிதைக்கு

சமீபத்தில் முகநூல் பதிவொன்றில் கவிஞர் சுகுமாரன் கவிதை என்பது நிகழ்காலத்தில் இருப்பது என்று சொல்லியிருந்தார். சொன்னது புதிதில்லையென்றாலும் ஒரு நல்ல கவிஞர் அதை மறுபடி சொல்லும்போது அது கூடுதல் அழுத்தம் பெறத்தான் செய்கிறது. உண்மைதான். ஏதோவொரு விதத்தில் காலப் பிரக்ஞைதான் கவிதையை இலக்கியத்தின் மற்ற வடிவங்களிலிருந்து பிரித்துக் காண்பிக்கிறது.

நிகழ்காலம் என்பது முன்பின் காலத் தொடர்ச்சியற்ற ஒரு சுதந்திரமான தருணம். கவிதையில் காலம் என்பது அதன் பிரதிப் பரப்பில் நிகழ்த்தப்படும் நிகழ்வுகள் சார்ந்த பண்புப் பெயர் அன்று, மாறாக அந்த நிகழ்வுகளைப் பதிவு செய்யும் கவிஞனின் அந்தக் கணத்து மனநிலை. புகைப்படக் கருவியொன்று ஒரு காட்சியைப் பதிவு செய்வது போல ஒரு தொடர் நிகழ்வு எதிர்காலத்தினுள்ளிருந்து புறப்பட்டு இறந்த காலத்தை நோக்கிச் செல்லும் வழியில் ஒரு கணம் கவிஞனின் மனநிலையில் சிறைப் பிடிக்கப்பட்டு நிகழ்காலமாக உறைந்து நிற்கிறது. அந்த நிகழ்வு அங்கே விட்டுச் செல்வது தன் தடத்தை மட்டும்தான், தன்னையே அன்று. பிறகு அது தன் போக்கில் கவிஞனைக் கடந்து சென்றுவிடுகிறது. கவிஞன் அந்த உறைந்த கணத்தைத் தன்னுடைய கவிதையாகப் பதிவாக்குகிறான்.

பழையதென்றாலும் புகைப்படக் கருவி உதாரணம் கவிதையாக்கத்தின் சில அடிப்படைக்

கூறுகளோடு ஒத்துப் போகிறது. முதலில் ஒரு நிகழ்விலிருந்து அதைச் சுற்றி வளைக்கும் பிற இரண்டு காலங்களையும் துண்டித்து அதை நிகழ்காலமாக உறையச் செய்வதற்குப் புகைப்படக் கருவிக்குத் தேவைப்படும் ஓர் எந்திரத்தனம் கவிஞனுக்கும் தேவைப்படுகிறது. எந்திரத்தனம் என்பதை நாம் எதிர்மறைப் பொருளில் எடுத்துக்கொண்டு முகம் சுளிக்க வேண்டியதில்லை. நிகழ்வின்மேல் ஒரு மனநிலையைப் பதிவு செய்யும்போது தன் பார்வை ஞாபகங்கள் என்கிற இறந்த காலத்தாலோ கனவுகளென்கிற எதிர்காலத்தாலோ பாதிக்கப்பட்டுவிடாதபடி அதைப் பாதுகாத்துக்கொள்வதற்கெனக் கவிஞன் மேற்கொள்ளும் படைப்பாக்கத் தன்மையதான திடச் சித்தம்தான், இதுவும் ஒருவகை இரக்கமின்மையென்பதால், இங்கே எந்திரத்தனம் என்று குறிக்கப்படுகிறது. புகைப்படத்திற்கும் கவிதைக்குமுள்ள மற்றொரு ஒற்றுமை, ஒரு புகைப்படம் தன்னிலிருப்பது என்ன நிகழ்வின் பிரதியாக்கம் என்பதை மட்டுமன்று அந்த நிகழ்வு எப்படிப் பார்க்கப்பட்டது என்பதையும் சேர்த்தே சொல்வதைப்போல கவிதையில் இடம்பெறும் நிகழ்வின் பிரதியாக்கமும் என்ன நிகழ்கிறது என்பதற்கப்பால் அஃது எப்படிக் கவிதையில் பதிவாகிறது என்பதையும் சொல்கிறது. அந்த வகையில் கவிதையில் இடம் பெறும் ஒரு நிகழ்வென்பது ஒரு குறிப்பிட்ட மனநிலையின் உருவகமேயன்றி வேறில்லை. எனவே பிம்பங்களைப்பற்றிப் பேசுவது என்பது எப்படிப் புகைப்படக் கலையைப்பற்றிப் பேசுவதாகாதோ அதுபோலவே பிரதியில் விவரிக்கப்படும் நிகழ்வுகளைப்பற்றிப் பேசுவதும் கவிதையைப்பற்றிப் பேசுவதாக ஆவதில்லை. இதன் அர்த்தம் கவிதைக்குச் சமூகப் பயன்பாடு கிடையாது என்பதன்று, கவிதையின் சமூகப் பயன்பாடு அதன் மேற்பரப்பில் நாம் பார்க்கும் பருண்மை நிகழ்வுகளில் தங்கியிருப்பதன்று என்பது.

எந்த ஒரு நிகழ்வும் அல்லது வஸ்துவும் தவிர்க்கவியலாதபடி அதுவரை அதைப்பற்றி மொழியப்பட்டவற்றின் ஞாபகங்களால் நிரப்பப்பட்டதாகவே இருக்கிறது. இதைத்தான் நாம் இங்கே அந்த வஸ்துவின் இறந்த காலம் என்கிறோம். மட்டுமல்லாமல் அந்த வஸ்து அல்லது நிகழ்வு என்னவாக ஆக வேண்டுமென்கிற, பார்க்கிறவனுடைய உத்தேசத்தையும் அது தன்மேல் இருத்திக்கொண்டிருக்கிறது. இதை நாம் அதன் எதிர்காலம் என்று அழைக்கலாம். எனில் கவிஞனுடைய நேர்ப்பார்வையை அந்த நிகழ்வு கடந்து செல்லும் கணத்தில் அஃது அப்படி மொழியப்பட்ட ஞாபகங்களையும் மொழியப்படவிருக்கிற உத்தேசங்களையும் தன் மேலிருந்து உதிர்த்துக்கொள்கிறது. அந்தக் கணத்தில் அது முற்றிலும் ஒரு மனநிலையின் உருவகம் என்று நாம் முன்பு சொன்னதற்குமேல் தர்க்க ரீதியாக

அதற்கு வேறெந்த அர்த்தமும் கிடையாது. கவிதையை நிரப்பியிருக்கும் மொழியலகுகளின் அர்த்தம் என்பது ஒரு சூன்யம் (*void*), அவ்வளவுதான். இதில் முன்பு பார்த்த 'கவிஞனின் எந்திரத்தனம்' எப்படி நிகழ்கிறதென்றால், நிகழ்வு கவிஞனுடைய பார்வையின்முன் நகரும்போது அதன் மீதிருந்து உதிரும் ஞாபகம் அல்லது உத்தேசம் நல்லது நல்லதல்லது என்கிற பாரபட்சத்தைக் கொண்டிருப்பதில்லை, அந்தக் கணத்தில் அவன் கண்களுக்கு இரண்டுமே ஒன்றுதான், கெட்டது என்பதற்காக ஒரு ஞாபகத்தை வெறுத்து ஒதுக்குவதையோ நல்லது என்பதற்காக மற்றொரு ஞாபகத்தை இரக்கத்துடன் கைக்கொள்வதையோ அவன் செய்வதில்லை. அவன் கவிதையில் நிகழ்த்துவது அடையாளங்களற்ற ஒரு தூய நிகழ்காலத்தை. ஒரு புத்தம் புதிய நிகழ்வை. இஃது ஒரு தற்கொலைக்கொப்பான அப்பியாசம். காரணம், நிகழ்காலத்தில் செயல்படும் கவிதை சமூகத்தின் நியாயமான பொதுப் பயன்பாட்டிற்கேகூடத் தேவையற்றதாகவோ எதிரானதாகவோ அமைந்துவிடும் அபாயங்கள் உண்டு. "(போட்டி போட்டுக்கொண்டு அழகாயிருக்கிறார்கள், அம்மாவும் மகளும்" என்று ஒரு கவிதையை எழுதியதற்குப்பிறகு ஒரு பெண்கள் சந்திப்பில் பெண் படைப்பாளிகளால் கவிஞர் விக்கிரமாதித்யன் எப்படிக் கண்டிக்கப்பட்டாரென்பதை நான் நேரிலேயே பார்த்தேன். அவர் அதனைச் சிரித்துக் கொண்டே உள்வாங்கிக்கொண்டிருந்தார். பெண், பெண் சுதந்திரம், பெண்ணின் உடல், அதைச் சுட்டும் நாகரிகம் இவற்றிலெதையேனும் அறியாதவரல்லர் விக்கிரமாதித்யன். ஆனால் கவிதையால் தன்னைக் கடந்து செல்லும் கணத்தைச் சிறைப்பிடிக்கும்போது இதில் எந்தச் சிந்தனையையும் தன் பார்வையைப் பாதிக்க அவர் அனுமதிப்பதில்லை. இந்த 'வெறுமே' பார்க்கும் கவிதையின் குழந்தைமையை அந்தப் பெண் படைப்பாளிகளும் அறிந்திருந்ததால் அவர்களுடைய கண்டிப்பில் வன்மமோ கோபமோ இல்லாதிருந்ததையும் என்னால் காண முடிந்தது. "பசி பசியென்று பரிதவிக்கும் மானிடம்" என்று எழுதிய அதேவிதமான மன எழுச்சியில்தான் 'அம்மா,பெண்' கவிதையும் வந்து விழுகிறது. எனவே கவிதையை அங்கீகரிப்பதிலும் கவிஞனைக் கண்டிப்பதிலுமுள்ள முரண்பாட்டை அவர்கள் பொருட்படுத்தவில்லை).

கவிதையில் செயல்படும் நிகழ்காலம் அதை முற்றிலும் ஓர் உருவகை வடிவமாக மாற்றுகிறது என்பதை இன்னும் சற்று தொடர்ந்து செல்லலாம். ஒரு நிகழ்வைக் கவனித்துக் கொண்டிருக்கும் கவிஞனின் மனநிலையென்பது அந்த நிகழ்வால் உருவாவதில்லை (அல்லது உருவாக வேண்டிய அவசியமில்லை). அதாவது கவிஞனின் கண்முன்னே நிகழும் நிகழ்வினால் அன்று

கவிதைக்கான மனநிலை உருவாவது, மாறாக வேறொரு நிகழ்வு அல்லது சூழல் கவிஞனின் மனதில் உருவாக்கி வைத்திருக்கும் ஓர் ஆயத்த மனநிலையால்தான் (இதை நாம் சுருக்கமாகக் கவி மனம் என்று குறித்துக்கொள்ளலாம்) அவன் கண்முன்னே அந்தக் கணத்தில் நிகழ்ந்துகொண்டிருக்கும் நிகழ்வு அவனுடைய கவிதைக்காகப் பொருட்படுத்தப்படுகிறது அவ்வளவுதான். உதாரணமாகப் பாதையில் பூத்திருக்கும் மலர் ஒருவனை அவன் அதைக் கடந்து செல்லும்போதெல்லாம் நெகிழ்த்தி விடுவதில்லை, எதிர்ப்படும் ஒரு பிச்சைக்கார வயோதிகரோ அல்லது பெண்ணோ எல்லாத் தருணங்களிலும் அவனிடமிருந்து கண்ணீரை வரவழைப்பதில்லை, மழை அதைப் பார்க்கும் தருணங்களிலெல்லாம் பரவசத்தைத் தருவதில்லை. ஆனால் கவி மனதால் அவை கவனிக்கப்படும் கணத்தில் எழுச்சி கொண்ட படிமங்களாகக் கவிதையில் பதிவாகிவிடுகின்றன. இதில் அவனுடைய மனநிலையை உருவாக்கிய நிகழ்வுக்கும் அந்த மனநிலையின் வழியே பார்க்கப்படும் நிகழ்வுக்கும் சம்பந்தம் இருக்கவேண்டிய அவசியமில்லையென்பதுதான் கவிதையென்கிற ஒரு தனிப்பட்ட வகைமையை எழுத்திலக்கியத்தில் சாதிக்கும் ஆதார அம்சமாக இருக்கிறது. மேலும் நிகழ்காலம் என்பது இங்கேதான் கவிதை வாசிப்பின் சிக்கலென்று பிரபலமாகப் பேசப்படும் புரியாமை என்கிற பிரச்சனையையும் கொண்டுவந்து சேர்க்கிறது. ஒரு குறிப்பிட்ட மனநிலை உருவாக்கத்தில் ஒருவனைச் சுற்றிலும் அந்தக் கணத்தில் நிகழும் அல்லது வெறுமே நிற்கும் ஒன்றுக்கொன்று தொடர்பற்ற சேதன, அசேதனப் பொருள்கள் அனைத்தும் பங்கு பெறுகின்றன. ஒரு துக்க நிகழ்வின் நடுவில் அமர்ந்திருப்பவனுடைய கவனத்தில் சுவரில் தொங்கும் நாட்காட்டியில் வரையப்பட்டிருக்கும் ஒரு மிக்கி மவுஸின் சிரிப்பு அவனுடைய விதியை முன்பே தெரிந்துகொண்ட கடவுளின் கபடச் சிரிப்பாகத் தோன்றக்கூடும். அவன் முன்னே நீட்டப்படும் காபியில் ஒரு தேக்கரண்டி சர்க்கரை குறைவாக இருப்பது அவனுடைய எதிர்கால வறட்சியின் முன்னறிவிப்பாகப் படக்கூடும். இப்படியாக ஒன்றுக்கொன்று சம்பந்தப்படத் தேவையற்ற பலப்பல அம்சங்களை இணைத்துக்கொண்டு உருவாகும் ஒரு கூட்டு மனநிலையின் வழியே கவிஞன் தன் கவிதைக்கான நிகழ்வைக் கண்ணுறும்போது, அந்த நிகழ்வு ஓர் உருவகம் என்பதால், அவனைச் சுற்றி அந்தக் கணத்தில் பிரசன்னமாகியிருக்கும் தொடர்பற்ற வஸ்துக்களையும் தனக்குள் இழுத்துக்கொண்டு வந்துவிடுகிறது. இவை இப்படி இடம்பெற ஒரே காரணம் அந்த மனநிலை செயல்பட்டுக்கொண்டிருக்கையில் அவை தற்செயலாக அங்கே இருந்தன என்பதைத் தவிர வேறெதுவுமில்லை. ஆக கவிதைக்கும் அவற்றில் இடம்பெறும்

படிமங்களுக்குமான தொடர்பு முற்றிலும் தற்செயலானது என்பது கவிதை வாசிப்பில் ஓர் அடிப்படை அறிதல் (மொழியியல் இதைக் குறிகளின் இடுகுறித்தன்மை என்கிற பதத்தால் குறிக்கும்).

இன்னொரு அம்சம் என்னவென்றால் இப்படி இடம் பெறும் படிமங்களின் தன்மையுமேகூட கவிதையின் மனநிலையுடன் ஒத்துப்போக வேண்டிய அவசியமற்றதாகவும் இருக்கிறது. உதாரணமாகத் துயரத்தால் கனத்துத்தொங்கும் ஒரு இதயத்தின் வலி ஒருவேளை ஒரு பறவையின் பெயரால் உருவகப்படுத்தப்படலாம். கவனியுங்கள், பறவையின் பெயரால் என்று சொல்லப்படுகிறதேயன்றி பறவையால் என்றன்று. அதாவது பறத்தல் என்கிற பறவையின் தன்மையுமேகூட கவிதையில் உருவகமாக ஆக வேண்டிய அவசியமில்லை. செங்கால் நாராய் என்று ஒரு கவிதையை சங்கத் தலைவி துவங்குகிறாளென்றால் அவள் உண்மையில் விளிப்பது ஒரு பறவையை அன்று, நாராய் என்கிற ஒரு பெயரைத்தான் என்பது புரிந்துகொள்வதற்குச் சற்று கடினமான பார்வைதான். ஆனால் இதைப் புரிந்துகொண்டாலன்றி பிரம்மராஜனின் கவிதைகளில் சிதறிக் கிடக்கும் படிமங்கள் எப்படிக் கவிதையின் மனநிலையால் இணைக்கப்பட்டிருக்கின்றன என்பதைப் புரிந்துகொள்ள முடியாது. ஒரு நல்ல கவிதையின் படிமங்கள் அவற்றின் தன்மையாலன்று, அவற்றின் இடத்தால்தான் பிரதிப் பரப்பில் அவற்றிற்குரிய (தற்காலிக) அர்த்தத்தைப் பெறுகின்றன. கவிதையில் இப்படி இடம்பெறும் படிமங்கள் தூலமாகக் கவிஞனின் கண்முன் இருக்க/நிகழ வேண்டிய அவசியமுமில்லை, அவன் யார் மூலமோ கேள்விப்பட்ட புராணிகம், எப்படியோ பார்த்த காட்சி, எதனாலோ அனுபவித்த வலி, எதிலோ ரசித்த இசை என்று எது வேண்டுமானாலும் அந்தக் கவிதையில் தற்காலிக இருப்பு என்னும் ஒப்பந்தத்துடன் இடம்பெற முடியும். கவிதை என்னும் வடிவம் அதை அனுமதிக்கிறது. கவிதை என்பது ஒரு நிகழ்வின்/அனுபவத்தின் விவரிப்பு என்கிற பார்வையாடு ஆதைப் புரிந்துகொள்ள முனையும் வாசகர் இந்தச் சம்பந்தமில்லாத படிமங்களைக் கண்டு இதற்கும் அதற்கும் என்ன சம்பந்தம், இங்கே ஏன் இது இடம் பெறுகிறது என்று குழம்பிவிடுகிறார். கவிதை புரியமாட்டேனென்கிறது என்றோ கவிஞன் அகம்பாவம் பிடித்தவனென்றோ தன் புத்திசாலித்தனத்தைக் காட்டுவதற்காகத் தகவல்களைக் கொட்டி நிரப்புகிறானென்றோ சொல்லி அங்கலாய்த்துக்கொண்டு கவிதையென்னும் வடிவத்திற்கேயான பிரத்யேக அனுபவத்தைப் பெறத் தவறிவிடுகிறார். "தேனருவி பார்த்தவன் திரும்பி வர முடியுமா" என்னும் விக்கிரமாதித்யனின் கவிதை வரிகளைப் படித்துவிட்டுத் தேனருவியின் முன் போய் நின்றால் ஒரே பீக்காடு. சத்தம். சண்டை. அசுத்தம். வறட்சி.

வியாபார ஓலம். திரும்பி வர விரும்பாத ஒரு மனநிலையைத்தான் அவர் கவிதையில் சொல்கிறாரென்பதையும் தேனருவி அதைச் சொல்ல அப்போதைக்குக் கிடைத்த ஒரு தற்செயலான படிமம் என்பதையும் அந்தக் கவிதையொன்றும் தேனருவிக்கான விளம்பரப் பிரதியன்று என்பதையும் தெரிந்துகொள்ள எனக்குப் பல காலம் பிடித்தது. படிப்பினை: கவிஞன் சொல்கிறானேயென்று கவிதை காட்டுவதை நம்புவது என்பது மண் குதிரையை நம்பி ஆற்றில் இறங்குவதைப் போல.

(இங்கே ஒரு சிறு தனிச் சிந்தனை: தொடர்புகளைப்பற்றிய பிரக்ஞையற்ற, மிகவும் அந்தரங்கமான, படிமங்களால் கவிதை கட்டப்படுகிறது என்பதால்தான் மன அலசல் ஆய்வுகளுக்குக் கவிதை மிகவும் காத்திரமான கருவியாகப் பயன்படுகிறது என்பார்கள். ஆனால் கவிதையை முன்வைத்து கவிஞன் குறித்த மன அலசல் ஆய்வுகளை மேற்கொள்ள முடியுமா என்பது பெரும் சந்தேகத்திற்குரிய ஒன்றுதான். ஏனெனில் மன அலசல் ஆய்வுகள் குறிப்பிட்ட ஒரு மனநிலை எத்தனை காலம் நீடிக்கிறது என்பதைக் கொண்டுதான் ஆய்விற்குள்ளாகுபவரின் செயல்பாட்டைக் கணிக்க முயல்கிறது. ஆனால் கவிதையில் செயல்படும் கவிஞனின் மனநிலை முற்றிலும் தற்செயலானது. கண நேரம் மட்டுமே அந்தப் புள்ளியில் தங்கியிருக்கக்கூடியது. அதை மொழிப்படுத்தும் செயலில் கவிஞன் இறங்கும்போது அந்த மனநிலையை நடிக்கும் செயலைத்தான் அவன் செய்கிறானேயன்றித் திரும்ப அந்த மனநிலைக்கு அவன் செல்வதில்லை. அதாவது மொழிக்கு முந்தைய ஓர் இருப்பை மொழிக்குள் கடத்துவதற்குப் பிரக்ஞைபூர்வமான செயல்பாடொன்றில்தான் அவன் ஈடுபடுகிறான். அதே சமயத்தில் தான் எழுதுவது ஒரு மனநிலையை மட்டும்தான், அதாவது மௌனத்தைத்தான், என்பதால் எழுதுவதன் மூலமாகவே மொழியை உதாசீனப்படுத்தும் வேலையையும் செய்கிறான். கவிஞனின் இந்தச் செயலால்தான் வேறெந்த இலக்கிய வடிவத்தையும்விட கவிதை அமைப்பியல் ஆய்வுகளுக்கு மிக உகந்த ஆய்வுப் பொருளாயும் உள்ளே உறைந்திருக்கும் அரசியல் அர்த்தங்களை வெளிக்கொணர வசதியான ஒரு திறந்த பிரதியாயும் இருக்கிறது. பெருந்தேவியின் கவிதையொன்றில் 'ஈஷிக்கொண்டு' என்கிற வார்த்தையை முன்வைத்துச் சாதி மனநிலை குறித்த விவாதம் நடைபெற்றது வாசகர்களுக்கு நினைவிருக்கலாம். பெருந்தேவி நினைத்திருந்தால் அந்த வார்த்தையை நீக்கிவிட்டேகூட கவிதையைப் பதிப்பித்திருக்க முடியும். ஆனால் அந்த மனநிலையை அந்த வார்த்தைதான் பிரதிநிதித்துவப்படுத்தும் என்று அவருடைய கவி மனம் முடிவு செய்யும்போது ஒன்று அதை எழுதாமல் தப்பித்துக்கொள்ள வேண்டும் அல்லது எழுதிக் குத்துப்பட வேண்டும் என்கிற

இரண்டு நிலைப்பாடுகளில் ஒன்றைத்தான் அது தேர்வு செய்யுமே தவிர வேறு ஒரு வார்த்தையால் அதை இட்டு நிரப்பித் தன் பொருட்டாகக் கவிதையைக் கொல்ல முன்வராது (அதனால்தான் முன்பே சொன்னோம், கவிதை எழுதுவது என்பது சுயசாவை நிகழ்த்திக்கொள்வதற்குச் சமமானது என்று).

கவிதையின் நிகழ்காலம் குறுகியது என்பதாலும் மொழிக்கு முந்தைய நிலையில் இருப்பது என்பதாலும் (மனநிலையென்பதே ஒரு கூட்டு மொழியின் தடம்தான் என்னும் மொழியியல் பார்வையை அங்கீகரித்துக்கொண்டேதான் இது சொல்லப்படுகிறது, அது வேறு தளங்கள் பற்றிய புரிதலுக்கான துவக்கப்புள்ளி. இங்கே நம் அக்கறை வேறு) மரபான அர்த்தங்களைக் களைந்தது என்பதாலும் (இதில் மிகச் சமீபத்திய புரட்சிகரமான பொருள்கோடல்களும்கூட அடங்கும்தான்) தீவிரமான மனவெழுச்சி சார்ந்ததென்பதாலும் இந்த நிகழ்காலத்தை மொழிவயப்பட்ட பிரதியில் சிறைப்பிடிப்பதற்கு அதீதமான சவால்களைக் கவிஞன் எதிர்கொள்ள வேண்டியிருக்கிறது. முதலாவதாக ஒரு மனநிலை கவிதையாக உருவாகும் தருணம், அதற்கான சூழல், அதன் உருவகமாகப் பிரதியில் விரியும் பௌதீக நிகழ்வு என்று இவை யாவுமே யதார்த்தம், யதார்த்தம், யதார்த்தமேயன்றி வேறில்லையென்பதை அவன் நினைவில் வைத்துக்கொள்ள வேண்டியிருக்கிறது. இலக்கிய வடிவங்களில் கவிதை மட்டுமே யதார்த்தத்தோடு நெருங்கிய தொடர்புடையதாக இருக்கிறது. ஏனெனில் கவிதைக்கு ஆதாரமான மனநிலை என்பது தன்னுடைய கட்டுப்பாட்டிற்கு வெளியேயான ஒரு சமூக யதார்த்த நிகழ்வால் உருவாவதே தவிர தானாக உருவாவதன்று. கவிதையில் வெளிப்படும் வியப்பு, துக்கம், மகிழ்ச்சி, பகடி, கோபம் என்று எந்த உணர்வாக இருந்தாலும் அவை யதார்த்த நிகழ்வுகளோடு சொந்தம் கொண்டவையே. அவற்றாலடையும் பாதிப்புகளைத்தான் கவிஞன் மொழியில் சொல்ல விழைகிறான். கவிதையாக்கம் சந்திக்கும் சவாலென்னவென்றால் இப்படி உருவாகும் மனநிலையை எழுத்தில் பதிவு செய்யத் துவங்கும் முதல் கணத்திலேயே கவிஞன் அந்த மனநிலையிலிருந்து விலகிச் செல்லத் துவங்கிவிடுகிறான் என்பதுதான். நினைவுகளில் வீரியம் குன்றாததாக நீடிக்கும் கவிதை எழுதத் துவங்கியவுடன் திரிபடையத் துவங்கிவிடுகிறது. காரணம் மொழி என்பது பயன்பாடு சார்ந்த அதன் இயல்பில் இயற்கையாகவே தர்க்க குணமும் தொடர்பு கொள்ளும் வேட்கையும் கொண்டது என்பதுதான். எனவே கவிதையானது மொழிக்கு முந்தின நிலையில் நீடிக்கும்வரை ஒன்றுக்கொன்று தொடர்புடையதாகத் தோன்றும் பலதரப்பட்ட படிமங்கள் மொழிவயப்படத் தொடங்குகையில் ஆதார அனுபவத்திலிருந்து விலகிவிட்டிருக்கும் கவிஞன்

வாசகனுடைய மனநிலைக்கு மாறி அவை தங்களுக்குள்ளும் சமூக வெளிக்குள்ளும் கொண்டிருக்கும் தொடர்பின்மையைக் கண்டு குழம்பவும் எழுதத் தயங்கவும் தொடங்கிவிடுகிறான். இங்கே நாம் முன்பு சொன்னதைப்போல தற்கொலைக்குத் தயாரான படைப்பாளியாக இருந்தால் மொழியின் பலவந்தத்தைப் புறந்தள்ளிவிட்டுக் கவிதையை அதன் அசல் படிமங்களாலும் சொல்லாடல்களாலும் எழுதிப் ‘புரியவில்லை’, ‘சாதி அரசியல்’, ‘அறிவின் வன்முறை’ இன்னபிற கண்டனங்களை வாங்கிக் கட்டிக்கொள்கிறான். இவற்றை எழுதும் விருப்பமும் அதே சமயத்தில் படைப்பு மனவெழுச்சியை வாசகத் தளத்திற்கு மொழியால் நகர்த்த முடியாத பலவீனமும் அப்படியே கொடுப்பதில் எதிர்கொள்ளக்கூடிய ஆபத்துகள் குறித்த அச்சமும் கொள்பவன் வேறு வழிகளைக் கையாள்கிறான்: அவற்றில் ஒன்று, தொடர்பும் மரபான பொருண்மையும் அற்ற படிமங்களினூடே சில உதிரிச் சொல்லாடல்களைப் புகுத்திக் கவிதைக்குள் ஒரு தர்க்க ரீதியான இணைப்பை உண்டாக்கி அதை ஒரு சிறிய கதையாடலாக மாற்றுவது. இன்னொன்று, படிமங்களின் தொடர்பின்மையைச் சாதகமாகப் பயன்படுத்தி அவற்றை இயல்முரண் அனுபவமாகச் *(fantasy experience)* சிருஷ்டித்துவிடுவது.

இங்கே சில கேள்விகள்: கவிதைக்கான ஆதார மனநிலை யதார்த்தத்திலிருந்து பெறப்படுவதாகவே இருக்கட்டும், ஆனால் வெளிப்பாடும் அப்படியே இருக்கவேண்டும் என்று என்ன அவசியம்? ஏன் கவிதை ஒரு புனைவு வடிவத்திலோ இயல்முரண் நவிற்சி கொண்டதாகவோ இருக்கக் கூடாது? அது மட்டுமல்லாமல், கவிதை ஏன் எப்போதும் மனநிலையைச் சொல்வதாகவே இருக்க வேண்டும்? அது ஏன் ஒரு செய்தியைச் சொல்லக் கூடாது, அஃது ஏன் நேரடியாக அதில் இடம்பெறும் நிகழ்வையே குறிப்பதாக இருக்கக்கூடாது? பதில்: ஏனென்றால் இவை யாவும் கவிதையென்கிற இலக்கிய வகைமையை வடிவமைக்கிற அதன் பிரத்யேக லட்சணங்களாயிருக்கின்றன. இப்படிச் சொல்லிப் பார்க்கலாம்: பிரபஞ்சத்தின் புதிர்களை மனிதன் பலதரப்பட்ட வழிகளில் தொட முயற்சிக்கிறான். தரவுகள், தடயங்கள் மற்றும் பிரத்யட்சக் காட்சிகளின் வழியே அதைத் துலக்கமாக அறிந்துகொள்வது ஒரு வழி. காணும் காட்சிகளோடு காணும் விருப்பத்தையும் இணைத்துக் கற்பனைகளின் வழியே அதைத் தன் வசப்படுத்திக்கொள்வது இன்னொரு வழி. இஃது இரண்டு வழிகளிலுமல்லாமல் பொருளுக்கும் அதன் பொருண்மைக்குமிடையேயான தொடர்பில் இயற்கையாகவே இருக்கும் தற்காலிகத் தன்மையை முன்னிறுத்திப் பொருளின் பருண்மைப் பொருளை நீக்கிவிட்டு அதன் தொனியை உணர்தல்

என்பது மூன்றாவது வழி. கவிதை இந்த மூன்றாவது வழியின் ஊடகமாகச் செயல்படுகிறது என்று சொல்லிக்கொள்ள முடியும். எனவே உணர்வாலல்லாது அறிவாலோ கற்பனையாலோ ஒரு பிரதி படைக்கப்படும்போது அது தருவது கவிதையியல் சார்ந்த அனுபவம் ஆகுமா என்பதுதான் பிரச்சனை. அறிவு வியாசங்களில் செயல்படுகிறது. அது முற்றிலும் எதிர்காலம் சார்ந்த எழுத்து முறை. புனைவு இறந்த காலத்தோடு நேர்மறையாகவும் எதிர்மறையாகவும் உறவாடுகிறது, அதை ஏற்கும் அல்லது மறுக்கும் தர்க்க வாதங்களை முன்வைக்கிறது, அந்த வாதங்களைப் பிரதிநிதித்துவப்படுத்தும் பாத்திரங்களை உருவாக்குகிறது, அந்தப் பாத்திரங்களை வெறும் பெயர்ச் சொல்லாக மட்டுமே பார்க்கும் கவிதையின் செயல்பாட்டிற்குப் பதிலாக அவற்றுக்கு ரத்தமும் சதையும் கொடுத்து உயிர்பெற்றெழச் செய்கிறது, இந்த உருவாக்கம் அவர்களிடமிருந்து கவிதையின் முக்கிய அம்சமான தற்செயல் என்பதைப் பிடுங்கித் தொடர்ச்சியை உருவாக்குகிறது.

இன்று கவிதை மொழி சிறு குழுவினராக இருந்த தீவிர இலக்கியப் படைப்பாளிகளிடமிருந்து நகர்ந்து வெகுஜனப் பரப்பிற்குள் நுழைந்திருக்கிறது. இஃது ஒவ்வொரு காலக்கட்டத்திலும் இயல்பாகவே நிகழக்கூடியதுதான். புதுக்கவிதை வடிவமே இப்படியான நகர்வைக் கொண்டதுதான். இடைநிலை இதழ்களின் தாக்கம் இன்று இதை இன்னும் சற்று வேகமாகச் செய்திருக்கிறது. இப்படிக் கவிதைமொழி வெகுஜனவயப்பட்டபின் தீவிர இலக்கியப் பரப்பில் தோன்றும் ஒரு வெற்றிடம் கறாரான அடிப்படைக் குணங்களும் புதிய மொழியும் கொண்ட வகை மாதிரிகளால் நிரப்பப்பட வேண்டிய அவசியம் இருக்கிறது. ஒரு வெகுஜன இதழில் வெளிவரும் கவிதையிலிருந்து தீவிர இதழின் கவிதையை வேறுபடுத்தும் தேவை இருக்கிறது. வெகுஜன வாசிப்பிற்கும் முகநூல் நேயர்களின் வாசிப்பிற்கும் கவிதை தடையின்றிப் புரிபடுவது அந்த வடிவம் ஜனநாயகப்படுத்தப்பட்டுவிட்டது என்பதை மட்டுமே குறிக்க வேண்டிய அவசியமில்லை. கவிதையின் சவால்களைப் பக்கவழிகளில் கடந்து புனைவுகளையும் சிந்தனைகளையும் கவிதையாகக் காட்டி அதன் வடிவத்தை நீர்த்துப்போகச் செய்வதனாலும் அது நிகழலாம். எனவே புதிய வடிவங்களைச் சோதனை செய்யும் கவிஞன் தான் எழுதுவது உண்மையிலேயே கவிதையியல் சார்ந்ததுதானா என்றும் பிரதியில் செயல்படுவது கவிமனம்தானா என்றும் தன்னைத்தானே கேட்டுக்கொள்வதும் முன்னெப்போதையும்விட இப்போது மிக அவசியமாயிருக்கிறது.

2014

'பயனற்ற கண்ணீர்' – செவ்வியல் அன்பு

சிவகாமி கவிதைகளின் படிமங்கள் வாசகருக்கு ஏற்கெனவே பலமுறை பழகியவை என்பதைவிட அதிகமாக இவற்றில் பயின்றுவரும் சொல்லாடல்கள் பெரும்பாலும் செவ்வியல் தன்மை கொண்டவை என்பது முக்கியமாகக் கவனிக்கத்தக்கது:

"வேட்டை முடித்திருப்பினும், புலிமுன் புள்ளிமான் ஓய்வெடுப்பதில்லை" (ஒளிந்திருக்கும் ஆசை).

"பச்சைப் பட்டுடுத்தியும், நீலமாயிருக்கிறதிந்த பூமி" (மர்மச் செய்திகள்).

"உண்ணத் தகுந்த நிறத்தில், உடல் நனைக்கும் சாறு மிகுந்து, எடுத்துப் புசிக்கும் இச்சை கிளர்த்தி, கவனம் கொய்கிறது" (பழக்கம்).

"பிழையின்றிச் செய்தலே, பெரும் யாகமென வாழ்ந்தவர் பின்பற்றி, இட்ட அடி கொப்பளிக்க எடுத்த அடி நோகாது, வினாவுடனே வினையாற்றலும் தரும், தகுந்ததுதான்" (வினாவுடன் வினை).

"தன்னைத் தானேயும், ஒளிக்குடும்ப நாயகியையும், சுற்றிவரும் கிரகங்கள், சொல்லும் செய்தியென்ன" (மர்ம செய்திகள்).

மெலிதான சந்த அமைப்பைத் தன்னுள் கொண்ட, தமிழ் நவீனச் சிந்தனை மரபில் அறுபதுகள்வரையில் புழக்கத்திலிருந்த, இவ்வகைச் சொல்லாடல்கள் இன்று கவிதையாக்கத்தில்

ஈடுபடுபவர்களால் பெரும்பாலும் பயன்படுத்தப்படுவதில்லை. பயன்படுத்தப்படுவதில்லை என்று சொல்வதைவிட தவிர்க்கப் படுகின்றன என்று சொல்வது சரியாக இருக்கும். ஏன் அவை தவிர்க்கப்படுகின்றன என்கிற கேள்வி, ஏன் சிவகாமி கவிதைகளில் அந்தத் தவிர்க்கப்பட்ட தளம் சரளமாகப் புழங்குகிறது என்பதற்கான பதிலுக்கும் நம்மை இட்டுச் செல்லக்கூடும்.

அறுபதுகளில் எழுத்து இதழின் மூலமாகப் புதுக்கவிதை ஓர் இயக்கமாக உருப்பெற்றபோது அது, அதுவரையில் கவிதைப் பிரதிகளில் புழக்கத்திலிருந்த, இலட்சியப் பார்வையையும், இசைத் தன்மையையும் தன்னியல்பாய்க் கொண்ட செவ்வியல் தன்மையிதான சொல்லாடல்களை உதறிவிட்டு யதார்த்தச் சித்தரிப்பும், யாப்பு உருவாக்கும் 'இசை'க்குப் பதிலாக 'இசைமை'யைப் பண்பாகக்கொண்ட புழக்கச் சொல்லாடல்களைக் கையிலெடுத்தது. செவ்வியல் சொல்லாடல்கள் சங்கம் முதல் பாரதிதாசன் வரையிலான கவிதைப் பிரதிகளின் அழுத்தமான ஞாபகத் தடங்களைத் தங்களுக்குள் கொண்டிருப்பதால் அவை உச்சரிக்கப்பட்ட கணத்திலேயே கவிதை என்கிற மாயையை வாசக மனதிற்குள் விரித்துவிடுகிறது என்பதாயும், பிரதிக்குள் செயல்படும் கவிதையை அல்லது கவிதையின்மையைக் கண்டுபிடிக்கும் வழியில் இந்த மாயை ஓர் இடையூறாக நிற்கக்கூடுமென்பதாயும் இவை பார்க்கப்பட்டன. சுருக்கமாகச் சொல்லப்போனால், செவ்வியல் சொல்லாடல்கள் புழங்கும் ஒரு பிரதி வாசகர் அதனுள் நுழைவதற்கு முன்பாகவே அது கவிதை என்கிற முன்னனுமானத்தை ஏற்படுத்திவிடுகிறது. எனவே கவிதைப் பரப்பிலிருந்து இந்தச் செவ்வியல் ஞாபகத்தை அகற்றிவிட்டுப் புதிய வாசிப்பு அனுபவங்களை நோக்கி வாசகரைக் கொண்டு செல்வது என்பது புதுக்கவிதை இயக்கத்தின் குறிக்கோளாய் இருந்தது.

அதே நேரத்தில் வாசகரைச் செவ்வியல் நினைவுகளிலிருந்து நழுவிச் சென்றுவிடாமல் அதனுள்ளேயே தொடர்ந்து இருத்தி வைத்தாகவேண்டிய அவசியம் திராவிட இயக்கத்திற்கு இருந்தது. அஃது இன அடையாளம் சார்ந்த கலைப் பாணியை அரசியல் செயல்பாடுகளுக்கான இன்றியமையாத நுழைவாயிலாகக் கருதியது. எனவே தன் குரலைப் பெருமைமிகு திராவிட மூதாதையர்களுடைய ஆவிகளின் குரலாக மக்களின் மனதில் கட்டமைக்கும் கருவியெனச் செவ்வியல் மொழியை அது கைக்கொண்டது. அதையே ஒடுக்கப்பட்டோருக்குரிய இலக்கிய மாகப் பரப்பவும் முயன்றது. அதன் விளைவாக எழுபதுகளில் மொழியின் செயல்பாடு இரண்டாகப் பிளந்தது. ஒன்று

படைப்பாக்கச் செயல்பாடு என்கிற தனித்த அனுபவத்திற்கானது, மற்றொன்று அதிகாரத்திற்கான களச் செயல்பாடு என்கிற அடிப்படையில் மக்கள் திரளுக்கானது. இவற்றை நாம் ஒரு வசதிக்காக இலக்கியத் தமிழ் என்றும் இயக்கத் தமிழ் என்றும் குறித்துக்கொள்வோம். இந்த இரண்டு தமிழ்களும் தங்களுடைய பயன்பாட்டு நோக்கத்தை முன்னிறுத்திச் சில எதிரெதிர் பண்புகளைக் கொண்டிருந்தன: இயக்கத் தமிழ் உரைநடையிலும்கூட யாப்பு அடிப்படையைக் கொண்டிருந்தது (இதை அடுக்குமொழி என்று அழைத்தார்கள்), சிந்தனையை அல்லாது செயலையே அனுபவமாக்கும் சொல்லாடல் அமைப்பு இந்தத் தமிழை உருவாக்கியது, இதே காரணத்தால் இந்தப் பிரதிகளின் குரலைத் தனிக் குரலாக அல்லாமல் கூட்டுக் குரலாய் உணரும்படி கட்டமைக்கப்படவேண்டிய அவசியமும் இருந்தது. இதற்கு மாறாக இலக்கியத் தமிழோ பொதுத் தளத்திலிருந்து விலகி இயங்கும் புத்திஜீவிகளின் பரிசோதனை முயற்சிகளுக்கானதாக இயங்கியது, யாப்பு உள்வயமாக்கப்பட்டது, இலக்கியம் என்கிற ஏட்டுத்துறை சார்ந்த அனுபவம் ஏனைய கலைத்துறைகளான ஓவியம், இசை, நடனம் போன்ற பிற கலைகள் தரும் அனுபவத்துடன் இணைக்கப்பட்டது, வகை மாதிரியாக அமையும், தனித்த, பலதரப்பட்ட, அனுபவங்களும் சிந்தனைகளுமே இலக்கியத்தின் பிரதான நோக்கமாகக் கொள்ளப்பட்டது, இதனால் அரசியல் தன்மையற்ற குரலாய் வெளிப்படுவது இவ்வகைப் பிரதிகளின் இயல்பாய் ஆயிற்று. இயக்கத் தமிழ் தன்னைத் தமிழ்மொழி பேசுகிற, இனம் சார்ந்த, பிரதேசப் பின்புலத்தைக் கொண்டதாக அறிவித்துக்கொள்ள, இலக்கியத்தமிழ் மனிதன் என்கிற மேம்பட்ட உயிரியின் அனுபவக் குறிக்கோளை முன்னிறுத்தித் தன்னை உலகளாவிய பின்புலம் கொண்டதாக அடையாளப்படுத்திக்கொண்டது. இரண்டுமே தாங்கள் குறிவைத்த வாசகர் பரப்பில் கணிசமான அளவிற்கு வெற்றிகரமான தாக்கத்தை ஏற்படுத்தின.

இயக்கத்தமிழ் அதிகாரத்தைக் கைப்பற்றியது அறுபது களின் பின்பகுதியில்தானென்றாலும் அதற்கான மொழிக் கட்டமைப்பைப் பரீட்சார்த்தமாக உருவாக்கி வளர்த்தெடுக்கும் பணி ஐம்பதுகளிலேயே துவங்கிவிட்டது என்பதால் (குறிப்பாகப் பேச்சு மொழியில் கட்டமைக்கப்பட்ட சமூக இயக்கம் என்பதிலிருந்து பிரிந்து அரசியல் இயக்கமாக அது வெளிப்பட்டபோது) அறுபதுகள் முழுவதையும் இந்தத் தமிழுக்கான காலமாக எடுத்துக்கொண்டு ஓர் ஐம்பது வருட காலக்கட்ட வரலாற்றை நாம் உருவாக்க முடியும். இந்த ஐம்பது வருடங்களில் பெரும் மாற்றங்கள் எதையும் பெற்றுவிடாமல்

இயக்கத் தமிழால் தன் தனித்தன்மையைக் காப்பாற்றிக்கொண்டே வர முடிந்திருக்கிறது. ஆனால் இதற்கு இணையாக எழுந்த இலக்கியத் தமிழுக்கு அது சாத்தியப்படவில்லை. அது முப்பதே வருடங்களில் மீண்டும் ஒரு மாற்றத்தைச் சந்தித்துத் தன்னைப் பரிசோதனைகளுக்கு உட்படுத்திக்கொள்ளும் நிலைக்கு ஆளானது. அனுபவத்தையும் சிந்தனையையும் முன்னிறுத்தும் அதன் போக்கே இந்த மாற்றங்களை உள்வாங்கும் திறனையும் மாறும் கட்டாயத்தையும் அதற்கு வழங்குவதாயுமிருந்தது.

இலக்கியத் தமிழ் என்றொரு, இயக்கம் மற்றும் அரசியல் சார்பற்ற, தனிமனித அனுபவவாத வகைமாதிரி உருவாக்கப்பட்டு இருபது வருடங்களுக்குப் பிறகு, எண்பதுகளில் அமைப்பியலும் அதைத் தொடர்ந்து மொழியியல் சிந்தனைகளும் தமிழில் அறிமுகப்படுத்தப்பட்டபோது அவை அதுவரை இலக்கியத் தமிழை இயக்கி வந்த கோட்பாட்டு ரீதியான பார்வைகளின்மீது பலத்த தாக்குதலை நிகழ்த்தின. "தனிமனித அனுபவம் என்பதே பிரதிகளில் கிடையாது, அதுபோல தோன்றுவதெல்லாம் படைப்பாளியின் நனவிலியில் புதையுண்டிருக்கும் கூட்டுக் குரல்களின் ஒருமித்த வெளிப்பாடுதான், படைப்பாளி எதைச் சொன்னாலும் இந்தக் குரல்களின் சார்பாக நின்றுதான் அதைச் சொல்கிறார், அந்த வகையில், எழுதப்படும் ஒவ்வொரு பிரதியுமே, அவை பொதுவான வாசிப்பிற்கானதாகத் தோற்றம் கொண்டிருந்தாலும், ஏதோவொரு பிரத்யேகமான மக்கள் திரளைக் குறிவைத்து, அவர்களுக்குள் நிகழ்த்தப்படும் பரிபாஷையாகத்தான் எழுதப்படுகின்றன, இதை வெளிப்படுத்த அவற்றைக் கட்டுடைத்துப் பார்க்க வேண்டியிருக்கிறது" என்றன அவை. சுருக்கமாகச் சொல்லப்போனால், மக்களைத் திரட்டும் நோக்கமோ, அதிகார முனைப்போ, இவற்றுக்கான அரசியலோ அற்ற பிரதியென்பதே கிடையாது, அரசியலற்ற குரல் என்பதே ஓர் அரசியல் குரல்தான் என்று தடாலடியாக அறிவித்தது அமைப்பியல். இஃது அதுவரையில் தனிமனித அனுபவத்தின்மீது நிலைகொண்டிருந்த இலக்கியத் தமிழ் சார்ந்த படைப்புகளை மீள்பார்வை செய்யவேண்டிய நிர்பந்தத்தை வாசகரிடமும் விமர்சகர்களிடமும் உருவாக்கியது. இலக்கியத் தமிழும் ஒருவகையில் இயக்கத் தமிழ்தான், அதுவும் அதிகாரத்திற்கான விழைவைத்தான் கொண்டிருக்கிறது, ஆனால் ஏற்கெனவே செவ்வியல் தன்மையதாக இயங்கிக்கொண்டிருக்கும், கட்சி சார்ந்த, இயக்கத் தமிழைப்போல அது செய்தியில் செயல்படாமல் அதன் அழகியலில், மறைபொருளாகச் செயல்படுகிறது, மொழியின் தன்மையே அதுதான் என்பதால் அது வேறு வகையில் இயங்கவும் முடியாது, காரணம், நாம் இதுவரை நம்பி

வந்திருப்பதைப்போல மொழி என்பது செய்தியைக் கடத்தும் ஊடகமன்று, மாறாக மொழியேதான் செய்தி என்பதாகப் படைப்பாக்கத்தின் அரசியல் தர்க்கபூர்வமான வாதங்களுடன் நிரூபிக்கப்பட்டது.

பிரச்சாரம் என்பது இலக்கியத்தின் பிரிக்க முடியாத அம்சம் என்பதுவும் அதைப் பிரதியின் அழகியல் மூலமாகவே சப்தமின்றிச் சாதிக்க முடியும் என்பதுவும் எண்பதுகளில் நிரூபணமானது. இந்நிரூபணம் அப்போது எழும்பிக்கொண்டிருந்த தலித் மற்றும் பெண்ணியச் சிந்தனைகள் சார்ந்த படைப்புகள் புதிய உத்வேகத்தோடு வெளிப்பட உதவியது. அவர்கள் தங்களுடைய அரசியலைச் சொல்ல, தங்களுடைய அழகியலையே தேர்ந்துகொள்ளும் ஓர்மை கொண்டவர்களாயும் அதன் பொருட்டாகத் தங்களுடைய கலை வரலாற்றின் வேர்களைத் தேடும் தவிர்க்கவியலாத வேட்கை கொண்டவர்களாயும் தங்களை உணர்ந்தார்கள். பின்நவீனத்துவம் இவ்விதத்தில் விமர்சனங்களுடனும் பிரக்ஞையுடனும் பழமையை நடித்துக் காட்டும் (மைம்) காலக்கட்டமாக ஆனது.

இப்படியானதொரு நீண்ட சரித்திரப் பின்னணியில் சிவகாமியின் கவிதைகளில் செயற்படும், அறுபதுகளில் அரசியல் கட்சிகளுக்குத் தாரைவார்க்கப்பட்ட, செவ்வியல் தன்மை கொண்ட, மொழி வடிவத்தை இருத்திப் பார்க்கத் தவறுவோமென்றால் அவற்றை நீர்த்துப்போன, ஆரவாரமிக்க, பழகிய மொழியிலமைந்த பழைய கவிதைகள் என்கிற கூற்றுடன் நாம் மிக எளிதாகக் கடந்துவிட நேரிடும். ஏனெனில் சிவகாமியின் கவிதைகள் செவ்வியல் வடிவ அழகியலிலிருந்த இலட்சிய வாதத்தையும் உரத்த குரலையும் நீக்கிவிட்டு, பதிலாக அவற்றில் செயற்படும் அரசியல் பிரக்ஞையையும் கூட்டுக் குரலையும் எடுத்துக்கொண்டு ஓர் அழகியல் உத்தியாக அதைப் பரீட்சித்துப் பார்க்கும் ஒரு, வகைமாதிரிக்கான, பிரதிப் பரப்பை உருவாக்குபவையாக இருக்கின்றன என்பதை முன்னனுமானமற்ற வாசிப்பினூடாகத்தான் கண்டடைய இயலும். எனவே சிவகாமியின் கவிதைகளைக் கட்டமைக்கும் செவ்வியல் மொழி, நான் முன்பே சொன்னதுபோல, ஒரு நடித்துக் காட்டலேயன்றி, நிஜமான செவ்வியல் வெளிப்பாடோ அல்லது அதைக் கைக்கொண்டிருக்கும், கட்சி சார்ந்த, இயக்கத் தமிழோ அன்று. அப்படியொரு முழுமையான இயக்கத் தமிழை ஏற்கவும் அஃதால் முடியாது. காரணம், கோட்பாட்டு ரீதியில் இயக்கத் தமிழைப்போல தன் செய்தியாலன்றி அழகியலாலேயே மக்களை நோக்கிப் பிரசாரம் செய்யும் சுதந்திரத்தையும் நிர்பந்தத்தையும் பின்நவீனத்துவக் காலக்கட்டக் கவிதை ஒருசேர

அடைந்ததானது, கவிதை மொழியில் கணிசமான நகர்வை உண்டாக்கும் வாய்ப்பை சிவகாமி உள்ளிட்ட இலக்கியப் படைப்பாளிகளுக்கு அளித்திருக்கும் இந்தக் காலக்கட்டத்தில் அவர்கள் இலக்கியத் தமிழ் மூலம் நாற்பது வருட காலமாகப் பயின்றிருந்த, மதச் சிந்தனையற்ற ஆன்மீகத் தன்னனுபவத்தையும் தங்கள் வேர்களிலேயே அடையாளம் கண்டு அதையும் சேர்த்தே, அதாவது இனவழி முறையில் பயிற்றுவிக்கப்பட்ட தனிமனித அனுபவத்தையும், இணைத்தே அந்த வெளிப்பாடுகளைச் சாத்தியப்படுத்த முனைகிறார்கள். நனவிலியில் செயற்படும் இதற்கான உள்ளார்ந்த காரணங்கள் கடவுள், படைப்பு போன்ற, மூலம் குறித்த, சிந்தனைகளுக்கு இட்டுச் செல்லும் இன்னொரு விரிவான கட்டுரையை வேண்டி நிற்பவையாதலால் நான் இதை இங்கே பேசப் போவதில்லை. பதிலாக, இலக்கியம் ஓர் அரசியற் செயல்பாடு என்கிற அறிதலுடன் அது தனித்ததொரு அனுபவமாகக் கிளர்ந்து சமூக உணர்வாகக் கிளைப்பது என்கிற சிந்தனையும் இணையும் பிரக்ஞை சிவகாமியின் கவிதைகளில் செயல்படுகிறது என்பதைச் சொல்லுவதையே இந்தக் கட்டுரையின் நோக்கமாக எடுத்துக்கொண்டிருக்கிறேன். இதற்காக இந்தக் கட்டுரையின் துவக்கத்தில் கேட்கப்பட்ட, "செவ்வியல் மொழியில் சிவகாமியின் கவிதைகள் ஏன் எழுதப்படுகின்றன" என்கிற கேள்வியுடனும் பின்பு விவரிக்கப்பட்ட கவிதையின் மொழி சார்ந்த வரலாற்றைப்பற்றிய ஞாபகத்துடனும் சிவகாமியின் ஒரு கவிதையை வாசித்துப் பார்க்கலாம்.

கமல மடல்

எங்கிருந்து தொடங்கியதிந்தச் சாலை
முடிவடைவது எங்கு எங்ஙனம்
தெரிய பயணத்தின் வழிப்போக்கர்
வழித்தடத்தை அறிதலே எஞ்சியுள்ளது
தாவரத்தில் வாழும் பச்சைத் தேவதையை
யாவற்றின் உள்ளும் புறமும்
ஊடுருவும் உயிர்க் காற்றை
சூழ்ந்திருக்கும் நீர்மையை
மனம் நிறைக்கும் வெளியை
பஞ்சபூதச் சேர்க்கையின் வினையை
புலனறிந்த அறியாத யாவற்றை
புதிர்களென புத்துணர்வுடன்
அவிழ்த்து மணம் பரப்பித் தொடர்கையில்
சுவாரசியம் கூடத்தான் செய்கிறது
இறுதிப் பக்கம் தொலைந்த
துப்பறியும் புதினமென
சூதறியாச் சிறுமியின் பாடலென
அறியா வாழ்வின் ரகசியத்தைப்

பதப்பட்ட பாட்டையாக்குகிறோம்
இதுவேதான் தேவையெனில்
சக பயணி கைகோர்த்து
சோர்ந்தவரும் இசைக்கும்படி
அன்பை இதயத்தின் இயல்பாக்கி
மணங்கமழும்
கமல மடல் விரிப்போம்.

இந்தக் கவிதையில் "இறுதிப் பக்கம் தொலைந்த துப்பறியும் புதினம்" மற்றும் "சூதறியாச் சிறுமியின் பாடல்" ஆகிய இரு படிமங்களைத் தவிர பிற யாவுமே நான் முன்பு குறிப்பிட்டதைப்போல பழைய மொழியில் கட்டமைக்கப்பட்ட சொல்லாடல்கள்தான். தாவரப் பச்சைத்தேவதை, உயிர்க் காற்று, பஞ்சபூதச் சேர்க்கை, வாழ்வின் ரகசியம், அன்பு இதயம்..! இவற்றைத்தான் நான் செவ்வியல் தன்மையதானவை என்று குறித்துக்கொள்கிறேன். தமிழில் குறிப்பிட்ட புதினப் படைப்புகளைத் தந்திருக்கும் சிவகாமி இதை அறியாதவராய் இருக்க முடியாது. எனில் இன்றைய ஒரு கவிதையில் இந்த, பழைய சொல்லாடல்களுக்கான தேவையென்ன? ஏனென்றால், "பாட்டையாக்குகிறோம்," "சக பயணி கைகோர்த்து", "சோர்ந்தோரும் இசைக்கும்படி" என்பதைப் போன்ற, கூட்டுக் குரலை முன்மொழியும், இறுதி வரிகளை எழுத ஒரு கவிஞர் துணிய வேண்டுமானால் அதைச் சாத்தியப்படுத்துவதற்கு இப்போது செவ்வியல் மொழியைத் தவிர வேறு தேர்வு கிடையாது. காரணம் நவீன இலக்கியத் தமிழ் கைக்கொள்ளும் புழக்கச் சொல்லாடல் இத்தகைய வாக்கிய அமைப்புகளை லட்சிய வாதம் என ஒதுக்கிவிட்டுவிடும் இயல்பைக் கொண்டது. அது சக பயணியைச் சந்தேகக் கண்ணோடுதான் பார்க்கும் இயல்புடையது ("முன்னாலும் போகாமல் பின்னாலும் வராமல் கூடவே வருபவன் என்னைக் குழப்பத்தில் ஆழ்த்திவிடுகிறான்" – பா. வெங்கடேசன்), பாட்டையமைத்துப் பயணம் என்பதற்குப் பதிலாக பயணம்தான் பாட்டையைச் சமைக்கிறது என்கிற பார்வையை உடையது ("என்ன செய்வதிந்தக் கையை என்றேன், கையைக் காலாக்கென்றான்" – ஞானக்கூத்தன்), சோர்வைக் கவிதையாக்கத்திற்கான ஓர் இன்றியமையாத பண்பாகக் கொண்டிருப்பது ("சுசீலா, இந்தச் சாவிலும் ஒரு சுகம் உண்டு" – நகுலன்) இவை யாவும் நவீனக் கவிதையின் குறைகளல்ல, ஒரு படைப்பு மனநிலையின் இயல்பான அல்லாட்டம் / நிம்மதியின்மைதான். சிவகாமியின் கவிதை மொழியும் அந்த மொழியால் கட்டமைக்கப்படும் நோக்கமும் இந்தக் கவிதைகளின் மொழியிலிருந்தும் அஃதால் கட்டமைக்கப்படும் நோக்கத்திலிருந்தும் மாறுபட்டது என்பதை அறியும்போது நான் அவர் கவிதைகளில் செவ்வியல் மொழிப்

பயன்பாட்டின் இன்றியமையாமையைச் சொல்வது இன்னும் துலக்கமாகப் புரியக்கூடும்.

ஆனால் சிவகாமியின் கவிதை செவ்வியல் வடிவத்தை நடித்துக் காட்ட மட்டுமே செய்கிறது என்பதைக் கவனத்தில் கொண்டால் அது தன் மொழியால் கனவு மயமான இலட்சிய வாதத்தை நோக்கியும் நகர்வதில்லை என்பதை அறிவிக்கும் தடயங்கள் பிரதியிலேயே இருப்பதையும் நாம் கண்டுகொள்ள முடியும். இந்தக் கவிதையின் மற்றொரு வரியைப் பாருங்கள்: "அறியா வாழ்வின் ரகசியத்தை, பதப்பட்ட பாட்டையாக்குகிறோம்". இந்த பாட்டையாக்குதல் என்கிற செயல்பாடு ஒரு தனித்த அன்பு மனதின் இருப்புச் சரிக்கட்டும் (Reconciliation) விருப்பம் மட்டுமே. ஏனெனில் லட்சியம் என்பது போகுமிடம் மற்றும் அதற்கான பாதை ஆகியவற்றை நன்கு அறிந்திருக்கிறது. அதன் பயணத்தில் துயரமோ ஏக்கமோ இல்லை. உறுதியும் வேகமும் பெருமிதமும் மட்டுமே உண்டு. இது ஒருவிதத்தில் கவிதைக்கான ஆக்கப்பூர்வமான தத்தளிப்பு அழிந்துபோன, ஓர் இறுகிய மனநிலை. ஆனால் கமல மடல் கவிதையில் ஒலிக்கும் கவிதை சொல்லியின் குரலில் அவ்விதமான திடமான முடிவுகளோ உரத்த குரலோ இல்லை என்பதைக் கவனியுங்கள். சொல்லப்போனால் தான் அழைக்கும் சக பயணி யார் என்கிற கேள்வியைக்கூட அது எழுப்புவதில்லை. அதைத் தெரிந்துகொள்ளும் விருப்பமும் அதற்கு இல்லை. சம்மதமுண்டானால், தனித்த மனம் உருவாக்கும் மௌனக் கவிதைக்கு இணையான, யாவரும் சேர்ந்து இசைக்கும் ஒரு செவ்வியல் பாடல் சாத்தியம்தான் என்று நம்புகிறது அது. அதற்கான பாட்டை என்கிற ஒரு ஸ்தூல வடிவத்தை அரூப அனுபவமாக்கித் தன்னிடம் வைத்துக்கொண்டிருக்கிறது (அடைகாத்துக்கொண்டிருக்கிறது?). அது அறியா வாழ்வின் ரகசியத்தை உடைத்துப் பகிரங்கப்படுத்தித் தன் மக்களுக்குக் காட்டி இதுதான் இறுதி, இதை நோக்கிச் செல்லுவீர் என்கிற மாதிரியான ஆச்சாரியத்தனமான முடிவு எதையும் அவர்களுக்குக் கையளிப்பதில்லை. மாறாகத் தானே அறியாத ஒரு பயணத்தின் ரகசியத்தையே பாதையாக்கி அந்த அரூபமான ரகசியத்தின் வெளியில் சக பயணியுடன் கைகோர்த்துக்கொள்கிறது. இந்தக் கவிதையில் பேசப்படுவது ஒரு ரகசியமான பாதை அன்று, மாறாக ரகசியமேதான் பாதை (மொழியின் மூலமாகச் செய்தி அன்று, மொழியேதான் செய்தி என்பதைப்போல). நான் முன்பு சொன்ன, தனித்தவொரு மனதின் அனுபவம் சமூகவயமாகி மக்களின் அனுபவமாகக் கனிய வேண்டுமென்கிற அவா தன் துப்பறியும் புதினம் மற்றும் சூதறியாச் சிறுமியின் பாடல்

போன்ற நவீனப் படிமங்கள் சார்ந்த அனுபவத்தைச் செவ்வியல் மொழியில் இவ்விதமாக மொழிபெயர்க்கிறது. ஞானக்கூத்தனால் "காலவழுவமைதி" என்று பகடி செய்யப்பட்ட, கட்சிகளுக்குத் தாரை வார்க்கப்பட்டுவிட்ட, ஒரு பாரம்பரியத் தமிழ்ச் சொல்லாடல் மரபை மீண்டும் தீவிர இலக்கியத்தின் அழகியலாக மீட்டு வரும் முயற்சியாயும் இதை நாம் வாசிக்க முடியும்.

சிவகாமியின் பத்துக் கவிதைகளை எடுத்துக்கொண்டு அவற்றை விளக்கி ஒவ்வொன்றும் தனித்தனியே எந்தச் சிந்தனையின் நீட்சியாக வெளிப்படுகிறது என்பதைக் காட்டுவது என் நோக்கமன்று என்பதால் அவற்றின் பொதுத்தன்மையை பிரதிநிதித்துவப்படுத்துவதாக அமையும் மேற்கண்ட கவிதை மாதிரியின் மீதான ஆய்வைப் பிற கவிதைகள்மீதும் (குறிப்பாக, எனது நாட்டில், வியர்வையின் சொர்க்கம், கனி கொடுக்கும் விதை, வேண்டும் இலவசம், மனிதக் காதல் போன்ற கவிதைகள்) பொருத்திப் பார்த்து தொடர்ந்து அவற்றை விவாதித்துப் புரிந்துகொள்ளும் பொறுப்பை வாசகர்களுக்கு விட்டுவிட்டு நான் கட்டுரையை இந்த இடத்தில் முடித்துக்கொள்கிறேன். எளிதில் மறுத்துவிடக்கூடிய ஒரு மொழியாடல் மரபை இன்றைய கவிதை மீண்டும் கைக்கொள்வதற்கான காரணங்களை அதன் சரித்திரப் பின்புலத்தில் வைத்து ஆராய, சிவகாமியின் கவிதைகளை நான் ஆய்வுப் பொருளாயும் உபகரணமாயும் பயன்படுத்திக்கொண்டேன். இந்தக் கவிதையாக்க முயற்சிகளில் சில போதாமைகளை ஒரு நவீன வாசகமனம் உணரும் அதே வேளையில் அவ்வகைப் போதாமைக்கான வரலாற்றுக் காரணிகளைத் தவிர்க்கவியலாமல் ஒத்துக்கொள்ள வேண்டிய நிர்பந்தத்திற்குள் அதை உந்துவதே சிவகாமியின் கவிதைகள் தங்களுடைய இருப்பை நியாயப்படுத்துவதற்கான செயல்பாடாக நான் உணர்கிறேன்.

2012

Blank

(இசையின் 'சிவாஜி கணேசனின் முத்தங்கள்' கவிதைத் தொகுப்பை முன்வைத்து...)

The prejudice against constructional thinking as a "non-artistic" element that mutilates the "living" quality of characters is just sentimental naivete from people who have never understood art.

- Milan Kundera

இசையின் கவிதைகளில் நான் உணரும் ஓர் உலர்ந்த ருசிபற்றிப் பேச வேண்டும். அஃதென்ன உலர்ந்த ருசி. கவிதைகளை நாம் தேடிப் படிப்பது ஒரு புத்துணர்விற்காக என்பது என் எண்ணம். ஒரு கவிதை எனக்குச் சொல்வது ஓர் ஆழ்ந்த துயரத்தைப் பற்றியதாக இருக்கலாம், ஒரு பரவசத்தைப் பற்றியதாக இருக்கலாம், அச்சத்தை, அசூயையை, வெறுப்பை, காதலை அஃது ஓர் அனுபவமாக உணர்த்தலாம். ஆனால் அஃது எந்த ரசமாக இருந்தாலும் ஒரு நல்ல கவிதை எனக்குக் கொடுக்கும் அனுபவம் என்பது புத்தம் புதியதாக இருக்கிறது. அதாவது அந்த அனுபவத்தை நான் முதல்முறையாக அப்படிப் புரிந்துகொள்கிறேன். இந்த முதல்முறை என்பது என் மனதில் இருந்த முந்தைய அனுபவங்களினுடைய சுவடுகளின் சுமையை அழித்துவிட்டுப் புதிய சுவடொன்றைப் பதிக்கிறது. இந்தச் சுமை நீக்கம் என்னை லேசாக, பறப்பதைப்போல உணரச் செய்கிறது. இதை நான் புத்துணர்வு என்பதாகச் சொல்லிக்கொள்கிறேன். இந்தப் புத்துணர்வைக் கொடுக்கும், கவிதையனுபவம் என்பது எனக்குப் பொதுவாக ஒரு கவிதைப்

பிரதியின் முழுமையிலிருந்து கிடைக்கிறது. இந்த முழுமை அந்தப் பிரதியினுள் பயின்று வரும் குறிகளின் உள்ளார்ந்த இணைவால் உருவாகும் கூட்டு அர்த்தத்தால் உருவாகிறது. உதாரணத்திற்குப் பசுவய்யாவின் 'இந்த உலகம்' என்கிற கவிதையைப் பாருங்கள்:

> வானம் வந்திறங்கும்போது இளைப்பாற
> மேகத்தால் ஒரு கட்டில் செய்தேன்
> காலை இளங்கதிர்களைக் கூட்டி
> அவற்றின் ஒளியால் இசை செய்து
> கட்டிலின் அருகே வைத்தேன்
> விண்மீன்களை அள்ளியெடுத்து
> தெருவெங்கும் இறைத்து வைத்தேன்
> கடுந்தவத்தின் முடிவில்
> வானம் வந்திறங்கிற்று
> சயனிக்க வேணும் என்றேன்
> கழிப்பறை எங்கே
> என்று கேட்டது வானம்.

இந்தக் கவிதையில் நான் பெறும் 'புத்துணர்வு' என்பது கடைசி வாக்கியத்தில் இருக்கிறது. ஆனால் இந்தக் கடைசி வாக்கியம் மட்டுமே தனியாக அதைச் சாதித்துவிட முடியாது. மாறாக அது மற்ற முந்தைய வரிகளோடு கொள்ளும் முரண் தொடர்புதான் அதைச் சாதிக்கிறது. இந்தத் தொடர்பு பிரதிக்கு வெளியேயான ஒரு யதார்த்த உலகு பற்றிய சிந்தனையை என்னிடம் கொண்டு வருகிறது. அப்போது நான் கவிதையை ஒரு சுட்டியாக (reference) எடுத்துக்கொண்டு அதற்கு வெளியேயிருக்கும் உலகைப் புரிந்துகொள்ள முயல்கிறேன். இந்த உலகில் என்னுடைய இருப்பு ஒரு புதிய புரிதலுக்குள்ளாவதாக உணர்கிறேன். என் கண்களில் பரவசத்தின் கண்ணீர் கசிகிறது. நான் வாசித்த கவிதைப் பிரதி, எனவே 'ஈரம்' உள்ளது எனக் குறித்துக்கொள்கிறேன். எனில் கவிதையின் லட்சணம் 'ஈரம்', 'பச்சையம்' என்பதான ஒரு மனப்பதிவு என்னிடம் இருக்கிறது.

ஆக, கவிதையின் லட்சணம் ஈரம். ஈரம் என்பது கவிதையின் செய்தி. செய்தி என்பது அதில் பயிலப்படும் குறிகளின் கூட்டிணைவு. கூட்டிணைவு என்பது கவிதையின் முழுமை எனக் கொண்டால் உலர்ந்த கவிதை என்பது இதன் எதிர்நிலையில் செயல்படுவது எனச் சொல்லித் தெரிய வேண்டியதில்லை. சுருக்கமாக 'உலர்ந்த ருசி' என்பது சிதறல்களின் அனுபவம். இனி நான் இந்த உலர்ந்த ருசி என்பதை ஒரு 'Blank' என்பதாகக் குறித்துச் செல்கிறேன். இந்த Blank எனக்கு எதையும் சொல்வதில்லை. பிரதியை ஒரு சுட்டியாக மாற்றிப் பிரதிக்கு வெளியேயுள்ள நிஜவுலகம் பற்றிய புதிய புரிதல்கள் எதையும் தருவதில்லை. கண்ணீர் கசிவதில்லை என்பது இருக்கட்டும், அதன்மீதான

கோபத்தைக்கூட அஃது என்னிடம் உருவாக்குவதில்லை. அதைப் படித்து முடித்தவுடன் நான் கண்களை மூடிக் கொள்கிறேன். எதையும் நான் படித்ததைப்போலவே இல்லை. குறிகள் மட்டுமே பொறிப்பொறியாக கண்ணுக்குள் நீந்துவதைத் தவிர வேறெந்த அதிர்வும் என் மனதிலோ உடலிலோ இல்லை. *Blank.* இந்த *blank* அல்லது உலர்ந்த தன்மை என்பது கவிதையாக்கத்தின் குறைபாட்டால் உருவாவதில்லை. மாறாக அனுபவத்தின் கவிதையாக்கம் தன்னுள் வேறொருவிதமான நிகழ்த்துதலை மேற்கொள்வதால் உருவாவது. அதைப்பற்றித்தான் நாம் பார்க்கவிருக்கிறோம். இப்போது இசையின் "எழுபது கடல் எழுபது மலை" என்கிற ஒரு கவிதை (மேலே குறிப்பிட்ட பசுவய்யாவின் கவிதைகளையொத்த கவிதைகள் தமிழில் பல எழுதப்பட்டிருக்கின்றன என்றாலும் அதை நான் தேர்ந்தெடுத்தது இசையின் இந்தக் கவிதை அஃதோடு புறவயமான கவிதையாக்கத்தில் ஒப்புமை கொண்டுள்ளதாக உள்ளதால் புரிதலை எளிமையாக்கும் என்பதால்தான்):

எழுபது கடல் எழுபது மலை தாண்டி
எங்கோ இருக்கிறது
நான் வேண்டி நிற்கும் உடல்
கடலெங்கும் சுறாக்கள் அலைகின்றன
மலையெங்கும் கொடுங்காவல் நிலவுகிறது
முதல் கடலின் பாதியில் நிற்கிறது
எரிபொருள் தீர்ந்த படகு
நான் ரொம்பவே சோர்ந்துவிட்டேன்
தாகமாய்த் தவிக்கிறது எனக்கு
இவ்வளவு பெரிய கடலுக்கு நடுவே
எனக்கு ஒரு வாய் நீரில்லை
இன்னும் அறுபத்தொன்பதரைக் கடல்களும்
எழுபது மலைகளும் மீதமிருக்க
துளியும் எள்ளலின்றி
குரல் தழுதழுக்கச் சொல்கிறேன்
யாம் ஷகிலாவின்
பாத கமலங்களை வணங்குகிறோம்.

இந்தக் கவிதை ஒரு முடிவுறாத கடற்பயணத்தைப்பற்றி விவரிப்பதாகத் தெரிகிறது. பயணத்தின் நோக்கம் ஓர் உடலை அடைவதற்காக என்பதும் சொல்லப்படுகிறது. கவிதையின் இறுதியில் இந்த உடலுக்கு ஒரு பெயர் கொடுக்கப்படுகிறது. இஃது ஒரு பெண்ணின் பெயர் (ஷகிலா) என்பதால் பயணத்தின் நோக்கம் ஒரு பெண்ணை அடைவதற்காக என்று நாம் பொருள் கொள்ள முடியும். இது கவிதையின் முழுமையில் உருவாகும் அர்த்தம். தெளிவாக இருக்கிறது. குழப்பம் இல்லை. இந்த நிலையில் ஏறக்குறைய இது பெரும்பாலும் ஒரு காதல் கவிதை. அல்லது

உடல் இடம் பெறுவதால் காமக் கவிதை. கொஞ்சம் அதிகமாகச் சொன்னால், ராமாயணம் உள்ளிட்ட, பெண்ணைத் தேடிப் பயணிக்கும், எத்தனையோ நீண்ட பயணங்களில் ஒன்றைப்பற்றிய ஒரு பதினெட்டு வரிக் காவியமாகக்கூட இஃது ஆகலாம்தான்! ஆனால் இப்படியெல்லாம் ஆகிவிட முடியாதபடி கவிதைக்குள் இந்தப் பயணம் பற்றிய ஒரு வரி இப்படி வருகிறது. “துளியும் எள்ளலின்றிக் குரல் தழுதழுக்கச் சொல்கிறேன்” என்பதாக. பசுவய்யாவின் கவிதையை திடீரென்று அதன் முடிவிற்குக் கொண்டுவரும் “கழிவறை”க்கு ஒப்பான இந்த, சம்பந்தமற்ற, திடீர்க் குறிப்பு இங்கே ஏன் இடம் பெறுகிறது? அதைப் பார்க்கும்முன் இந்த எள்ளலின்றி என்கிற குறிப்பு அதன் மறைபொருளாக எதிர்நிலையில் நின்று அந்தப் பயணமும் அதன் நோக்கமும் பிறரால் (வாசகரால்?) எள்ளலாகப் பார்க்கப்படலாம் என்று கவிதை சொல்லி எதிர்பார்ப்பதைச் சுட்டிக் காட்டி விடுகிறது என்பதைக் குறித்துக்கொள்வோம். ஒருவிதத்தில் அப்படிப் பார்க்கப்பட வேண்டுமென்பதேகூட அதன் நோக்கமாயும் இருக்கலாம். தெரியவில்லை. ஆனால் இந்த வரி இடம் பெற்ற அடுத்த நொடியில் பசுவய்யா கவிதையைப் போன்றே இந்தக் கவிதையும் உன்னதங்கள் பற்றிய மேலான வர்ணனைகளின் இறுதியில் பரிகசிக்கத்தக்க குறி ஒன்றை இணைத்து கவிதைக்கு வெளியேயான, சமூகச் சிந்தனை சார்ந்த, உணர்வுகளுக்குள் நம்மைத் தள்ளிவிட்டுவிடுகிறது. இதன் விளைவுதான் ‘அறச்செருக்கு’ என்கிற பின்னட்டைக் குறிப்பாக உருவெடுக்கவும் செய்கிறது. அதாவது அறச்செருக்கு என்கிற குறிப்பு ஒரு கவிதைப் பிரதியைத் தனியாக இயங்க அனுமதிக்காமல் அதைச் சமூக இயக்கத்தோடு வலுக்கட்டாயமாகப் பிணைத்து முடமாக்குகிறது. இதற்கான வழிவகைகளைத் தந்திரமாகக் கவிதைப் பிரதியே உருவாக்கியும் கொடுக்கிறது.

ஏன் இப்படி நடக்கிறது? ஏனென்றால் இந்தக் கவிதையை வாசித்து முடிக்கும்போது ஏற்கனவே தனக்குத் தெரிந்த ஷகிலா என்கிற ஒரு நிஜ உடலைத்தான் பிரதி குறிப்பிடுவதாக வாசகர் புரிந்துகொள்கிறார். எனவே கவிதையை விட்டுவிட்டு ஷகிலா என்கிற சமூக நிகழ்வுக்குச் சென்று அங்கிருந்து கவிதையை ஒரு சமூக விமர்சனப் பிரதியாக, நையாண்டிக் கவிதையாகக் கட்டமைக்க முற்படுகிறார். சரியாகச் சொல்லவேண்டுமானால் பசுவய்யா கவிதையின் வானத்தை வரவேற்பதற்கான ஆயத்தங்களைப்போல இசையின் கடற்பயணக் குறிப்புகளையும், கழிவறையைப்போல ஷகிலாவையும் புரிந்துகொள்ள முயற்சிக்கிறார். பிரச்சனை என்னவென்றால் இந்தக் கவிதைகளில் முறையே இடம்பெறும் கழிவறையும் ஷகிலாவும் ஒரே விதமான குறியீடுகள் அல்ல என்பது.

கழிவறை ஒரு பொதுச் சுட்டி (common reference). ஷகிலா ஒரு தனிச்சுட்டி (specific reference). இப்படிச் சொல்லலாம்: இசையின் கவிதையை இந்தியச் சூழலுக்குள் குறைந்தபட்சம் தென்னிந்தியச் சூழலுக்குள், இல்லாத ஓர் அந்நியர் வாசித்தாரென்றால் அவருக்கு ஷகிலா என்கிற பெயர் என்ன பொருளைத் தரும்? இங்கேதான் இசையின் கவிதை Blank ஆகிறது. பரிகாசம் என்கிற குறிப்பு மட்டும் இல்லாதிருந்திருக்குமானால் நிஜ உலகின் பிரதிபலிப்பாக மாறியிருக்கக்கூடிய பிரதி அந்தத் தனிச்சுட்டி எழுப்பக்கூடிய பல குழப்பமான கேள்விகளை எழுப்பி கவிதையைப் பிரதிவயப்படுத்தத் (textualise) துவங்கிவிடுகிறது. ஷகிலா பரிகாசத்திற்குரியவளென்றால் ஏன் பரிகாசத்திற்குரியவள்? பரிகசித்தல் என்பது ஒரு தண்டனையென்றால் அந்த உடல் மலைகளுக்கப்பால் 'இருக்கிற' உடல் இல்லையா? மாறாக ஒளித்துவைக்கப்பட்ட அல்லது வெளியேற்றப்பட்டுவிட்ட உடலா? சரி, ஷகிலா என்கிற பெண்ணுடல் செய்த குற்றம்தான் என்ன? ஒரு குற்றவாளியின் உடல் ஏன் விழுந்து பணியவேண்டிய உடலாக மாறுகிறது? இந்தக் கேள்விகள் எதற்கும் கவிதையில் பதில் இல்லை. வெளிப்படையாக, வாசகருக்குப் புரியும்போல முதலில் தென்பட்ட கவிதை கொஞ்சம் கொஞ்சமாகச் சிக்கலானதாக, தீவிரமானதாக, சமூகவயப்பட்ட எந்தக் கேள்விக்கும் பதிலளிக்காத ஓர் உதிரிச்சொல்லாடல்களின் குவியலாக, அர்த்தமற்ற குறியீடுகளின் சிதறல்களாக, Blank ஆக மாறிவிடுகிறது. இஃதொரு தனிச்சுட்டியைப் பொதுச்சுட்டியைப்போலக் காட்டி மயக்கும் கவிதைசொல்லியின் தந்திரத்தால் நிகழ்கிறது. பசுவய்யாவின் இதேவிதமான பிரதி ஒரு பொருண்மையான பிரதியாக, முழுமையாக ஆகிறது என்பதை ஒப்புநோக்கும்போது இசையின் பிரதி கணிசமான அளவு கவிதை மொழியில் நிகழ்ந்துள்ள மாற்றத்தைப் பிரதிபலிப்பதைப் கண்டுகொள்ள முடிகிறது.

சரி, இசையின் கவிதைகளில் இந்த உலர்ந்த ருசி, blank, எப்படி நிகழ்கிறது? எதனால் இசையின் கவிதைகளைப் படித்து முடித்ததும் ஒரு வெறுமை மனதிற்குள் தோன்றுகிறது? அல்லது ஏன் ஒன்றுமே தோன்றமாட்டேனென்கிறது? சற்று கூர்ந்து வாசித்தால் இசையின் கவிதைகளில் பிரக்ஞை (concious) என்பது துலக்கமாகச் செயல்படுகிறது என்பதையும் அதுவே கவிதைக்குள் வாசகரை மூழ்கடித்துவிடாமல் அதன் மேற்பரப்பிலேயே மிதந்தலையும்படி செய்கிறது என்பதையும், அதனாலேயே பழக்கமற்ற ஒரு வாசகருக்கு இந்த Blank உணர்வு ஏற்படுகிறது என்பதையும் கண்டுபிடித்துவிடலாம். அஃது என்ன கவிதைக்குள் மூழ்குவது? கவிதையைப் படித்துவிட்டு உச்சுக்கொட்டுவது, அடடா என்பது, கசிந்து கண்ணீர் மல்குவது போன்றவைதான், வேறென்ன.

பிரதியில் பிரக்ஞை செயல்படுதல் என்பது ஒரு தகுதியாக முப்பது வருடங்களுக்குமுன் அறிமுகப்படுத்தப்பட்டது. இதுபற்றி விரிவாக இங்கே பேச முடியாது. சுருக்கமாக: தனிமனிதனால் உருவாக்கப்படுவதாக நம்பப்படும் பிரதி உண்மையில் தன்னுடைய நனவிலிக் கட்டமைப்பில் சமூகத்தின் பல அடுக்குகளையும் இயக்கங்களையும் சுமந்துகொண்டிருக்கிறது, அஃதாவது ஆசிரியப் பிரதி *(authorial text)* என்று ஒன்று கிடையாது, அனைத்துமே சமூகப் பிரதிகள்தான் *(social text)* என்பதான ஒரு பார்வை இது. இந்தப் பார்வைக்குப் பழக்கப்பட்டுவிட்ட சில காலத்திற்குப் பிறகு அப்பிரக்ஞை நிலையில் எந்தவொரு பிரதியும் சமூகப் பிரதியாகத்தான் இருக்க முடியுமென்றால் பிரக்ஞைப்பூர்வமாகவே, அஃதாவது ஆசிரியன் தன் சுயநினைவோடேயே தன்னைச் சமூகத்தின் பல அடுக்குகளாகக் கூறு போட்டுக்கொண்டே படைப்பாக்கச் செயலை ஏன் நிகழ்த்திப் பார்க்கக்கூடாது என்கிற கேள்விக்கு அது படைப்பாளியை இட்டுச் சென்றது. இந்தக் கேள்வியின் விளைவுதான் நாம் இன்று காணும் பலகுரல் பிரதிகள், அ–நேர்கோட்டுப் பிரதிகள், மீள எழுதப்படும் வரலாறுகள், மாய யதார்த்தக் கதைகள் போன்றவை. இவற்றில் பிரக்ஞை உத்திரவாதமாகச் செயல்படுகிறது. இப்படிச் செயல்படக்கூடாதென்றும் செயல்படவேண்டுமென்றும் ஆதரவு/ எதிர்ப்பு வாதங்கள் ஒலித்துக்கொண்டிருந்தாலும் பிரக்ஞையின் பங்கு இல்லாவிடில் போர்ஹேயின் வட்டச் சிதைவுகளும், மார்க்வெஸ்ஸின் நீல நாயின் கண்களும், கோத்தஸாரின் அக்ஸோடில்ஸூம் உருவாகியிருக்க வாய்ப்பின்றிப் போயிருக்கும் என்பது உண்மை. நிற்க.

இசையின் கவிதைகளில் பிரக்ஞை செயல்படுகிறது என்று சொன்னேன். பிரக்ஞை என்பது 'நான் எழுதிக்கொண்டிருப்பது ஒரு கவிதை, நிஜத்தையன்று என்கிற உணர்வைத் தன்னிடம் கொண்டிருப்பது. இது சில கவிதைகளில் உள்ளடங்கியும் சில கவிதைகளில் வெளிப்படையாகவும் தெரிகிறது. மேலே நாம் பார்த்த எழுபது கடல் எழுபது மலை என்கிற கவிதையில் இடம்பெறும் பரிகாசம் பற்றிய குறிப்பு பிரக்ஞையின் உள்ளடங்கிய செயல்பாட்டிற்கு ஓர் உதாரணம். மீண்டும் சொல்கிறேன்: பரிகாசம் என்கிற குறிப்பின்மூலம் ஷகிலா என்கிற குறியீடு கவிதைக்கு வெளியிலிருக்கும் ஒரு நிஜ இருப்பைச் சுட்டுவதாகப் புரிந்துகொண்டால் பிரதியின் விளையாட்டுத் தந்திரத்திற்குள் நீங்கள் சிக்கிவிட்டீர்களென்று அர்த்தம். நீங்கள் கவிதையை வாசிக்கவில்லை, மாறாக உங்கள் ஞாபகங்களை மட்டுமே வாசித்துக்கொண்டிருக்கிறீர்கள். ஆனால் கவிதையின் நோக்கமே இந்த ஞாபகத்தை உங்களிடமிருந்து

உடைப்பதாக, உங்கள் பழக்கப்பட்ட வாசிப்பிற்கு எதிரானதாக, அறச்செருக்கு என்பதையெல்லாம் கேலி செய்வதாக இருக்கிறது. சிவாஜிகணேசனின் முத்தங்கள் இதை வெளிப்படையாகவே செய்வதைக் கவனியுங்கள். அது சிவாஜிகணேசன் என்கிற பெயருக்குள் சிறைப்படும் உங்கள் ஞாபகத்தைச் சிதறடிக்கிறது அல்லவா. அதே நோக்கத்துடன், ஆனால் வேறொரு வழியில் செயல்படுவதுதான் ஷகிலா என்கிற பெயரும். ஆனால் நாம் சிவாஜி கணேசனை விட்டுவிட்டு அதைவிட இன்னும் சற்று சிக்கலானதாக இருக்கும் ஒரு கவிதையில் பிரக்ஞை எப்படிச் செயல்படுகிறது என்பதைப் பார்ப்போம்:

தென்றல் என்றழைக்கப்படும் ஞாயிற்றுக்கிழமையின் காற்று

பிஸ்கெட்டைப் பிட்டு
தேநீரில் நனைத்துச் சுவைப்பதைப்போல
இந்த ஞாயிற்றுக்கிழமையைப் பிட்டு
ஒரு கோப்பை மதுவில் நனைத்துச் சுவைக்கிறேன்
மூளைக்குள் கத்திக்கொண்டிருந்த
அலுவலகத்தின் நா அறுக்கப்பட்டுவிட்டது
மைதானங்களில் மகிழ்ச்சி ஒரு
ரப்பர் பந்தெனத் துள்ளிக்கொண்டிருந்ததைப்
பார்க்கிறேன்
இக் கொதிநிலம் திடீரெனக் குளிர்ந்து
பெய்கிறது ஒரு ரம்ய மழை
ஞாயிற்றுக்கிழமையின் காற்றுக்குத்தானா
தென்றல் என்று பெயர்
என்றொரு வரி தோன்றியது
இதையடுத்து உருகி வழிந்த
கண்ணீரின் துளியன்று
கோப்பைக்குள் சிந்த
எடுத்து அருந்தினேன்
தாளாத தித்திப்பு அது
தாளாத தித்திப்பு அது.

இந்தக் கவிதையில் பணிச்சுமையிலிருந்து விடுபட்ட ஒரு விடுமுறை தினத்தின் ஆசுவாசமான மனநிலை விவரிக்கப்படுகிறது என்றும் இஃது ஒரு பொதுவான சமூகவயப்பட்ட மனநிலையின் பிரதிபலிப்பு என்றும் குறியீடுகளின் இணைவு நம்மை நம்பச் செய்கிறது. நிஜவுலகோடு மேலும் நம்மை ஒன்றச் செய்வதற்காக, நிஜம் என்னும் பிரமையைத் தோற்றுவிப்பதற்காக, கவிதைசொல்லியின் வழக்கமான தந்திரம் முந்தைய கவிதையில் "பரிகாச"த்தை நுழைத்ததைப்போலவே இந்தக் கவிதையில் சுவை, மகிழ்ச்சி, துள்ளல், குளிர், ரம்யம், தென்றல், கண்ணீர், தித்திப்பு இன்னபிற குணம் சார்ந்த பதங்களைப் பிரதி முழுவதும் வாரியிறைத்திருக்கிறது. கவிதை சொல்லியைப் போன்றே

கிட்டத்தட்ட நாமும் அழுது விடும் நிலைதான். ஆனால் அதற்குள் 'ஞாயிற்றுக்கிழமையின் காற்றுக்குத்தானா தென்றல் என்று பெயர் என்றொரு வரி தோன்றியது' என்கிற குறிப்பு நம் கண்களில் பட்டுவிடுகிறது. உடனே ஏன் நம் கண்களில் இன்னும் கண்ணீர் துளிர்க்கவில்லையென்கிற காரணமும் தெரிந்துவிடுகிறது. ஆம், இந்தக் கவிதையில் இடம் பெறும் தென்றல் நிஜத் தென்றல் இல்லை. அது ஒரு வரி, ஓர் எண்ணம், ஒரு கற்பனை, ஓர் உருவாக்கம், ஒரு புனைவு. அதாவது கவிதை காற்றைத் தென்றலாக்கவில்லை, தென்றலாக்க முயற்சிக்கிறது. ஆகாமல் போகவும் சாத்தியம் உண்டு என்பதையும் கூடவே சொல்லிவிடுகிறது. ஏனென்றால் அது "காற்றுத்தான் தென்றல்" என்று சொல்ல முற்படுவதில்லை, மாறாக "காற்றுத்தானா தென்றல்" என்றொரு சந்தேகத்தைத்தான் எழுப்புகிறது. தென்றல் ஓர் எழுதப்பட்ட வரி என்றவுடன் அதை அப்படி உணரச் செய்யும் ஞாயிற்றுக்கிழமையின் காற்றும் நிஜம் என்கிற பிரமையிலிருந்து எழுத்துரு என்கிற நிலைக்குத் திரும்பிவிடுகிறது. எனவே ஞாயிற்றுக் கிழமையும் உண்மையில்லை. எனில் மழை, மது, மைதானம், கண்ணீர்த்துளி எதுவுமே நிஜமில்லை என்றாகிவிடுகிறது. இதை இப்படிச் சொல்லலாம், ஞாயிற்றுக்கிழமையின் காற்று ஒரு தென்றல் என்றொரு வரி கவிதைசொல்லியிடம் உருக்கொள்கிறது, அந்த வரியை அச்சாகக் கொண்டு ஒரு ஞாயிற்றுக்கிழமை மற்றும் சில ரம்யமான தருணங்கள் ஆகியவை ஒரு பைபிள் அத்தியாயத்தைப்போல ஒரு பிரதி உலகமாக உருவாகிவிடுகின்றன. நாம் கண்டராதித்தனின் 'புதன்கிழமை' கவிதையை இசையின் கவிதைக்கு எதிர் நிலையிலும் நகுலனின் 'ஒரு மரம்' கவிதையை நேர் நிலையிலும் வைத்து இதில் *Blank* என்பது எப்படி கவித்துவமாக மாறுகிறது என்பதைப் புரிந்துகொள்ள முடியும். கண்டராதித்தன் கவிதையில் பிரக்ஞை கிடையாது. எனவே அது வாசகரை நிஜம் என்கிற மாயைக்குள் கொண்டு செலுத்த வல்லது. இதுவும் ஒருவகை ஏமாற்றுதான். போர்ஹேயின் கதைகளை இந்த வகைக்குச் சிறந்த உதாரணமாகச் சொல்வார்கள். நகுலனின் கவிதை இசையின் கவிதையைப் போலவே வாசகரைப் பிரதியின் பிரக்ஞை வெளியில் நிறுத்தி அதன் சுய இயக்கம் பற்றிய அறிதலைக் கொடுக்கிறது. இசையின் ஞாயிற்றுக்கிழமையின் காற்று ஒரு சொற்றொடர். ஒரு பிரதியாக்கம். பிரதி என்பது நிஜத்தின் பிரதிபலிப்பு என்கிற பிரமையை உடைக்கும் ஒரு செயல்பாடு அவ்வளவே. கண்டராதித்தன் கவிதை அளவில் சற்று பெரியதும் காலத்தால் நெருங்கியதுமாதலால் அதை நான் பார்வைக்காக இங்கே கொடுக்கவில்லை. நகுலனுடைய கவிதை சிறியதும் காலத்தால் அதிகம் விலகியதுமான ஒன்றாதலால் அதைப் பார்வைக்காகக் கொடுக்கிறேன்:

ஒரு மரம்

அதற்குப் பல கிளைகள்
ஒரு சொல் தொடர்
அதில்/அதனுள்
பல வளைவுகள்
சில நேர்த்திகள்
சூழல்கள்
நுணுக்கங்கள்
சப்த விசேஷங்கள்
நிசப்த நிலைகள்
நேரம் சென்றதறியாமல்
அதனுள் நான்.

நகுலனின் மரம்தான் பல வருடங்கள் கழித்து இசையின் கவிதையில் ஞாயிற்றுக்கிழமை ஆகிறது. மரம் நகுலனிடம் ஒரு சொல் தொடர். அது போலவே இசையிடம் தென்றல் என்பது ஒரு சொல் தொடர் என்று கொண்டால் பிறகு எப்படி இரண்டும் நிஜத்தை, யதார்த்தத்தை மறுக்கின்றன என்பது புரிந்துவிடும்.

சரி, ஒரு பிரதியை இப்படி இது நிஜமன்று என்கிற அறிவிப்புடன் ஏன் உருவாக்க வேண்டும்? ஏனென்றால் ஓர் இலக்கியப்பிரதி ஒரு நிஜ நிகழ்வாக மாறும்போது, அல்லது வாசகரால் மாற்றப்படும்போது, படைப்பாளி அதன் விளைவு களுக்குப் பொறுப்பேற்றுக் கொள்ளவேண்டுமென்று வாசகர் அவரையறியாமல் எதிர்பார்க்கத் தொடங்கிவிடுகிறார். படைப்பை நிஜத்தின் பிரதிபலிப்பாகப் பார்ப்பது நேர்மறையாகவோ எதிர்மறையாகவோ படைப்பாளியை அதிகார மையத்திற்குள் தள்ளிவிடக்கூடியதாக இருக்கிறது. படைப்பு பிரதியாக மாறுவது தடைப்படுகிறது. ஒரு பிரக்ஞையுள்ள படைப்பாளி இந்த அபாயத்திலிருந்து தப்பித்துக்கொள்ள விரும்புகிறான். எனவேதான் அவன் இது நிஜமன்று என்று அறிவிக்கும் படைப்புகளை, பிரக்ஞை செயல்படும் படைப்புகளை, "சரஸ்வதியின் அருள் பெறாத" படைப்புகளைக் கட்டமைத்துக் காட்ட வேண்டியிருக்கிறது. படைப்புகளில் யதார்த்தவாதத்தின் செல்வாக்கு குறைந்தது இவ்விதமாகத்தான் நிகழ்ந்தது. இசையின் ஞாயிற்றுக்கிழமைக் காற்று இப்போது தென்றலாக இருக்கலாம், சில கவிதைகளுக்குப் பிறகு அதுவே ஒரு சூறாவளியாக மாறிவிடலாம். ஏனென்றால் இது வெறும் எழுத்துரு. இரண்டுக்குமே படைப்பாளி பொறுப்பேற்பதில்லை. அப்போது தென்றல் என்றாயே இப்போது "டம்மி இசை" கவிதையில் அதேபோன்றவொரு, இன்னும் அதிக அவகாசமிருக்கும், விடுமுறைக் காலத்தை ஏன் தென்றல் என்று நீ சொல்லவில்லை என்று கேட்டால் கவிதை சொல்லி "பிரபஞ்சத்திற்கு வெளியே" அதாவது யதார்த்தத்திற்கு அப்பால்

இருக்கிறார் என்கிற பதில்தான் இசையிடமிருந்து வரக்கூடும். ஒரு ஞாயிற்றுக்கிழமைக்கும் 15 நாட்கள் விடுமுறைக்கும் எந்தத் திடமான பொருளும் பிரதியில் கிடையாது. Blank.

பின்குறிப்பு

1. இசையின் கவித்துவச் செயல்பாட்டை விளக்குவதற்காக அவருடைய இரண்டு கவிதைகள் இங்கே மாதிரிக்கு எடுத்துக் கொள்ளப்பட்டிருக்கின்றன. அவர் கவிதைகளை என்னைப் போலவே Blank அல்லது உலர்ந்த ருசியுள்ள கவிதைகளாகப் பலர் உணர்ந்திருப்பார்கள் என்பது என் நம்பிக்கை. அவர் கவிதைகளின் பொதுத்தன்மையைக் குறிக்கும் கோமாளியாட்டம், நையாண்டி, நகைச்சுவை, நான்–சீரியஸ், அடித்தட்டு மக்களின் ரசனை போன்ற சொல்லாடல்கள் யாவுமே இந்த உலர்ந்த ருசி குறித்துப் பலப்பல வார்த்தைகளில் பேசுபவைதான். நான் அஃது எப்படி, ஏன் ஏற்படுகிறது என்பதை மட்டுமே அணுகிப் பார்க்க முயன்றிருக்கிறேன், இப்படி உணர்கிறவர்கள் யாரும் அப்படியாகப்பட்ட இவருடைய கவிதைப் பிரதிகளில் பிரக்ஞை எந்தக் குறியீட்டில், எந்தத் தன்மையில் செயல்படுகிறது என்பதைக் கண்டுகொள்ள இந்தக் கட்டுரை துணை செய்யும் என்கிற நம்பிக்கையுடன்.

2. இந்த ஆய்வு இசை கவிதையாக்கத்தின் பொதுவான போக்கு பற்றியே பேசுகிறது. இதற்கு மாறான, தீவிரமான தொனியில் பேசும் சில குறிப்பிடத்தக்க கவிதைகளும் தொகுப்பில் இருக்கின்றன. உதாரணமாகத் தலைவிரிகோலம். ஆனால் உலர்ந்த ருசி என்பது அவ்வப்போது வெளிப்படும் இந்தத் தீவிரத் தொனியை மேலாதிக்கம் (dominate) செய்வதாக இருப்பதால் பொதுவாக இந்தத் தீவிரத் தொனியை வாசகர் உணர்வது சற்று கடினம்.

3. பசுவய்யா கவிதை உள்பட இங்கே ஒப்பு நோக்கலுக்காகக் கூறப்படும் கவிதைகள் யாவும் கவிதைகளின் தரம் குறித்துப் பேசுவதற்காக எடுத்துக்கொள்ளப்பட்டவை அல்ல என்பதை வாசகர்கள் நினைவில் கொள்வது கட்டுரையின் நோக்கம் தவறுதலாகப் புரிந்துகொள்ளப்படுவதைத் தவிர்க்கும். என்னுடைய பார்வை கவிதை மொழியின் இயக்கம் பற்றியதே யன்றி அது நல்லதா கெட்டதா என்பது பற்றியதல்ல.

(04.03.2012 அன்று சேலம் 'தக்கை' அமைப்பால் சேலத்தில் ஏற்பாடு செய்யப்பட்டிருந்த கவிதை விமர்சன அரங்கில் வாசிக்கப்பட்ட கட்டுரை.)

2012

மொழி போல ஒன்று

ஒரு கவிதை

இது புயல் பறவை
இதன் கூடு சூரியனில்
மேகக் காடுகளில்
மின்னல் மேய்ந்துவிட்டு
இடிகளிலே தன்னலகை
எப்போதும் கோதி வரும்

இந்தக் கவிதை சில காரணங்களால் சிலருக்குப் பிடித்திருக்கலாம். அதே சில காரணங்களால் சிலருக்குப் பிடிக்காமலும் போயிருக்கலாம். நவீனத் தமிழ்க் கவிதையின் இரண்டு முக்கியமான பண்புகள் இந்தக் கவிதையில் செயல்பட்டிருக்கின்றன. அந்தக் காரணத்தாலேயே கவிதை பலவீனப்பட்டும் போய்விட்டது. ஒன்று: தமிழ் மரபுக் கவிதையின் 'உரத்த குரல்' இந்தக் கவிதையிலும் வெளிப்பட்டிருக்கிறது. அந்த அளவில் தமிழ்ச் சமூகத்தின் ஆன்மா இதை எழுதிய கவி மனதில் நனவிலி நிலையில் இயங்கிக்கொண்டேயிருக்கிறதென்று சொல்ல முடியும். அதேசமயம் உரத்த குரலில் பிரகடனம் என்றாலே அது ரூபாய்க்கு மூணு படி வாக்குறுதிகளை அள்ளி வீசும் கழகப் புனைவான போலித் திராவிடப் பண்பே என்னும் மாயையினூடு இதே கவிமனம் கொண்டிருக்கும் நம்பிக்கை இதனுள் இயங்கிக்கொண்டிருக்கும் கவிதையைச் சிதைத்துவிடுகிறது. இரண்டு: இந்தக் கவிதைக்கு முன்புவரை மரபுக் கவிதைகளை இயக்கிக்கொண்டிருந்த, யாப்பு விதிகளால் வற்புறுத்தப்பட்ட, இசைத் தன்மையை இந்தக் கவிதை

துறந்திருக்கிறது. யாப்பு விதிகளின் பலத்தில் நிற்கப் பிரியப்படாமல் அன்றாட மொழியின் சரளத் தன்மையில், பேச்சு லாவகத்தில் தன்னை வெளிப்படுத்திக்கொள்ள விழைகிறது. ஆனால் யாப்பின் குறைந்தபட்ச அலங்காரம்கூட வேண்டாமென்று மறுதலித்து வெட்டவெளியில் தன்னை வெளிப்படுத்திக்கொள்ளக்கூடிய கவிதைக்குச் சில விஷயங்களைப்பற்றின பிரக்ஞையும் கூடவே எப்போதும் இருந்தாகவேண்டியிருக்கிறது. அணிகளற்ற தூய நிர்வாணத்தில் தேவைக்கு அதிகமான ஒரு சிறு பிதுங்கலும், மிகையான ஒரு சிறு அசைவும்கூட மிகுந்த அருவருப்பை ஏற்படுத்திவிடக்கூடும். இந்தச் சவாலை அலட்சியப்படுத்திவிட்டு குறியீடாக ஒரு பறவை, பறவைக்கு ஓர் அடைமொழி என்கிற ரீதியில் அதீதமான படிம லாகிரிகளுடனும் மேடைக் குரலுடனும் 'என்னைப் பார், என் அழகைப் பார்' என்று கவிதை வாசகன்முன் போய் நிற்கும்போது அவன் முகஞ்சுளித்து அதை வெறுத்து ஒதுக்கிவிடுகிறான். சாதாரண நிலையில்கூட கவிதைக்கு அங்கீகாரம் கிடைக்காமல் போய்விடுகிறது. கீழே இன்னொரு கவிதை:

வானம் வந்திறங்கும்போது இளைப்பாற
மேகத்தால் ஒரு கட்டில் செய்தேன்
காலை இளங்கதிர்களைக் கூட்டி
அவற்றின் ஒளியால் இசை செய்து
கட்டிலின் அருகே வைத்தேன்
விண்மீன்களை அள்ளியெடுத்துத்
தெருவெங்கும் இறைத்துவைத்தேன்
கடுந்தவத்தின் முடிவில்
வானம் வந்திறங்கிற்று

கவிதை இன்னும் முடியவில்லை. இன்னும் சில வரிகள் மீதமிருக்கும் நிலையில் இந்த அளவில் இந்தக் கவிதையின் இதுவரையான வரிகள் நாம் முதலில் பார்த்த கவிதையின் கல்யாணக் குணங்களை அப்படியே கொண்டிருப்பதாகத் தெரிகிறதல்லவா. கவிமனமானது இதிலும் தரையில் நிற்காத கற்பனையை விசிறியடித்துக்கொண்டு மேலேயே மிதக்கிறது. சிறந்த கவிதைகளின் வரிசையில் இடம் பெற்றிருக்கும் இந்தக் கவிதையின்மீது விருப்பு வெறுப்பற்ற ஒரு பார்வையில் மேகக் கட்டில், ஒளி இசை, கீழ்வரும் வானம், நட்சத்திரத் தோரணம் ஆகிய அதீதப் படிமங்களின் இறைப்பும் நம் கவனத்திற்கு வருகிறது. வானத்தையே வில்லாக வளைக்கும் மேடைப் பேச்சாளனின் ஆரவாரம் என்று இதையும் ஆனால் வாசகன் ஒதுக்கித் தள்ளிவிட முடியாத வகையில் கவிதை இத்துடன் நின்று போகாமல் மேலும் இரண்டு வரிகள் வளர்ந்து முடிகிறது இப்படி:

சயனிக்க வேணும் என்றேன்
கழிப்பறை எங்கே
என்று கேட்டது வானம்

இந்த வரிகளுடன் கவிதையைப் படித்து முடிக்கும் ஒரு வாசகனை முதலில் தாக்குவது ஒரு முழு மறதி. திடுக்கிட்டுப்போன ஒரு ஸ்தம்பித நிலை. இதென்ன யதார்த்தமற்ற, கவைக்குதவாத வெற்றுக் கற்பனையென்கிற கேள்வியோடேயே இவ்விரண்டு கவிதைகளுக்குள்ளும் பயணிக்கும் வாசகனுக்கு நான் ஏன் இப்படிச் சொன்னேன் என்கிற பதிலைக் கொடுக்காமலேயே முதல் கவிதை முடிந்து போனபோது வாசகனின் பகுத்தறியும் கோபம் கவிதையை நிராகரித்துவிடுகிறது. இரண்டாவது கவிதையும் அவன் கேள்விக்குப் பதில் தரவில்லைதான். தருவதற்குக் குறைந்தபட்ச முயற்சிகூட எடுத்துக்கொள்ளவில்லை. ஆனால் முதல் கவிதையைப்போல அச்சுப்பிச்சுத்தனமாக இல்லாமல் இந்தக் கவிதை தந்திரமாகத் தன் பலத்தை ஸ்தாபித்துக்கொள்கிறது. வாசகனின் கேள்விக்குப் பதிலளிப்பதற்குப் பதிலாகக் கேள்வியிலிருந்தே அவனைத் திசைதிருப்பி விட்டுவிடுகிறது. யதார்த்தம் யதார்த்தம் என்று தேடிக்கொண்டிருந்த வாசகன் யதார்த்த உலகத்திலிருந்து முழு முற்றாக வேரறுக்கப்பட்டு வேறொரு உலகத்திற்குள் தூக்கி வீசப்பட்டுவிடுகிறான். இந்த உலகம் பாரம்பரியத் தமிழ்க் கவிதைக்கு நேரெதிரான இசைப் பண்பாலான உலகம். கவிதையின் மற்ற வரிகளெல்லாம் அவனுடைய தர்க்க அறிவிலிருந்து அகன்றுபோய்விடுகின்றன, அல்லது இந்தக் கவிதையின் கடைசி வரி ஒன்றுக்காக அவற்றை ஏற்றுக்கொள்ள அவன் தயாராக இருக்கிறான். ஒரு பரவச நிலை, மயக்க நிலை. அவனைக் கன்னத்திலறைந்தாற்போல இருக்கிறது; பறப்பது போலவும் இருக்கிறது. அனுபூதி நிலை என்று சொல்லலாமா? இந்த நிலைக்குப் போனவுடன் மிச்சமிருக்கும் கடைசி வரியும் அவனிடமிருந்து பிரிந்து புத்தகத்தோடே தங்கிப் போக எஞ்சுவது வார்த்தைகளற்ற ஒரு வெளி. இம்மாதிரி நிலையை ஒருமுறை சப்புக்கொட்டிப் பார்த்துவிட்ட ஒரு வாசகனுக்கு அதிலிருந்து மீள்வதற்கு மனமிருப்பதில்லை. இந்தப் போதை நிலைக்காக மேலே போன வரிகளுக்குத் தன்னால் சாத்தியப்பட்ட எல்லாவிதமான நியாயத்தையும் அர்த்தத்தையும் கற்பித்துக்கொண்டு அதன் காலடியில் விழுந்து கிடக்க ஆசைப்படுகிறான். முதல் கவிதையை உதாசீனப்படுத்திவிட்ட வாசகன் இன்னொரு சிறந்த கவிதையைத் தேடிப் போய்விடுகிறான்.

வீர்யமும் முழக்கமும் இயல்புகளாகக் கொண்ட ஆண்குணம் தான் செயல்பட வேண்டிய தளமாகவும் தன் வலிமையின் பூரணத்துவமாகவும் தவிர்க்கவியலாத வகையில் தன் இருமை

எதிர்வான, மென்மையும் ரகசியமும் இயல்பான, பெண் குணத்தைத் தன்னிடமிருந்தே பிரித்துப் பார்த்துக்கொண்டதென்று சொல்லும் பைபிள் தொன்மம். பின்னாளில் எத்தனையோ பாலியல் மர்மங்கள், அடிப்படைகளின் கண்டுபிடிப்புகளாக இதே கதை திரும்பத் திரும்பச் சொல்லப்பட்டு வந்திருக்கிறது. தமிழ்ச் சமூகத்தில் வெடிப்புறப் பேசுதலும் நையப் புடைத்தலும் முரசு கொட்டலும் சங்கு முழக்குதலுமாகிய வன்முறையாலும் பகிரங்கப் பாலுணர்வாலுமான திராவிட இனம் கிசுகிசுப்பும் ஆழமும் அடங்கிய தொனியும் பதப்பட்ட பாலுணர்வாலுமான ஆர்யம் என்கிற இருமை எதிர்வை தன்னிலிருந்தே சிருஷ்டித்துக்கொண்டதும் இதே பாலியல் அடிப்படையின் மறைமுக உந்துதலில்தான். இந்த வகையில் துவக்கத்திலிருந்தே திராவிடம் என்னும் ஓர் இனத்தின் கூட்டுப்பண்பு ஆரியத்தை நனவிலி நியதியில் அங்கீகரித்து வளர்ந்திருக்கிறதேயன்றி நிராகரித்து அன்று. நாட்டுப்புறத்துக் கரடுமுரடான கால்நடைகளின் காவல் தெய்வம் மேட்டுக்குடிக் கிருஷ்ணனாவதும் சதிர் பரதமாவதும் பறை மத்தளமாவதும் இதே நிலையில்தான். இதன் நீட்சியே கவிதை புதுக்கவிதையாவதும். இந்த எதிர்வு தவிர்க்க முடியாதது. இரு இனங்கள் அடையாளமழிந்து பின்னிப் பிணைந்துபோன ஒரு பொதுச் சமூகத்தின் காலக்கட்டம் இந்த எதிர்வை ஏற்காமல் அடுத்த படிக்கு—காலக்கட்டத்திற்கு—நகர்ந்து செல்லவே முடியாது. ஆனால் ஆதாமின் தனிமையை அவன் நகரவியலாத் தேக்கமாக உணரும் வரையில் அவனுடைய விலா எலும்பு காத்திருந்ததைப் போலவே தேங்கும் நிலைவரை வளர்ச்சியிலும் ஒரு மரபு தன்னைப் புதிதாகச் சட்டையுரித்துப் பார்த்துக்கொள்ளப் போதுமான உந்துதலைக் கொடுக்க வல்ல ஒரு புற நிகழ்விற்குக் காத்திருக்க வேண்டியதாயிருக்கிறது. தமிழ்ச் சமூகத்தைப் பொறுத்தவரை இந்த நிகழ்வு எப்போதும் ஓர் இனம் தன் இருப்பை அபத்திரமாக உணரும்போது அதுவரை நிலவிவந்த ஒரு சமூகக் கட்டமைப்பின் காரணிகளில் இருந்து ஒரு குறிப்பிட்ட பண்பைத் தன் வயமாக மாற்றிக்கொண்டு அந்தப் பண்பையே புதிய காரணியாகத் தன் சமூகத்திற்குத் திருப்பியளிக்கும் செயலாகவே இருந்து வந்திருக்கிறது. தமிழ்ச் சமூகத்தின் திராவிடக் கடவுளர்கள் ஆரியக் கடவுளர்களாக மாறிய சமூகச்சூழல் பற்றி நிறைய எழுதியிருக்கிறார்கள். இசையிலும் நடனத்திலும் இதே பாதிப்பை வேறு யாராவதும் எழுதியிருக்கக்கூடும் / எழுதக்கூடும்.

சுதந்திரத்திற்குப் பிறகு ஆரிய—திராவிட (அல்லது பார்ப்பன—பார்ப்பனரல்லாத) இனங்களின் தன்னடையாளங்காணும் முனைப்பு ஒன்றிற்கெதிராக மற்றொன்று என்று எதிரெதிர்த்

துருவங்களாகச் செயல்படத் துவங்கிய சூழல்தான் புதுக் கவிதையென்னும் பாரம்பரியத் தமிழ்க் கவிதைக் குரலின் இருமை எதிர்வு இலக்கியத்தில் உருவாகப் பின்னணியாக அமைகிறது. சுதந்திரத்திற்கு முன்புவரை மொழி என்கிற பொதுத் தளத்திலேயே தங்களையும் சேர்த்து அடையாளம் கண்டுகொண்டிருந்த ஓர் இனம் தன் காலடியிலிருந்து இந்தத் தளம் திடீரெனப் பிடுங்கப்பட்டபோது தடுமாற்றத்தைச் சமன் செய்துகொள்ளும் ஒரு சுய அடையாள ஸ்தாபிதமாகப் புதுக்கவிதையை உருவாக்குகிறது. இந்தப் புதிய கலை வடிவம் அதுவரை தமிழ்க் கவிதையில் பிறிதோர் இனத்தின் குரலாக இயங்கிவந்த அடிப்படைப் பண்பைத் தன் இயல்பிற்கேற்ப அதன் நேரெதிர் நிலைக்கு மாற்றுகிறது. பிரகடனத்தைக் காதோடு பேசும் ரகசியமாக. உண்மையில் புதுக்கவிதை நவீன உலகத்தின் நம்பிக்கைத் துரோகத்தின்மேல் தனிமனிதன் கொள்ளும் ஆழ்ந்த விரக்தியினைப் பிரதிபலிக்கும் கலை வெளிப்பாடாக அப்போது உலக இலக்கியத்தில் செல்வாக்குப் பெற்றிருந்த துயரத்தின் ஆர்ய மயமாக்கப்பட்ட குரலாகத் தமிழ்ச் சமூகத்தில் அறிமுகமான ஒன்று. இந்தப் புதிய வடிவத்தின் ஆற்றலையும் மரபை உடைக்கும் துணிவையும் புது மணத்தையும் தனக்குள் செரித்துக்கொண்டு 'திராவிடத்தமிழ்' தன்னை இன்னும் உக்கிரமும் வன்மையும் மிக்க மொழியாக மாற்றிக்கொண்டிருந்திருக்க வேண்டும். அப்படியிருந்திருந்தால் இன்று 'தமிழ்போல ஒன்றில்' அநாமதேயமாகவே தமிழகத்தின் புகழ்பெற்ற அத்தனை கவிதைகளும் ஆவியுருவாகத் திரிந்துகொண்டிருக்கும் துர்பாக்கிய நிலை வந்திருக்காது. தமிழ்ச் சமூகத்திலிருந்து தமிழ்ச் சமூகத்தைப் பிரதிபலிக்கும் தமிழ்க்கவிதை எப்போதோ எழுதப்பட்டிருக்கும். ஆனால் புதிய போதையில் ருசி கண்ட திராவிடத் தமிழனின் முழு மறதி விரைவிலேயே தன் சுயதன்மையைச் சிதைத்துக்கொண்டு தன்னையும் இந்தப் 'புதிய உருவில்' – 'நளின வடிவில்' காணும் மயக்கத்தில் ஆழ்ந்துபோய்விட்டது. பாரதி உணர்ந்து சொன்னதுபோல இதுவும் தமிழனின் பிரத்யேக அடையாளக் குணம்தான். இந்தச் சுயதன்மையை விட்டுக்கொடுத்துவிடாத அசாத்திய ஞாபக சக்தியுடன் கலையின் நவீன வடிவத்தை ஸ்பரிசிக்கும் அபூர்வமான கவிஞன்தான் அவன் இயங்கும் தமிழ் இலக்கியச் சூழலின் மகாகவியாகிறான்.

கவிதையானது குரல் வடிவத்திலிருந்து எழுத்து வடிவத்திற்கு மாறிய காலந்தொட்டே முன்னதன் பலத்தையும் பின்னதன் பலவீனத்தையும் ஈடு செய்யும் யாப்பு விதிகளாலான வற்புறுத்தப்பட்ட இசைத் தன்மையை அழகியல் காரணியாகவும் தமிழ்ச் சமூகத்தின் உரத்த குரலை அல்லது முழக்கத்தைத்

தொனியாகவும் கொண்டு இயங்கி வந்திருக்கிறது. இந்த இசைத் தன்மையை ஒரு சமூகத்தின் நடையுடை பாவனைகளில் பாதிப்புச் செய்யும் சமூகத்தின் புற வடிவமாகவும் உரத்த குரலை உயிரணுவின் பரம்பரைப் பண்பு கடத்தியாகவும் உருவகித்துக்கொள்ளுதல் புரிதலைச் சுலபமாக்கும். காலப் போக்கில் இதன் புற வடிவம் நிறுவனமயமாக்கப்பட்டு இறுகிப் போகும்போது அந்தப் புழுக்கம் புதிய வடிவப் பிரக்ஞையொன்றின் வெளிப்பாட்டிற்குக் காரணமாய் அமைந்து அன்று புதிதாய்ப் பிறக்கிறது. அதேசமயம் கவிதையின் தொனியோ தன்னியல்பு மாறாமலேயே நவீன வடிவத்திற்குள் தன்னைப் புகுத்திக்கொண்டுவிடுகிறது. இந்த இரண்டு விஷயங்களும் ஒருசேர முயங்கும் கணங்களில்தான் குறைகளற்ற, தான்வாழும் சமூகத்தின் வீர்யமிக்க வெளிப்பாட்டைக் கொண்டிருக்கும், முழுக்கவிதை பிறக்கிறது. நாட்டுப்புறப் பாடல்களுக்குப் பிறகு இந்தச் சுகப்பிரசவம் பாரதியிடத்தில் மட்டுமே நிகழ்ந்து முடிகிறது (இன்னும் பத்துத் தலைமுறைகளுக்கு உதாரணம் காட்டக்கூடிய ஒரிஜினல் தமிழ்க் கவிதைகள் ஒரு தனி மனிதனுடைய தனிச் சொத்தாகவே தங்கிப் போயிருப்பதைத் தமிழனின் அதிர்ஷ்டம் என்று சொல்வதா துரதிர்ஷ்டம் என்று சொல்வதா?).

விதிகளால் கட்டமைக்கப்பட்ட இசைத்தன்மை என்று பார்த்தோம். பாரதியின் கவிதைகள் இயங்கிய காலச்சூழல் தமிழ்ச் சமூகத்திற்கெதிராக ஒரு பொது எதிரியை நிறுத்தியிருந்தது. இதனால் தன் இருமை எதிர்வைத் தன் சமூகத்திற்குள்ளிருந்தே பிரித்து வார்த்துக்கொள்ள உந்தும் களைப்பு தமிழ்ச் சமூகத்திற்கு ஏற்பட வாய்ப்பு இருக்கவில்லை. பாரதியின் தமிழ்ச் சமூகமோ ஆரியப் பாரம்பரியமும் தமிழ் உணர்வும் கொண்ட சமூகம். இதனால் தன் காலத்தில் இறுகிப் போயிருந்தாலும்கூட தமிழ் மரபுக் கவிதையின் இசைத்தன்மையை உடைக்க வேண்டிய அவசியம் பாரதிக்கு இல்லாமலிருந்தது. பொது எதிரிக்கு எதிராகத் தன் பெருமைமிகு பாரம்பரியத்தை நிறுத்தவேண்டிய அவசிய நிமித்தமே பாரதி தமிழ்க் கவிதையின் 'ஏற்றப்பட்ட இசைத் தன்மையை' துருவகற்றித் தளர்த்தித் தன் கவிதைகளில் செயல்பட அனுமதிக்கிறான். தன் சமகாலத்தில் உலகின் மற்ற பகுதிகளில் செல்வாக்குப் பெற்றுவிட்ட புதுக்கவிதை வடிவம் பற்றிய பிரக்ஞை அவனுக்கிருந்தும், பிற நாட்டுக் கலைச் செல்வங்களைத் தமிழ் மொழிக்குக் கொண்டுவரும் அசல் தமிழ் மணம் அவனுக்கிருந்தும்கூட பரீட்சார்த்த அளவிலன்றி ஓர் இயக்கமாகப் புதுக்கவிதையை அவன் உணராததற்குக் காரணம் இதுதான். புதுக்கவிதைக்கான அவசியம், புற அழுத்தம் அவன் கவிமனம் இயங்கிய காலச்சூழலில் ஏற்படவில்லை.

மேலும் மரபான கவிதையின் இசைத் தன்மையானது தாளக்கட்டுகள் மூலமும் வரிகளின் லயத் தொடர்ச்சி மூலமும் ஆணியடித்தாற்போன்ற அர்த்தங்களின் மூலமும் சொற்களுக்கு மந்திரத் தன்மையேற்றி விண்டுரைக்க அரிதான அனுபவத்தைப் (அனுபூதியை?) பார்வையையும் செவிகளையும் தாக்கும் வார்த்தைகளாக மாற்றும் இயல்புடைய ஒன்றாக இருந்தது. செயலூக்கம் கொண்டதாக விளங்க வேண்டிய காலக்கட்டம் ஒன்று இத்தகைய கவிதைகளை உருவாக்குவதுதான் இயல்பு. மரபுக் கவிதை இதனாலேயே உரைநடைத் தன்மை வாய்ந்த ஒன்றும்கூட, உரைநடையென்பது விவரணைகளாலும் விளக்கங்களாலும் விழிப்பு நிலையை ஏற்படுத்தக்கூடிய, இசைத் தன்மையைத் துறந்த, வார்த்தைக் கூட்டங்களின் தொகுப்பு என்கிற அர்த்தத்தில். இந்த இசைப்பண்பும் வெடிப்புறப் பேசும் சமூகப் பண்பின் கலை வெளிப்பாடுதான். உரத்துப் பேசுதல் என்பதை வசதிக்காக 'சப்தம்' என்னும் வார்த்தையாகச் சுருக்கி அர்த்தப்படுத்திக்கொண்டால் புரிதல் இன்னும் சுலபமாக இருக்கும். எனவே 'சப்தம்'தான் தமிழனின் பண்பாகவும் தமிழ்க் கலைகளின் அடிநாதமாகவும் புதுக்கவிதைக்கு முன்புவரை இருந்து வந்திருக்கிறது. இந்த சப்தம் என்பதை வெறும் 'ஒலி' என்பதிலிருந்தும் வாசகன் பிரித்து அர்த்தம் பண்ணிக்கொள்ள வேண்டும். சப்தம் என்பதை மௌனத்தின் ஒலி வடிவம் என்று சொல்லலாம். ஒரு மரபுக் கவிஞன் 'நெஞ்சு பொறுக்குதில்லையே' என்றும் 'மோகத்தைக் கொன்றுவிடு' என்றும் 'நல்லதோர் வீணை புழுதியில்' என்றும் எழுதுவதற்கும் இன்று நவீன கவிஞன் 'கூட்டிக்கொடுப்பவர்களின் நிழல்' என்றும் 'புலன்களை வெறுக்க யாரால் முடியும்' என்றும் 'நானோர் மனநோயாளி' என்றும் எழுதுவதற்கும் வித்தியாசம் இருக்கிறது. அதில் முயங்குவது தீவிர சப்தம். இதில் முயங்குவது தீவிர மௌனம். இந்த மௌனத்தைத்தான் ஆரியக் குரல் என்கிறோம். ஆரியக் குரல் என்றால் மனநோயாளியின் குரல் என்று அர்த்தமில்லை. பருண்மையை அநுபூதியாக உணரச் செய்வது என்று சொல்லலாம். இந்தக் குரல் ஒரு தனிப்பட்ட ஆரியனால்தான் எழுப்பப்பட வேண்டுமென்பதும் இல்லை. பார்ப்பனக் கவிதை என்பதற்கும் பார்ப்பனன் எழுதிய கவிதை என்பதற்கும் உள்ள வித்தியாசம்போல. க. பூரணசந்திரன் எழுதியதைப்போல "புதுக்கவிதையின் ஒருவகை பார்ப்பனர்களின் மேலை மயமாதல் என்றால் இன்னொரு வகை திராவிடனின் பார்ப்பன (ஆரிய) மயமாதல்". இந்த இருமை எதிர்வு இந்தச் சூழலில்தான் சாத்தியமாகியிருக்க முடியும். பாரதியின் வசன கவிதை முயற்சிகூட சப்தத்தை அடிப்படையாகக் கொண்ட இந்தியக் (தமிழ்) கவிதை மரபின் தொடர்ச்சியன்றி மேலைக் கவிதைகளின் தாக்கமல்ல என்று அக்னிபுத்திரன் கூறுவதும்

நூற்றுக்கு நூறு ஏற்றுக்கொள்ளப்பட வேண்டிய வாதமே. பாரதி இன்று நவீன கவிதை என்று அறியப்படும் கவிதையின் உண்மையான அர்த்தத்தில் அதன் முன்னோடியாக இருக்கவே முடியாது.

வெடிபடு மண்டத் திடிபல தாளம் போட – வெறும்
வெளியி லிரத்தக் களியடு பூதம்பாடப் – பாட்டின்
அடிபடு பொருளுன் அடிபடு மொலியிற்கூடக் – களித்
தாடுங்காளீ சாமுண்டி கங்காளீ
அன்னை அன்னை
ஆடுங்கூத்தை நாடச்செய்தா யென்னை.

புதுக்கவிதையோ மௌனத்தின் மூலமாக சாஸ்திரிய இசையின் (கிருஷ்ணன், பரதம் மத்தளம் நினைவிற்கு வர வேண்டும்) மொழிகடந்த மயக்க நிலையைச் சாதிப்பதாகக் கட்டமைக்கப்படுகிறது. மொழித்தளம் காலடியிலிருந்து பிடுங்கப்பட்டவுடன், அதேசமயம் மொழியின்றி இயங்கவும் முடியாது என்கிற நிலையில், புதுக்கவிதை 'மொழிபோல ஒன்றைத்' தனது தளமாக அமைத்துக்கொள்கிறது. இந்த மொழிபோல ஒன்று வடிவத்தில் மரபான கோடுகளையும் உச்சரிப்பையும் கொண்டிருந்தாலும் அதன் மரபான அர்த்தத்தைப் பலமாக மறுக்கிறது. தான் செயல்படும் மொழியைக் கேலி செய்கிறது. அர்த்தத்தை ஒத்திப்போட்டு விளையாடுகிறது. தன்னை அணுகுவதற்குப் பிரத்யேகப் பயிற்சி உடையவனாக வாசகன் தன்னை ஆக்கிக்கொள்ள வற்புறுத்துகிறது. கலையின் பயன்பாட்டை ஒதுக்கிவிட்டுத் தன்னைத் தனக்காகவே பிறப்பித்துக்கொள்கிறது. கலைத்துப் போடப்படுகிறது. இசையின் மூலமாக இசைத் தன்மையற்ற உரைநடையின் விழிப்புத் தன்மையை ஏற்றுவதற்கு நேரெதிராக இசைத்தன்மையற்ற வடிவத்தின் மூலமாக இசையின் மயக்க நிலையைச் சாதிப்பதாகத் தன் மொழியை அமைத்துக்கொள்கிறது. தன் மொழியைத் தானே மறுத்துத் தனக்குள் முரண்படும் இருண்மையால் வாசகனை முழு மறதிக்கு உள்ளாக்குகிறது. புதுக்கவிதையில் இந்த மயக்க நிலை பல வகைகளில் கவியனுபவமாகச் சித்திக்கிறது. மரபுக் கவிதைகளில் போலவே புதுக்கவிதைகளிலும் பா வகைகள் காணக் கிடைக்கின்றன. வார்த்தைகளின் தாறுமாறான கலைப்பு (பிரம்மராஜன்), முடிவில் எதிர்பாராத அதிர்ச்சி (ஆத்மாநாம், பசுவய்யா இன்னும் பலர்), திரும்பத் திரும்ப வரும் வார்த்தைகளை வேறுவேறான பொருள்களில் புகுத்திக் கவிதையின் Moodஐச் சிதைத்தல் (நகுலன், தமிழவன்), அதே காரியத்தைப் படிம அடுக்குகளால் சாதித்தல் (பிரமிள், பிரம்மராஜன்) என்று பலவற்றைச் சொல்லலாம். ஆரியக்

கவிதை இருக்கிறது. திராவிடக் கவிதை இருக்கிறது. இரண்டுமே தனித்தனியாக, தமிழ்ச் சமூகத்தின் பலவீனமான இரண்டுபட்ட பகுதிக் குரல்களாகவே வெளிப்பட்டுக்கொண்டிருக்கின்றன. ஆரியம் – திராவிடம் இரண்டும் ஒன்றாக இணைந்து முயங்கும் முழுச்சக்தி மிக்க தமிழ்ச் சமூகத்தின் கவிதைகள் இரண்டு கை விரல்களுக்குள் அடங்கிவிடும் என்றே தோன்றுகிறது.

தமிழின் இசைத்தன்மை உடைக்கப்பட்டதுதான். இனி அந்தப் புற வடிவத்தில் தமிழ்க் கவிதை இயங்க முடியாது. சரி, புதிய வடிவத்தில் இயங்கலாம். அதே சமயம் தமிழ்ச் சமூகத்தின் சப்தமும் அதில் தீவிரமாகத் தொனிக்க வேண்டும். இந்தப் பாலம்தான் தமிழ்க்கவிதை தமிழ் மொழியில் எழுதப்பட்ட கவிதையாக மட்டுமின்றி தமிழ் மனதால் எழுதப்பட்ட கவிதையாகவும் செயல்படும் தளமாக இருக்க முடியும்.

1995

Urban fantasy and Rural fantasy

(அய்யப்ப மாதவனின் 'நிசி அகவல்' கவிதைத் தொகுப்பை முன்வைத்து . . .)

அய்யப்ப மாதவனின் நிசி அகவலைச் சில தடவைகள் வாசித்து முடித்தபிறகு இதிலுள்ள கவிதைகள் வழக்கமாகக் கவிதைகளுக்குரிய கருப்பொருள்களாகும் இயற்கையையும் பிராயத்து ஏக்க நினைவுகளையும் தவிர்த்திருக்கின்றன என்பது பிரக்ஞையில் பொறி தட்டுகிறது. (அவ்வப்போது அபூர்வமாகக் காணக் கிடைக்கும் சொற்ப மரங்கள், சோலைகள், பறவைகள் மற்றும் இயற்கை நிகழ்வுகளின்மேலும் நகரத்துச் சாலையோர மரங்களில் அப்பிக்கொள்வதைப்போல புலம்பல்களின் புழுதி ஆடையாக அப்பிக்கொண்டிருக்கிறது. மாடிக்கு வரும் மழை, அலைகள் கிளம்புகின்றன வீடு நோக்கி, வீட்டிலிருந்து பெரிய வானம் தெரிந்துவிட்டது, மலையை உடைத்தாலென்ன, சிகரெட் ஒன்றை மூங்கில் குழலாக்கி போன்ற படிமங்களைக் கவனியுங்கள். கவிதைகளில் பிரதானமாகக் காட்சிப்படுத்தப்படும் கடல் சார்ந்த படிமங்களும் நகர வாழ்வின் நீட்சியாகவேயன்றி (கடற்கரை அருகாமையில் குடியிருப்பு, கடல்வழிச் சாலை, கடலோரச்சாலையின் நவீன உணவகம்) தனித்தொரு பிரகிருதியாகத் தன்னைக் காட்டிக் கொள்வதில்லை). அதுபோலவே எந்தக் கவிதையிலும் பின்னோக்கிய திரும்புதல் கிடையாது. நிகழ் கணத்தை அதன் பின்புலங்களோ தொடர்ச்சியோ இன்றி நிகழும்விதமாகவே பதிவு செய்ய இவை முற்படுகின்றன. மூலத்தின் கோடுகள் கவிதையில்

எங்கிருந்து அனைத்தின் வெளி விரியத் தொடங்கியது எனத் தன்னைத்தானே கவிதை சொல்லி கேட்டுக்கொள்வதையும் கனவொன்றில் உறைந்த அபலை உள்ளிட்ட சில கவிதைகளில் சென்றுபோனவற்றின் மீதான ஏக்கத்திற்கு மாற்றாக இவற்றை மீண்டும் ஸ்தூல வடிவில் நிகழ் கணத்திற்குக் கொண்டுவரும் கனவுகளை முன்வைக்க முயற்சிப்பதையும், நீர் மூடிய மடை கவிதையில் பிரிவின் வலியை அதிகரிக்கச் செய்யும் நினைவுகளைச் சுமந்து திரியவியலாத பயத்துடன் அவற்றை ஒற்றைவரிக் குறிப்புகளால் (முந்தைய இரவுகளிலோ காதலித்துக்கொண்டிருந்தேன்) கொன்றுவிட எத்தனிப்பதையும் நிசி அகவல் தொகுப்பின் தொனியாக நாம் குறித்துக்கொள்ளலாம்.

பிராயத்து நினைவுகளும் பிரிவேக்கங்களும் நேரடியான இயற்கைச் சூழலுடன் தொடர்பு கொண்டிராத நிலையிலும்கூட பிரபஞ்ச இயக்கத்தில் பொதுவாகக் கலந்திருக்கும் மூதாதைகளின் நினைவலைகள் என்கிற ஊடகத்தின் மூலமாக அதன் வேறொரு முனையைத் தொட்டுக்கொண்டிருக்கும் வல்லமை கொண்டவை. இனித் திரும்பக் கிடைக்காத கடந்த காலங்களில் வாழ்பவன் தன்னைச் சுற்றி நிகழும் அக, புற வயமான மாசுபடுத்தல்களிலிருந்து விடுபட்டு உயரே எழுவது என்பது சாதாரணமாகக் காணக் கூடியதுதான். அந்த வகையில் பிராயத் தொடர்ச்சிகளையும் வம்சத் தொடர்ச்சிகளையும் கலாச்சாரத் தொடர்ச்சிகளையும் துறப்பதென்பது இயற்கையைத் துறப்பதென்பதோடு தவிர்க்கவியலாத வகையில் தொடர்பு கொண்டதாயிருக்கிறது. ஆனால் ஒரு கவிஞன் எப்போதும் இத்தகைய சூழலழிவிற்குத் தன்னை ஒப்புக்கொடுக்க முன்வருவதில்லை. அவன் அவற்றிலிருந்து தன்னை மீட்டெடுத்துக் கொள்ளவே போராடுகிறான். கவித்தன்மை கொடுக்கும் நொய்மையால் பலவீனனாகிப் போனவனான தன்னை மீறிய அவற்றின் ஆளுமைக்குப் பலியாகியும் போகிறான். இந்தப் போராட்டத்திற்கும் சாவிற்குமிடையே அவன் தன்னளவில் சில சின்னச்சின்ன அற்புதங்களை உருவாக்க முயற்சிக்கிறான், இவை வறண்ட கனவுகளாயும், வேரற்ற அற்புதங்களாயும், துன்புறுத்தும் மனப்பிரமைகளாயும், ஒட்டவியலாத காட்சிப் படிமங்களாயும் இருக்குமென்பதைத் தெரிந்துகொண்டேயாயினும்.

நிசி அகவல் கவிதைத் தொகுப்பை முன்வைத்து மனதினுள் திரளும் இம்மாதிரியான உணர்வுகளுக்கு நான் *Urban fantasy* என்று பெயர் கொடுக்க விரும்புகிறேன். நகர்ப்புறத்து அற்புதம் என்கிற நேரடியான மொழிபெயர்ப்பு இந்த வார்த்தைக்கு ஒருவிதமான நேர்மறை அர்த்தத்தை வழங்குவதாகத் தோன்றுவதால் நகர்ப்புறத்துக் கற்பிதங்கள் என்று பொருள் கொள்வது ஓரளவிற்குப் பொருத்தமாக இருக்கலாம். எனினும் *Urban fantasy* என்கிற ஆங்கிலப் பிரயோகமே நிசி அகவல் சொல்லிச் செல்லும்

உலகத்தைக் குறிக்கச் சரியான சொல்லாக இருக்குமென்று படுகிறது. *Urban fantasy* என்கிற ஒரு சொல்லாக்கத்தை உருவாக்கும்போதே அதன் எதிர்ச்சொல்லான *Rural fantasy* என்பதும் உருவாகி விடுகிறது என்பதைச் சொல்லத் தேவையில்லை (கிராமப்புறத்துக் கற்பிதங்கள் ?). *Rural fantasy* உருவாகும் உலகத்தில் மனிதனுக்கு எதிர்வாகப் பிரகிருதி அமைகிறது. மனிதனும் இயற்கையும் நேருக்கு நேராக எதிர்கொள்ளும் உலகம் அது. பிரகிருதியின் சூட்சுமங்களை, தந்திரங்களை, சுழற்சிகளை, கொடைகளை, கோபத்தை அறிந்துகொள்ள அல்லது வெற்றிகொள்ள முயற்சிக்கும் வழியாகவே அந்த உலகத்தின் கதைசொல்லி அல்லது கவிதைசொல்லி அதன் அம்சங்களை அற்புத நிலைக்கு உயர்த்திப் பனுவல்களைப் படைக்க முற்படுகிறான். எதிர்ப் புறத்திலிருந்து இதை வாசிக்கும்போது, முற்றிலும் அனுபவம் சார்ந்த, பகுத்தறிவின் குறுக்கீடற்ற *Rural fantasy*களில் இயற்கை மனிதனுக்கு வசப்படாத பேருருவாகத் தொடர்ந்து அவனை ஆட்டிப் படைப்பதை நம்மால் புரிந்துகொள்ள முடியும். இந்த ஆட்டுவிக்கப்படுதலை சக மனிதனிடம் பகிர்ந்துகொண்டு தன்னை ஆற்றுப்படுத்திக்கொள்ளும் நோக்கமும் ரூரல் ஃபேன்டஸிக்கு இருக்கிறது என்பதையும். இதைத் தொடர்ந்து இங்கே இன்னொரு புரிதலும் தேவைப்படுகிறது: ரூரல் ஃபேன்டஸிக்குள் இயங்கும் மனிதக்குரல் தனக்கு எதிர்வாகப் பிரகிருதியையும் இணையாகச் சக மனிதனையும் வரிந்துகொள்கிறது.

ஆனால் ஒரு *Urban fantasy* இப்படியான கட்டமைப்புக் கொண்டதன்று. அது தன்னிலிருந்து இயற்கை என்கிற எதிர்வைத் துறந்துவிட்டிருக்கிறது. அதேசமயத்தில் அது இயங்குவதற்கான தளமாக அமைய ஏதாவது ஓர் எதிர்வு தவிர்க்கவியலாததாயும் இருக்கிறது. இந்நிலையில் *Urban fantasy* இயற்கை காலி செய்த இடத்தில் சக மனிதனைத் தனது பனுவலின் எதிர்வாகக் கற்பித்துக்கொள்கிறது. கட்டிடங்கள், நவீன உணவு விடுதிகள், சாலைகள், இருண்ட தெருக்கள், சிறைச்சாலைகள் முதலான நகர்ப்புற மனித ஆக்கங்கள் பீதியையும் துக்கத்தையும் விரக்தியையும் நிரப்பும் சிதைவுற்ற கோலங்களில் பனுவல்களில் குடியேறுகின்றன. நிசி அகவலின் கவிதைசொல்லியால் சக மனிதனைப் புரிந்துகொள்ள இயலுவதில்லை, புரிந்து கொள்ளும் விருப்பமும் இல்லை, நிகழ் கணத்தில் தன்மீது உராயும் நிகழ்வுகளோடும் மனிதர்களோடும் மட்டுமே அவன் உறவு கொள்கிறான், அவர்கள் பிரிந்தபின் அவன் அந்தக் கணத்திலிருந்த தன்னையும் பிரிந்து வேறொரு மனிதனாக அடுத்த கணத்திற்கு நகர்ந்துவிடுகிறான். உயிர் மர்மம் கவிதையில் கவிதை சொல்லி பல நாட்களாகவே ஒரு பெண்ணின் வசவைக் கேட்டுக்கொண்டும் உதட்டில் துடைக்கப்படாத தக்காளி

விதைகளுடனுமாக உலவுகிறான். பல நாட்களாகவே என்கிற இறுதி வரி அவனுக்கு இறந்தகாலம் என்று ஒன்று இல்லை என்பதைத் தெளிவாகக் குறிக்கிறது. இருந்திருந்தால் அவன் தன் மீதான பல காலப் பழியை எப்படியேனும் சரி செய்ய முயன்றிருப்பானே. பெண் துளி வெளியேறும் ஒரு கிளாஸ் கவிதையும் இப்படி ஒவ்வொரு கணத்திலிருந்தும் வெளியேறிக்கொண்டிருக்கும் பெரும் மறதியைக் குறிக்கும் கவிதைதான். அதன் இறுதி வரி இப்படி முடிகிறது: "அவளில் புதைந்துவிட்ட / உன்னை மீட்கத் தந்திரமேதுமில்லை / தானாய் மீள்வாய்." தன்னை ஒரு பெண் பருக அனுமதித்துக்கொண்டவன் திரும்பச் சுய பிரக்ஞைக்கு, அதாவது நிகழ்விற்கு முந்தைய கடந்த காலத்திற்குப் பிரக்ஞையைத் திருப்பினால் மட்டுமே மீட்சி சாத்தியம். ஆனால் கவிதைசொல்லிக்கு அது நிகழவே போவதில்லை. காரணம் அவன் இயற்கையைத் தொலைத்துவிட்டவன். மனிதர்களும் மனிதர்களின் உருவாக்கங்களும் அவனை வெருட்டிக்கொண்டேயிருக்கின்றன. தொடர்ந்து அவற்றுக்கு ஒரு கற்பிதத் தன்மையைக் கொடுத்து அவற்றைத் தன்னுடைய சிருஷ்டிகளாக்கி வசப்படுத்திக்கொள்ள அவன் போராடுகிறான். தன்னைக் கடலலையாகக் கற்பிதம் செய்துகொள்கிறான் (நிலப் பாய்ச்சல்), சூரியன் அவன் உடலிலிருந்து உதிக்கிறது (இப்படியும் ஒரு குடில்), செத்தவர்கள் பிழைத்து எழுகிறார்கள் (மெக்டோவல் மற்றும் தோட்டா சேகர்), வௌவால்களால் கடிபடும் கடவுளைப் படைக்கிறான் (வௌவால்கள் தின்ற சிலை). *Rural fantasy*க்குள்ளிருக்கும் மனிதனைப்போல தன் மன அவசங்களைப் பகிர்ந்துகொள்வதற்குக் கேட்கும் செவிகளுள்ள மனிதத் துணை எதுவும் அவனுக்கு இல்லாதிருக்கும் நிலையில் சுயமைதுனமும் அதை நிகழ்த்திக்கொள்ள ஏதுவான இருட்டும், தனிமையும் அவனுடைய தேவையாகவும் உலகமாகவும் ஆகிப்போகின்றன (உளவாளி, சாம்பல் உதிர் வேளை, புணர் வாழ்வு, உதட்டில் சாமம், புலரும் ரௌத்திரம் இன்னபிற). இன்னொரு பக்கம் தன்னுடைய மருட்சிகளைப் புனைவின் மூலமாக எதிர்கொள்ளப் பழக்கப்பட்டிருக்கும் அவனுடைய ஆதிமனம் இயற்கைக்குப் பதிலாக சக மனிதனின்மீதே விசித்திரப் புனைவுகளை ஏற்றிப் பார்க்கும் முயற்சியிலும், அதனால் உண்டாகும் குற்றவுணர்விலிருந்து தப்பித்துக்கொள்ளும் எத்தனிப்பிலும் சதா போதையில் அமிழ்ந்து கிடக்க அவாவுகிறது. மது மூலமான போதை (உதட்டில் சாமம் உள்ளிட்ட பல கவிதைகள்), பெண்களிடம் பெறும் போதை (கனவொன்றில் உறைந்த அபலை, ஜாஸ்மின் சிகரெட்), குற்றச் செயல்களின் மூலமாகக் கிடைக்கும் போதை (ஒரு மகிமை, சிவப்பு காதல்), சுயவதை மற்றும் தற்கொலை மூலமாக உண்டாகும் போதை (சுடுநீர் குமிழிகள், மூலத்தின் கோடுகள், திருவல்லிக்கேணி

பழைய தெரு, அம்சா அக்கா மல்லிகா மோகன்) என அவை பலவகைப்பட்டவையாக அவனுக்குள் அற்புதக் கற்பனைகளை உருவாக்கும் கருவிகளாக இறங்குகின்றன.

மிகைக் கற்பனைகளைப் பொறுத்தமட்டில் ரூரல் ஃபேன்டஸிக்கும் *Urban fantasy*க்கும் குறிப்பிடத்தக்க இன்னும் சில வித்தியாசங்களும் உண்டு. முன்னது கூட்டு நனவிலி மனதின் சிருஷ்டிகரமான உருவாக்கம். பின்னது தனிமைப்பட்டுப்போன உயிரின் மனப்பிறழ்வு கொள்ளும் உருவெளித் தோற்றம். முன்னது தன் கற்பனையின் மூலமாகப் பிரகிருதியை வெற்றிகொள்ளும் போராட்டத்தில் இருக்கிறது. பின்னது தன் பிரமைத் தோற்றங்களின் வழியே உலகமயமாதலின் பலிகடாவாகத் தன்னை மாற்றிக்கொள்கிறது. முன்னது தன்னுடைய கற்பனைகளை உண்மையென்று நம்புகிறது. எனவே அது தன்னுடைய கற்பனைகள் யதார்த்த வெளியில் கால் கொள்ள அனுமதிப்பதில்லை. பின்னது தன்னுடைய கற்பிதங்களை நம்ப மறுக்கிறது. இது தன்னைத்தானே நம்ப மறுப்பதன் நீட்சியென்றும் சொல்லலாம். எனவே அதன் கற்பனைகள் யதார்த்தத்தின் உருவகங்களாகவும் குறியீடுகளாகவுமே பனுவல்களில் இடம் பெறுகின்றன. வேறொரு வார்த்தையில் *Urban fantasy*யின் சொல்லாடல்கள் அர்த்தங்களிலிருந்தும் ஒப்பிடல்களிலிருந்தும் விடுபட்டு, சுதந்திரமாக இயங்க முடியாத பளுவைக் கால்களில் கட்டிக்கொண்டிருப்பவை. 'பளிங்குத் தரையில் நீள் செவ்வக வடிவில் குழியைத் தோண்டிக்கொண்டிருந்தான் தலையில் ரத்தம் வழிய' என்கிற படிமம் (குருதி ஓயாத ஆம்புலன்ஸ் குரல்) ஒரு மனப்பிறழ்வின் உருவகமாயன்றி நிஜமான அற்புத நிகழ்வாய் உருப்பெறுவதில்லை. இதைப் போன்றதே தோட்டா சேகர் உயிர் பெற்று வருவதும். இதில் போதையின் நடுவே நினைவுகொள்ளும் இறந்துபோன தோட்டம் சேகரின் உருவெளித் தோற்றமே அவனுடைய உயிர் பெறுதலாய் கவிதைசொல்லிக்குப்படுகிறது. கற்பனைக் குறியீடுகளுக்குள் முடக்கப்படும்போது அவற்றின் விளையாட்டுத் தன்மை அதைவிட்டுக் கழன்றுவிடுகிறது.

நிசி அகவல் இயற்கையை ஒழித்த ஒரு வறண்ட பனுவலாகத் தன்னை முன்னிறுத்திக்கொண்டிருப்பதன் மூலம் வலைகளுக்குள் அகப்பட்டுக்கொண்டு திணறும் பின் நவீன உலகின் நோய்க் கூறான மனநிலையை நம் கண்முன்னே கிலியூட்டும் விதத்தில் கொண்டுவந்து நிறுத்தியிருக்கிறது. தன்னை ஒரு பலிகடாவாக ஆக்கிக்கொண்டு வெளிக்கொணரும் இந்தச் செய்தியோடு எதிர்காலக் கவிதைப் பனுவல்களைப் பற்றிய அச்சத்தையும் எச்சரிக்கையையும்கூட இந்தத் தொகுப்பு தன்னுள் கொண்டுள்ளதாகவும் எனக்குத் தோன்றுகிறது.

2009

தமிழில் நெடுங்கவிதைகள்

1990இல் 'ஆல்பா' வெளியிட்ட '12 நெடுங் கவிதைகள்' என்ற தொகுப்பு நூலுக்கு முன்னுரை எழுதுகிற கோ. ராஜாராம் "வெகுஜன இதழ்களும் துணுக்குகளோடு கூடவே புதுக்கவிதைகளைப் போட முன்வந்துவிட்ட நிலையில் கவிதை இயக்கத்தின் நெருப்பை அணையாது காப்பாற்ற நெடுங்கவிதைகள் இன்று அவசியமாகின்றன" என்கிறார். இது ஒத்துக்கொள்ளக் கூடியதே. இன்று கவிதைக்கான 'அதிர்வு' அல்லது 'அனுபவம்' என்பதை வார்த்தைப் பின்னல்களின் தந்திரங்களிலிருந்து சரியாக வித்தியாசப்படுத்தி விளங்க வைக்கும் கவிதைகள் சிறு பத்திரிக்கைகளிலேயே அருகிக்கொண்டிருப்பதாகப் படுகிறது. மறுபுறம் சிறு பத்திரிக்கைகளில் உறுதிப்படுத்தப்பட்ட பல நல்ல கவிஞர்களின் பெயர்கள் வெகுஜனப் பத்திரிக்கைகளில் சகஜமாகக் காணக் கிடைக்கின்றன. விபத்துகளுக்குப் பயந்து "கவிதைகள் அனுப்ப வேண்டாம்" என்று வேண்டிக் கேட்டுக்கொண்ட சிறு பத்திரிக்கைகளையும் இந்தக் காலக் கட்டத்தில் நாம் சந்தித்தாயிற்று. இந்நிலையில் வியாபார மூளைக்குள் எளிதில் சிக்கிக் கொண்டு விடாத, ஆழ்ந்த, சிக்கலான, இன்னும் கடுமையான பிரதேசங்களில் புதுக்கவிதை நுழையும் வண்ணம் அதன் அர்த்தத்தை மீள்பார்வைக்கு உட்படுத்துவதும் இதன் ஒரு பகுதியாக நெடுங்கவிதைகளைப் பரவலாக முயற்சிப்பதும் இன்றைய தேவையாக இருக்கத்தான் செய்யும். குறுங்கவிதைகள் – நெடுங்கவிதைகள் இரண்டிற்குமுள்ள உருவ, உள்ளடக்க வேறுபாடுகள் பற்றியோ நெடுங்கவிதைகளுக்கான பிரத்யேக

அம்சங்களென்று ஏதாவது இருந்தால் அது பற்றியோ ராஜாராம் தொடர்ந்து அவர் முன்னுரையில் பேசவில்லை. ஆனால் 'ஆல்பா' வெளியிட்டிருக்கும் தொகுப்பிலிருக்கும் 12 கவிதைகளையும் கலாப்ரியாவின் 'எட்டையபுரம்', தேவதேவனின் 'தகழ்', பிரேதா – பிரேதனின் 'கிரணம்' கவிதைகள் ஆகியவற்றையும் நெடுங்கவிதைகளாக அடையாளம் காட்டுகிறார்.

'12 நெடுங்கவிதைகள்' தொகுப்பில் இடம் பெற்றிருக்கும் கவிதைகளைப் பொறுத்தவரை இவற்றில் வரிகளின் எண்ணிக்கை கூடவேயானாலும் அவை யாவும் ஒற்றைப் பரிமாணம் கொண்டவை. மொழியலகுகள் ஆதார அனுபவத்தின் குறியீட்டுத் தன்மையிலிருந்து விலகிச் செல்லும் தைரியம் கொண்டவை அல்ல. மேலும் இவற்றின் கவிதைவெளி குறுங்கவிதைகளுக்கானதாகவே இருக்கிறது. இதனால் கவிதை வேகம் கொண்டதாகிறது. கவிதை துவங்கும் கணத்திலேயே முடிந்து போகும் உணர்வை இந்த வேகம் கொடுக்கிறது. பல தள அதிர்வை உண்டு பண்ணக் கூடிய பெரும் பரப்பு இக்கவிதைகளில் உருவாக்கப்படுவதில்லை. இவ்வகைக் கவிதைகளை க.நா.சு தேவையான அளவு முயற்சித்திருக்கிறார். பிறர் கவிதைகளில் காணக் கிடைக்காத ஓர் அம்சம் க.நா.சுவில் என்னவென்றால் நெடுங்கவிதைக்குத் தேவையான பெரிய வெளியொன்றை அவர் கவிதைகளில் காண முடியும். ஆனால் ஆதாரக் கவிதையனுபவம் அப்பரப்பை நோக்கி விரிந்து செல்வதில்லை. மாறாக அப்பரப்பு ஒரு குறுகிய கணத்தை நோக்கிக் குவிக்கப்பட்டு விடுகிறது. ஆயினும் நெடுங்கவிதைக்கான அடிப்படைக் கூறுகள் சிலவற்றைத் தோல்வியடைந்த கவிதைகளிலிருந்து எடுக்க முடியுமென்றால் அது க.நா.சு கவிதைகளில்தான் சாத்தியமாகும்.

எட்டையபுரம், தகழ், கிரணம் கவிதைகள் ஆகிய மூன்றுக்கும் இடையே உள்ள ஓர் ஒற்றுமை, இம்மூன்றுமே கவிதையினூடாக ஒரு கதை சொல்லலைத் தம் உருவமாகக் கொண்டிருக்கின்றன என்பதாகும். கிரணம் கவிதைகளில் கதைத்தன்மை மிக உள்ளழுத்தி வைக்கப்பட்டிருக்கிறது. இவற்றை நெடுங்கவிதைகள் என்று அடையாளம் காணும் பட்சத்தில் இவ்வகைக் கவிதைகள் ந. பிச்சமூர்த்தி தொடங்கியே முயற்சிக்கப்பட்டிருக்கின்றன என்பதை நாம் அறிவோம். கவிதை இயங்கும் களம், மொழியின் நகர்வு ஆகியவற்றை இக்கட்டுரை இங்கே ஆராயப் புகவில்லை. கவிதை வாயிலாக ஒரு கதை, அல்லது இதைக் குறுங்காவியம் என்று அழைக்க முடியும். பிச்சமூர்த்தி, கலாப்ரியா, தேவதேவன், பிரேதா–பிரேதன் ஆகிய கவிஞர்கள் தவிர்த்து இன்னும் இரா. நடராசன் (தொலைப்புச் செய்திகள்), நகுலன் (மூன்று மற்றும் ஐந்து), ஞானி (கல்லிகை), மனுஷ்யபுத்திரன் (அரசி) என்று

இன்னும் பலரும் குறுங்காவியங்களை – கதைக் கவிதைகளை – முயன்றிருக்கிறார்கள். இவ்வகைக் கவிதைகளின் ஆதார அனுபவம் குறுங்கவிதைகளினுடையதிலிருந்து வேறுபடுகிறது. பிரதிகளினூடாக அல்லது சமூகத்தினூடாக அல்லது சமூகம் என்னும் பரந்த பிரதியினூடாக பிரக்ஞைப்பூர்வமான அல்லது அறிவார்ந்த தேடலை மேற்கொள்ளும் பிரயத்தனம் நீண்ட காலப் பழக்கத்தில் உணர்வாகப் படிவதன் அடையாளமாக இவ்வகைக் கவிதைகள் வெளிப்பாடு காண்கின்றன எனலாம். பகுதிகளில் மொழியின் அதிக பட்ச சாத்தியப்பாடுகளையும் சிதறடிப்பையும் கொண்டிருக்கும் அதே வேளையில் மொத்த உருவம் பதற்றமின்மையையும் ஒழுங்கையும் கொண்டதாக இருக்குமாறு கட்டமைக்கப்படுபவை இவ்வகைக் கவிதைகள்.

கருத்துருவங்கள் கதை / கவிதை மாந்தர்களாக வார்க்கப்பட்டுக் கவிதை சொல்லியின் பிரதிநிதிகளாகச் செயல்படுவது குறுங்காவியங்களின் பொதுப் பண்பாக இருக்கிறது. தரம் பற்றி நாம் இங்கே விவாதத்திற்கு எடுத்துக்கொள்ளாத அளவில் தட்டையான பரப்புகளில் வெகுஜன இதழ்களிலும் இவ்வகைக் காவியங்கள் வெளிப்பாடு கண்டுகொண்டுதானிருக்கின்றன. குறுங்கவிதை லட்சணங்களுள் ஒன்றான ‘படிமங்கள் தோன்றிச் சிதைதல்’ என்பதன் எதிர் நிலையில் குறுங்காவியங்களில் படிமங்கள் தோன்றி ஸ்திரப்படுகின்றன. மொழியின் இன்னொரு விதமான – அவசியமான – பயன்பாடுகளில் இதுவும் ஒன்றே.

குறுங்காவியங்கள் அல்லது கதைக் கவிதைகள் தவிர்த்து இன்னோர் வகையாகவும் நெடுங்கவிதைகள் தமிழில் முயற்சி செய்யப் பட்டிருக்கின்றன. ஒரு குறிப்பிட்ட படிமத்தின் வேறு வேறு அனுபவ நிலைகளைத் தொடர்ந்து மொழிப்படுத்திக்கொண்டு போகும் இவ்வகை வெளிப்பாட்டு முறைக்குத் தமிழில் பல நல்ல கவிதைகளை உதாரணமாகச் சொல்ல முடியும். கலாப்ரியாவின் ‘ரிஷ்யசிருங்கம்’ மழையை வெவ்வேறு கணங்களில் பொருத்தி வெவ்வேறு அதிர்வுகளை மொழியாக்குகிறது. தேவிபாரதியின் ‘இந்திய மாதா’, பிரம்மராஜனின் ‘கடல் பற்றிய கவிதைகள்’ மற்றும் ‘சித்ரூபிணி’, இரா. நடராசனின் ‘புலன் வேட்டை’ ஆகியவை உடனடியாக நினைவிற்கு வரும் பெயர்கள். இவ்வகைக் கவிதைகள் ஒரு விதத்தில் ஒற்றை அனுபவமென்கிற குறுங்கவிதைத் தன்மைக்கு எதிர் நிலையில் பல தள அதிர்வு என்பதை மொழிப்படுத்துவதன் மூலம் பெயரிடும் அதிகாரத்தைத் தொடர்ந்து உடைத்துக்கொண்டே இருக்கின்றன எனலாம்.

மழை என்னும் ஒரு மொழியலகு கலாப்ரியாவில் உணவாக, காமமாக, காதலாக, பருவமாக, கோட்பாடாக என்று, இப்படித்

திரும்பத் திரும்ப வேறொன்றாக உருவாக்கப்பட்டுக்கொண்டே இருக்கிறது. அல்லது அதன் பெயர் ஸ்திரமானதாக இல்லாமல் இன்னொன்றாக மாற்றப்படுவதன் மூலம் அழிக்கப்பட்டுக் கொண்டேயிருக்கிறது. நடராசனில் பெண்ணும், தேவிபாரதியில் வேசியும், பிரம்மராஜனில் பெண் மற்றும் கடல் ஆகியவையும் இவ்வாறாகத் தொடர்ந்து பெயர்கள் கரைக்கப்பட்டுச் சம்பந்தமற்ற வெவ்வேறு அனுபவங்களாக விரிகின்றன.

ஆனால் இந்தக் காரணத்தாலேயே இவற்றை நெடுங் கவிதைகள் என்று ஒத்துக்கொள்வதில் தயக்கமும் உண்டாகிறது. இவற்றில் எண்களிடப்பட்ட ஒவ்வொரு தனித்தனிப் பகுதியும் தனிக் கவிதையொன்றின் அமைதியைத் தன்னளவில் கொண்டுவிடுகின்றன என்பதே இதன் காரணம். பொதுவான படிமம் என்கிற ஒரு பலவீனமான கண்ணியைத் தவிர கவிதையின் நெடிய பரப்பில் இவை தம்மை இணைத்துக் கொள்வதில்லை. கவிதையென்கிற நிகழ்வில் இஃது இவற்றின் பலவீனமல்ல என்றாலும் கவிதையெழுதுதல் என்கிற சமூக நிகழ்வில் இவை நெடுங்கவிதைக்கான கூறுகளைத் தம்முள் கொண்டிருப்பதில்லை என்றே தோன்றுகிறது.

மேலே விவரித்த இரண்டு வகையான நெடுங்கவிதை வெளிப்பாடுகளும் தம்மளவில் சுயமாக இயங்கும் வலிமையைப் பெற்றிராமல் சார்ந்தியங்கும் தன்மை கொண்டதாய் இருக்கின்றன: ஒன்று இவை கதை என்கிற இன்னொரு இலக்கிய வகைமையை வெளிப்பாட்டிற்காக ஏற்கின்றன, அல்லது குறுங்கவிதை வடிவத்தையே தம் பகுதிகளாக வரித்துக்கொண்டு தங்களை அதன் தொகுப்பாக்கிக் கொள்கின்றன. இவை இரண்டுமற்ற பிறிதோர் வெளியீட்டுப் பாணி தமிழில் சாத்தியமாகியிருக்கிறதா என்பதைப் பார்க்குமுன் இக்கட்டுரையை முன்னிறுத்திக் குறுங்கவிதையின் பண்புகளுள் ஒன்றை ஞாபகப்படுத்திக்கொண்டு விடலாம்: கவிதைகள் பொதுவாகக் காலம் என்கிற துளியைக் காலமின்மை என்கிற வெளியை நோக்கி நகர்த்துகின்றன. ஒரு கணத்தின் அனுபவம் காலங்கடந்த (அல்லது காலமற்ற அதாவது காலப் பிரக்ஞையற்ற) அதிர்வொன்றைத் தருகிறது என்பதே கவிதை என்கிற வகைமையின் இருப்பிற்கான அடிப்படைத் தேவையாக இருக்கிறது. எனினும் இந்த அனுபவம் எழுதுதல் என்கிற யதார்த்தத்தை நோக்கித் தன் வெளிப்பாட்டு நிமித்தமாக நீட்சியுறுகிறபோது ஆதாரக் கணத்தை நோக்கியே தன் கவனத்தைக் குவிக்கிறது. அந்தக் கணம் எழுத்தின் தட்டைப் பரப்பினூடாகக் காணாமல் போய்விடக்கூடுமென்கிற விசாரத்தில் விவரிப்பு, சப்தம் போன்ற சில அம்சங்களை ஒதுக்கித் தள்ளிவிட்டுத் தன்னை இறுக்கிக் கொள்கிறது. இந்த 'ஒதுக்குதல்' என்கிற

பண்புதான் ஒரு பிரதியைக் கவிதையாக வாசகருக்குக் காட்டுகிறது என்பது புதுக்கவிதை பற்றின ஆரம்ப அறிதல்களில் ஒன்று. காலம் – காலமின்மை என்கிற தத்துவார்த்தப் புரிதல்களுக்குத் தன் வழியில் விளக்கம் காணும் இவ்விதமான விழைவில் குறுங்கவிதை வேறோர் சாத்திய வெளியைக் கவனிக்காமல் விட்டுவிடுகிறதென்பதைக் கூர்ந்த வாசிப்பில் அவதானிக்க முடிகிறது. அது இடம் பற்றின பிரக்ஞை. காலத்தைப் போன்றே ஒரு பிரஸ்தாப இடத்தைச் சார்ந்த அனுபவமும் பிரபஞ்சம் என்கிற பெரிய தளம் சார்ந்த அதிர்வாக வெளிப்பாடு காண முடியும். இடம் பற்றின இந்தப் பிரக்ஞை தமிழ்க் கவிதை வெளிப்பாட்டில் குறைவு என்பதே தமிழில் நெடுங்கவிதை உருவாக்கங்களை அபூர்வமாக ஆக்கியிருக்கிறது என்று தோன்றுகிறது. ஏனெனில் இடம் பற்றின பிரக்ஞை கவிதையை இறுக்கத்திலிருந்து விடுவிக்கிறது. ஆதார அனுபவம் இடங்களைக் கடந்து அதிர்வதை வெளிப்பாடு செய்ய முனையும்போது ஒரு தனி வகைமையாக நெடுங்கவிதை உருவாக முடியும்.

ஓரளவு நெடுங்கவிதை என்பதை இவ்விதத்தில் வரையறுத்துக்கொள்ள நகுலன் மற்றும் விக்கிரமாதித்யனின் கவிதைகள் உதவுகின்றன. நகுலனின் ‘கோட்ஸ்டாண்ட் கவிதைகள்’. இதில் உடல் சார்ந்த ஓர் விசாரம் (உடல் அல்ல) அல்லது தேகம் உரியும் ஒரு ஆதார கவிதையனுபவம் இடங்களைப் பொருட்படுத்தாது பயணிக்கிறது. தேகம் உரிக்கப்பட்டுத் தொங்கும் கோட்ஸ்டாண்ட் கவிதைசொல்லியின் அறையில் இருக்கிறது. ஆனால் தேகம் உரிக்கப்படும் அதிர்வு (அலுப்பு) கவிதைப் பரப்பின் ஒவ்வோர் இடத்தையும் கோட்ஸ்டாண்ட் தொங்கவிடப்படும் அறையாக்குகிறது: நண்பனின் அறையில் புத்தகம் கிழித்தெறியப்படுகிறது, வெளி நிழலைக் காணாமல் போக்கிவிடுகிறது, ஸ்தூல வடிவில் தொடர்ந்து நீடிக்கும் உறவுகள் அவனை உரித்துப் போடுகின்றன (“உருவங்கள் தெரியாவிட்டாலும் . . .” – நகுலன்), நதி அதன் உயிர்களைக் கழற்றிப் போடுகிறது, அம்மா அவன் உருவத்தைப் பார்ப்பதைத் தவிர்த்துவிட்டு ஸ்பரிசத்தால் ஏற்கிறாள் என்று இப்படி ஒரே அதிர்வு இடம் சார்ந்த வெவ்வேறு விவரணைகளை ஒரே கவிதையாக வெற்றிகரமாக இணைத்துக் காட்டுகிறது. இது குறுங்கவிதையாக இயங்கவே முடியாது. கவிதையின் பகுதிகள் சோதனைப் பொருள் எதையும் நேரடியாக முன்னிலைப் படுத்தாது மூல அனுபவத்தின் சாராம்சத்தை மட்டுமே ஏற்றுக்கொண்டு தங்களைத் தொடர்கின்றன. இவ்விதமாகவே அமைந்த நகுலனின் இன்னொரு கவிதை ‘மழை மரம் காற்று’. இடப் பிரக்ஞை என்று இக்கட்டுரை குறிப்பிடுவதைச் சரியாக

விளங்கிக்கொள்வது நல்லது. ஒரு கவிதைப் பிரதியில் இடம் சார்ந்த அனுபவங்கள் இடம் பெறுமானால் அந்தக் கவிதை காலப் பிரக்ஞை கொண்ட குறுங்கவிதையாகத் தன்னை வெளிப்படுத்திக் கொள்ளும். அப்போது கவிதையில் இடம் என்பது ஒரு நிமித்தமாக, காலம் ஊடுருவும் ஓர் ஊடகமாக மட்டுமே இருக்கும். நகுலனின் பிரசித்தி பெற்ற 'ஸ்டேஷன்' கவிதையை எடுத்துக் கொள்வோம்

ரயிலை விட்டிறங்கியதும்
ஸ்டேஷனில் யாருமில்லை
அப்பொழுதுதான்
அவன் கவனித்தான்
ரயிலிலும் யாருமில்லை
என்பதை
ஸ்டேஷன் இருந்தது என்பதை
"அது ஸ்டேஷன் இல்லை"
என்று நம்புவதிலிருந்தும்
அவனால் அவனை
விடுவித்துக்கொள்ள
முடியவில்லை
ஏனென்றால்
ஸ்டேஷன் இருந்தது

மேல் தளத்தில் இது ஸ்டேஷன் பற்றின கவிதைதான், ஆனால் "நம்புவதற்குக் கஷ்டமாக இருந்தது", "ஸ்டேஷன் இருந்தது", "இல்லை" போன்ற பிரயோகங்களின் வழியே ஸ்டேஷன் என்கிற 'இடம்' கரைக்கப்பட்டு விடுகிறது. பதிலாக ஸ்டேஷன் சார்ந்த, அதே சமயத்தில் 'ஸ்டேஷனை ஒதுக்கிவிட்ட' அதிர்வொன்று கவிதையைக் கட்டுகிறது. நம்புதல் என்பது முன்பு ஸ்டேஷன் என்று அறிந்த ஒன்றோடு இப்போது இருக்கும் ஸ்டேஷனைத் தொடர்புறுத்திப் பார்க்கும் செயலைச் சுட்டிக் காட்டி 'முன்பு x இப்போது' என்னும் காலப் பிரக்ஞைக்குள் கவிதையைக் கொண்டுவருகிறது. அதுபோல 'இருந்தது x இல்லை' என்னும் எதிர்வுகளும் ஸ்டேஷன் என்னும் பருண்மையைப் புலன்களால் ஸ்பரிசிக்கவியலாத கால வெளிக்குள் அமிழ்த்தி விடுகிறது. இப்போது வாசகர் சிதைக்கப்பட்ட வெற்றிடத்தில் தனக்குப் பரிச்சயமான இடங்களைப் பொருத்தி ரயில்வே ஸ்டேஷனுக்குப் பதிலாகப் பேருந்து நிலையம், வீடு, மலை, காடு, ஆறு என்றிப்படி கவிதையின் ஆதார அனுபவத்தைப் பிசகின்றிப் பெற்றுக்கொள்ள முடிகிறது, .

ஆனால் இடம் தரும் அனுபவம் என்பது கவிதைக்குள் இடம் பெறும் இடத்தை இப்படிக் கரைத்து விடுவதில்லை. இடம் சார்ந்த அதிர்வானது காலம் பற்றின கவனத்தைக் கவிதைக்குள் கொண்டு வரும்போதே இடம் பற்றிய

பிரக்ஞையானது ஒன்றுக்கு மேற்பட்ட இடங்களை நோக்கி விரிகிறது. நாம் முன்பு பார்த்த மூன்று வகைகளில் முதலாவதான கதைக் கவிதையில் செயல்படும் பல தள அணுகலும் இதில் செயல்படுகின்றன. வித்தியாசம்: இக்கவிதையில் பாத்திரங்கள் குறியீடாக வருவதில்லை. மற்றும் குறிப்பிட்ட படிமத்தின் மீதான பல தள அனுபவம் என்பதன் எதிரிடையாகக் குறிப்பிட்ட அனுபவத்தின் மீதான பல படிமங்கள் என்பதாக இது செயல்படும். நகுலனின் கோட்ஸ்டாண்ட் கவிதைகளை இவ்வகைக்குச் சிறந்த உதாரணமாக எடுத்துக் கொள்ளலாம். இந்தக் கவிதையில் சட்டையை உரித்துக் கோட்ஸ்டாண்டில் தொங்கவிடும் நிகழ்வானது உடலும் உணர்வுமாய்ப் பிசைந்து வனையப்பட்ட மனித இருப்பிலிருந்து உடலை மட்டும் கழற்றித் தனியே தொங்கவிடுவதென்கிற கவிதையனுபவமாக மாறுகிறது. இதுவொரு குறுங்கவிதைக்கான அனுபவம்தான். பிறகு இந்த அனுபவம் – உணர்வாக மட்டும் எஞ்சும் அனுபவம் – தொடர்ந்த தளங்களுக்கு விரிக்கப்பட்டு உடல் பற்றிய பிரக்ஞைக்குத் திரும்பத் திரும்ப வந்து சேர்கிறது. கவிதைப் பரப்பில் சுட்டப்படும் நிகழ்வுகள் மீண்டும் மீண்டும் கோட்ஸ்டாண்ட் வைக்கப்பட்டிருக்கும் அறைக்கே வந்து சேர்கின்றன. இங்கே நாம் முன்பு பார்த்தவற்றின் மூன்றாவது வகை நீள்கவிதையின் அம்சம் செயல்படுகிறது. வித்தியாசம்: ஆதார அனுபவத்தை ஈந்த குறிப்பிட்ட இடத்தை விட்டுப் பிரக்ஞை வெளியேறி தொடர்பற்ற பலப்பல இட வெளிகளை அதே புள்ளியிலிருந்து சிருஷ்டித்துவிடுகிறது. அதாவது பல தளங்களில் நிகழ்ந்து கொண்டிருக்கும் நிகழ்வுகள் கவிதை சொல்லியால் பிரக்ஞைத் தளத்தில் ஓர் அனுபவத்தின்கீழ் கோக்கப்படுவதற்கப்பாலும் தத்தம் நிலையிலேயே சுதந்திரமாகச் சுழன்றுகொண்டிருக்கின்றன. இரண்டாம் வகைக் கவிதைக்கு மிக நெருக்கமாக இந்தப் பாணி வருவதால் இரண்டிற்குமான வேறுபாடுகளை உதாரணம் மூலம் விளங்கிக்கொள்ளலாம் (நடராசனின் 'புலன் வேட்டை' அனுபவம் சார்ந்து அல்லாது அத்துமீறல் என்னும் கருத்துருவம் ஒன்றின் கதை வடிவ வெளிப்பாடாக இருப்பதால் அதை இங்கே உதாரணத்திற்காக இணைத்துக்கொள்ள முடியாது): கலாப்ரியாவின் 'மழை' மற்றும் தேவிபாரதியின் 'வேசி' இரண்டையும் எடுத்துக்கொண்டோமானால் பல தளங்களிலும் சுட்டப்படும் நிகழ்வுகள் யாவும் அவ்வப் புள்ளிகளை நோக்கியே குவிந்திருப்பதைக் காண முடியும். இந்தக் கவிதைகளில் பகுதிகள் யாவும் மூலப் படிமத்தின் நிமித்தமாகவே எழுகின்றன. இங்கே கவிஞனின் கவித்துவக் குறுக்கீடு எதுவும் நிகழ்வதில்லை. அவன் தன்னைப் பார்வையாளனாகவே கட்டுப்படுத்திக் கொள்கிறான். சி. மணியின் 'வரும் போகும்', 'நரகம்' ஆகிய குறிப்பிடத்தக்க கவிதைகளும் இவ்வகைப்பட்டவையே.

எனில் கோட்ஸ்டாண்ட் கவிதைகளிலோ இதன் தலைகீழ் செயலாகத் தம் போக்கில் நிகழும் நிகழ்வுகள் பலவற்றைக் கவிஞனின் குறுக்கீடு கவிதையாக இணைக்கிறது. இவ்வாறு இணைக்கப்படாவிடில் இவை மேல்தளத்தில் ஒன்றுக்கொன்று தொடர்பற்ற நிகழ்வுகளாக நீடிக்கும்.

ஆக, ஒரு கவிதைக்குள் இடம் பற்றிய பிரக்ஞை நிறுவப் படும்போது குறுங்கவிதை அல்லது கதை சார்ந்த வடிவங்களைச் சார்ந்திராமல் சுயமான அடையாளங்களுடனான தனி வடிவமொன்றை ஏற்படுத்த முடியுமென்பது இக்கட்டுரையின் புரிதலாக இருக்கிறது. தமிழில் இவ்வகையில் அமைந்த நெடுங்கவிதைகள் மிகமிகக் குறைவு. என் வாசிப்பு எல்லை வரையில் நகுலனின் 'காற்று மழை மரம்' கோட்ஸ்டாண்ட் கவிதைகளைக் காட்டிலும் கூடுதலான இடப்பிரக்ஞை உள்ள, அதனாலேயே நிஜமான நெடுங்கவிதைத் தன்மையுள்ள ஒரு கவிதைப் பிரதி. இதில் இடம் சார்ந்த கவிதையதிர்வு இன்னும் ஆழ அமிழ்த்தப்பட்டு இடம் என்பதே கவிதை நெடுகிலும் முன்னிறுத்தப்படுகிறது. கவிதையின் எண்களிடப்பட்ட பிரிவைத் தாண்டி மரணம் x காதல் (உயிர்ப்பு) என்னும் அனுபவம் சார்ந்த இருமை தொடர்ந்து வீடு என்கிற புள்ளியை வெளியை நோக்கி விரித்துக்கொண்டே போகிறது. இது தவிர கவிதையின் மேல் தளத்திலும் இந்த இருமையின் விரிவாக வீடு x வெளி என்னும் காட்சி சார்ந்த விவரணைகள் கவிதை வரிகளை அத்தியாவசியமான நீட்சிக்குக் கொண்டு செல்கின்றன. வீடும் வெளியுமற்ற ஓர் இன்மையும் சுசீலாவின் தோற்றத்தை முன்னிறுத்திச் சிருஷ்டிக்கப்படுகிறது. சுசீலா இருக்கிறாளா இல்லையா என்னும் அல்லாட்டம் ஞாபகத்தின் சுவடாக இல்லாமல் இடத்தை முன்னிறுத்தியே சுட்டப்படுகிறது. அதேசமயம் கவிதையின் பொதுப் பண்பான காலம் பற்றிய பிரக்ஞையும் சுசீலாவின் பெயரைக் குறிப்பிடுவதன் மூலம் உள்ளே செயல்படுகிறது (மறைந்தும் மறையாமலும் நிற்பது வெறும் பெண் உரு அல்ல, மாறாக ஏற்கனெவே அறிமுகமான சுசீலா). இவ்வகையில் நகுலனின் 'மழை மரம் காற்று' ஆதாரக் கவிதையனுபவத்தை இடத்தின் கொடுப்பினையையும் பிரக்ஞையில் கொண்டு வெளிப்படுத்தும் தமிழின் குறிப்பிடத்தக்க நெடுங்கவிதையாகிறது.

குறிப்பிட்டுச் சொல்லத்தக்க மற்றுமொரு நெடுங்கவிதை விக்கிரமாதித்யனின் 'நவபாஷாணம்'. நகுலனுடையதைப் போலன்றி விக்கிரமாதித்யனின் கவிதை இடம் பற்றிய சொல்லாடல்களைக் கவிப்பரப்பின் மேல்தளத்தில் வைப்பதில்லை. மாறாக இடம் சார்ந்த அடையாளங்களை பிரதி நெடுகிலும்

இறைத்துக்கொண்டே போகிறது. குறிக்கோளற்ற ஒரு நெடும் பயணமாக இடங்களினூடாக ஆதார அனுபவம் அலைந்து திரிகிறது. இந்த அடையாளங்கள் சில சமயம் கால வெளியிலும் பயணிக்கிறது. கவிதையின் துவக்கத்தில் இடம்பெறும் இயற்கைச் சூழல் (இடம்) புராணிகம் என்கிற காலவெளியையும் தன்னுள் இழுத்துக்கொள்கிறது. இது விக்கிரமாதித்யனின் பெரும்பாலான கவிதைகளில் பார்க்க முடிகிற அம்சம்தான். நவபாஷாணத்தின் துவக்கத்தில் மட்டுமே வெளிப்படையாக இடம் பற்றிய சொல்லாடல் இடம் பெறுகிறது. பிறகு மளமளவென்று அடையாளங்கள் கீழ்க்காணும்படி இறைக்கப்படுகின்றன:

5B பஸ், அட்டவணைப்படுத்தப்பட்ட ... — சந்தடி மிக்க நகரம்

கடலோர உப்பளம் — நாட்டுப்புறம்

சீட்டுக்கட்டு — திருமண மண்டபம்

கர்ணனைக் கொன்றார்... — போர்க்களம்

நானே வழியும் ... — சர்ச்

தென்னாடுடைய... — கோவில்

டாபர் பல்பொடி — வீடு

கவிதை பூராவிலும் இயங்கும் அடையாளங்களைத் தவிர கவிதையின் மொத்தத் தொனியேகூட பைத்தியக்கார விடுதியொன்றின் (இடம்) இருப்பை வாசகனுக்கு உணர்த்துகிறது. குறுக்கும் நெடுக்குமாக அலைந்துகொண்டேயிருக்கும் காட்சிகள் இச்சமூகத்தையே ஒரு பெரிய பைத்தியக்கார விடுதியாகக் கவிப் பரப்பில் மாற்றிக் காட்டுகின்றன.

தமிழில் இதுவரை முயற்சி செய்யப்பட்ட நெடுங்கவிதைகளை முன்வைத்து அவற்றில் செயல்படும் பொதுவான குணாம்சங்களில் ஒன்றை இக்கட்டுரை பெரிதுபடுத்திப் பார்க்க முயற்சித்தது. இதையொட்டியும் வெட்டியும் மற்றும் பிற ஆய்வு மாதிரிகளின் வழியிலும் அவற்றின் பிற குணாம்சங்களையும் கண்டடைய முற்படுவதும் அவற்றை விவாதிப்பதும் அதைத் தொடர்வதும் அல்லது கடந்து செல்வதுமான செயல்பாடுகளும் கவிதை வடிவத்தின் செழிப்பிற்கான இன்றைய தேவை என்பதில் மறுப்பிருக்க முடியாது.

2001

தத்துவமும் கவிதையும்

அப்பாஸ் *vs* நகுலன்

அனுபவத்திற்கு முன்னும் பின்னும் மொழி இயங்குகிறது. ஒரு நிகழ்வு அல்லது ஒரு வஸ்துவிலிருந்து படைப்பாளி பெறும் அனுபவம் அதற்கு முந்தைய கணம்வரை அவனுக்குள் சேகரமாகியிருக்கும் அவ்வனுபவம் அவை சார்ந்த சொல்லாடல்களின் மொழித் தொகுப்பிலிருந்து நனவிலியாகக் கிளர்ந்தெழுந்து அவனைச் சேர்கிறது. அனுபவத்திற்கு ஒரு பருண்மை வடிவத்தைக் கொடுக்க அவன் முயல்கையில் அதே முந்தைய, எண்ணிறந்த சொல்லாடல்களின் தடங்கள் பதிந்த அவனுடைய சொந்த மொழி ஒன்று உருவாகிறது. இலக்கியப் பனுவலாக்கங்கள் அனைத்திற்குமே இந்த விதி பொதுவான அடிப்படையாக அமைய, இதற்குமேல் தங்களுடைய குணாம்சங்களின் அடிப்படையில் கவிதை, கதை, கட்டுரை ஆகிய வகைமைகள் தங்களுக்கென்றே பிரத்யேகமான உப விதிகளையும் கொண்டனவாயிருக்கின்றன. ஒரே அனுபவத்தின்மீது ஒரு கவிதைப் பனுவல் நிகழ்த்தும் மொழிச் செயல்பாட்டிற்கும் கதை அல்லது கட்டுரையாக்கங்கள் நிகழ்த்தும் வேறு வகையான மொழிச் செயல்பாட்டிற்கும் இந்த உப விதிகளே காரணமாகின்றன. ஒரு கதை குறித்த மதிப்பீட்டுச் சொல்லாடல்களைக் கவிதைக்கு உபயோகப்படுத்த நம்மால் முடிவதில்லை. இந்த நிலைப்பாட்டில் இருந்துகொண்டுதான் கவிதையென நம்முன் விரிக்கப்படும் ஒரு பனுவல் உண்மையிலேயே கவிதைக்கான மொழியைத்தான்

கொண்டிருக்கிறதா என்பதை, அல்லது அந்தப் பனுவலிலிருந்து நாம் பெறும் அனுபவம் புனைவியல் அல்லது சமூகவியல் சார்ந்ததன்று என்பதைக் கண்டுபிடிக்க வேண்டியிருக்கிறது.

கவிஞன் தன் மொழியைக் கட்டமைக்கும் பாணி அலாதியானதாயும், முற்றிலும் உள்வயமான சொல்லாடற் தேர்வுகளால் மயக்கத்தைத் தரக்கூடியதுமாக இருக்கிறது. கவிதை எப்போதும் நிகழ்காலத்திலேயே இயங்குவதாயும் அதனாலேயே முரண்பாடுகள் கொண்டதாயும் இருக்கிறது. ஒரு கணத்தில் விதந்தோதப்படும் ஒரு நிகழ்வு பிறிதோர் கணத்தில் அவ்வாறானதாகக் கவிஞனுக்குத் தோன்றுவதில்லை. சிந்தனையின் தொடர்ச்சி கவிதைக்கு எதிரி என்று சொல்வதும் மிகைக் கூற்றன்று. எண்பதுகளுக்கு முன்புவரை இலக்கியப் பனுவல்களைச் சார்ந்து செயற்பட்டுவந்த இலக்கியச் சிந்தனை முறைகள் எண்பதுகளுக்குப் பிறகு படைப்பை மேலாதிக்கம் செய்யும் வலுவுடன் வளர்ந்தபோது எழுதப்பட்ட பனுவல்களில் மரபின் தொடர்ச்சி குறித்த அவற்றின் கருத்தாக்கங்கள் சமூகச் சிந்தனைகளின் தொடர்ச்சி என்று தவறாகப் புரிந்துகொள்ளப்பட்டதால் (தவறாகப் புரிந்துகொள்ளப்பட்ட அமைப்பியல் சிந்தனை சார்ந்த சொல்லாடல் இது மட்டுமல்ல) கவிதைகளில் பழைய வானம்பாடிக் கவிதையாக்கங்களையொத்த புனைவுப் பரப்புகள் தோன்றி வாசகனை இலட்சிய மயக்கத்திலாழ்த்தும் விபத்து நடந்தது, நடந்துகொண்டிருக்கிறது. அனுபவத்தையும் புனைவையும் பிரித்தறியும் கூர்புலனை, தமிழ் வாசகன் மற்றும் படைப்பாளிகளிடமிருந்து தவறாகப் புரிந்துகொள்ளப்பட்ட சிந்தனை முறைகள் பறித்துக்கொண்டிருந்த வேளையில் இதில் சிக்கிக்கொள்ளாமல் கடைசிவரை கவிதை மொழியைக் காப்பாற்றிக்கொண்டிருந்த மிகச் சிலரில் மறைந்த கவிஞர் அப்பாஸும் ஒருவர். அவருடைய முதல் தொகுப்பான 'வரைபடம் மீறி' யில் காணப்படும் அதே கவிதையனுபவங்களையும் அதே சூழலையும் கடைசித் தொகுப்பான 'முதலில் இறந்தவன்'யிலும் பார்க்க முடிவதற்கு, அப்பாஸின் மிகக் குறுகிய கவிதைத் தளத்தின் பின்னணியில், இதுவும் ஒரு காரணமாக இருக்கலாம். அவர் கவிதையினாலன்றி கவிதை குறித்த சொல்லாடல்களினால் கடைசிவரை பாதிக்கப்படாதவராகவேயிருந்தார்.

அப்பாஸின் கவிதைகள் அனுபவத் தொடர்ச்சியை உடையனவேயன்றி சிந்தனைத் தொடர்ச்சியைக் கொண்டவை யல்ல. முன்பு கூறியதைப்போல அவை ஒருபோதும் இறந்த காலத்தின், கடந்து போனவற்றின், ஞாபகங்களோடு வெளிப் படுவதில்லை. அப்பாஸின் கவிதையனுபவம் அது நிகழும்

ஒவ்வொரு முறையும் அதன் இட காலச் சூழல் சார்ந்து புதியதாகவே நிகழ்கிறது. எனவே தர்க்க ரீதியாக முரண்படும் கவிதைகள் அவருடைய தொகுப்புகளில் பரவலாகக் காணக் கிடைக்கின்றன. உதாரணமாக அவருடைய 'வரைபடம் மீறி' தொகுப்பில் ஒரு தலைப்பிடப்படாத கவிதை:

பின்பு ஒருபோதும்
ஒருபோதும்
அது உன் வெளியில் பறக்காதிருக்குமானால்
அந்தப் பறவையைச் சுட்டு வீழ்த்து

பின் சில கவிதைகளுக்கப்பால் –

காலம் காலமாய்ப் பறக்கும்
ஒரே ஒரு புறா நோக்கி
எனது விற்கூட்டிலிருந்து
ஒரே ஒரு அம்பு

என்று முன்னதுடன் முரண்படும் இன்னொரு கவிதை. பறவை பறந்தாலும் சரி, பறக்காவிட்டாலும் சரி, வீழ்த்துதல் என்கிற செயலைத் தீர்மானிக்கப்போவது அந்தக் கணமேயன்றி முன்பு என்ன சொன்னோமென்கிற ஞாபகமோ பறவை குறித்த பொதுக் கருத்தாக்கங்களோ அல்ல.

மற்றொரு ஜதைக் கவிதைகள் 'வயலட் நிற பூமி' யிலிருந்து:

புகைவண்டி இப்பொழுது புறப்பட்டுவிடும்
நீர் கோர்த்து வழியும் கண்களோடு நீ
மூன்று நான்கு பெட்டிகளைத் தலையில்
சுமந்து திரியும் போர்ட்டர்
நீ பார்த்துக்கொண்டேயிருக்கிறாய்
மெல்ல இரவின் முதல் அந்தரங்கத்தில்
நுழைந்து பறக்கும் வெள்ளைப் பறவை
முடிவே பெறாத இந்தத் தருணம்
நீந்த ஆரம்பித்துவிட்டது

விடைபெறும் தருணம் ஒன்று இந்தக் கவிதையில் சித்திரமாகப் பதிவு பெற்றிருக்கிறது. புறப்படவிருக்கும் வண்டி, அலையும் போர்ட்டர், நீர் வழியும் கண்கள் இவற்றோடு 'நீ பார்த்துக்கொண்டேயிருக்கிறாய்' என்கிற வாக்கியம் சுட்டும் முடிவிலியான இயக்கத்தின்மூலம் விடை தரக் காத்திருக்கும் பிரியத்திற்குரியவரின் பார்வை ஒரு வெண் பறவையாகி விடைபெறவிருப்பவரின் இரவில், அதாவது அவருடைய கனவில் இனி என்றென்றும் நீந்திக்கொண்டிருக்கும் என்கிற செய்தி உணர்த்தப்படுகிறது. இந்தக் கவிதையின் மறைமுகக் குறிப்பு பிரிந்து செல்லலின் தவிர்க்கவியலாமையும் நினைவுகளைத் தக்கவைத்துக்கொள்வதில் இருக்கும் விருப்பமும் எனலாம்.

எனில் 'முதலில் இறந்தவன்' தொகுப்பின் 'வீடு' கவிதையைக் கவனியுங்கள்:

நீந்தவே முடியாத பொழுதை
கையில் தந்துவிட்டு
விடை பெற்றுவிட்டாய்
கனவு ஒன்றுக்கு
அழைத்துச் செல்ல முடியாத
உனது காதல் ததும்பும் கண்களை
எவ்வளவு நேரம்தான் சுமப்பது
இப்போதைக்கு
காட்டு மஞ்சள் பூக்களில்
ஒளித்து வைத்துவிட்டுத்
திரும்புகிறேன்

கிட்டத்தட்ட முதல் கவிதையில் கூறப்பட்ட அதே சூழல். ஆனால் என்னவொரு நிர்தாட்சண்யமான மறுப்பு. இரவின் முதல் அந்தரங்கத்தில் நுழைந்து பறக்கும் வெள்ளைப் பறவையென, கனவைக் கிளர்த்துபவையென, கொண்டாடப்பட்ட காதல் ததும்பும் கண்களை, கனவைச் சிருஷ்டிக்க இயலாதவையாக, காட்டு மஞ்சள் பூக்களை வெள்ளைப் பறவைக்குப் பதிலி யாக்குவதன்மூலம் நீந்திக் கடந்து போய்விடக்கூடிய தருணத்திற்குள் சிக்கிவிடக்கூடியவையாக மாற்றுவது எது? சுட்டு வீழ்த்தும் பறவை உள்பட இந்த இரண்டு ஜதைக் கவிதைகளில் எந்த அனுபவம் பொய்? எதற்கு எது பொய்? இரண்டுமே பொய்யல்ல. கவிதை எப்போதும் ஒரு நிகழ்கால வஸ்து என்கிற விதியின்மேல் இவை இயங்குகின்றன, அவ்வளவே.

கடைசிவரை கவிதையில் புனைவென்கிற ஆபத்தான வெளிக்குள் வீழ்ந்துவிடாதிருந்தவர் அப்பாஸ். அனுபவ வறட்சிகளைப் புனைவுகளினால் ஈடு செய்யும் முயற்சியைவிட அதிகமாகக் கூறியது கூறல் கவிதையியலைப் பாதித்துவிடாது என்கிற நிலைப்பாட்டைக் கொண்டிருந்தவர். அவருடைய அனுபவ வெளிகள் மிகக் குறுகியவைதான். ஒரே போன்றவையுங்கூட. ஒரு வீட்டின் அல்லது அறையின் அல்லது ஒரு பேருந்தின் உட்புறம், அங்கிருந்து வெளியை நோக்க ஒரு சன்னல், உடனே திரும்பிவிடும் குறுகிய பிரயாணக் காலங்களில் அந்தச் சன்னலின் வழியே தெரியும் காட்சிகள், பெரும்பாலும் ஒத்த அடையாளங்களைக் கொண்ட, அதனாலேயே ஒருத்தியாகவே தோற்றங்கொள்ளும் ஒரு பெண்ணுரு, காலம் என்றால் பெரும்பாலும் மதியம், அதன் பிரகாசமான வெளிச்சமும் நள்ளிரவின் அமைதியும் கலந்த மௌனம், போதை மற்றும் இவற்றையெல்லாம் சொல்வதற்குக் கையாளும், வரையறைக்குட்பட்ட சொற்றொகுதி ஆகியவை அப்பாஸின் பொதுவான கவிதையம்சங்கள். நிகழ்வுகள்

எதனுள்ளும் நுழைந்து குறுக்கீடு செய்யாமல் அவற்றைத் தன் இருப்பிடத்திலிருந்து வெறுமே கவனித்து மட்டுமே கொண்டிருக்கும் ஒரு விலகிய மனநிலை இவருடைய கவிதைகளின் சிறப்பம்சமாக இருக்கிறது. இவ்வகைத்தான அப்பாஸினுடைய கவிதை மொழியின் கட்டமைப்பும் மிக எளிமையானது. ஒவ்வொரு கவிதையிலும் தன்மை முன்னிலையைப் பிரதிநிதித்துவப்படுத்தும், எளிதில் இனங்காணக்கூடிய, நிச்சயமான, இரண்டு எதிர்வுகள் இயங்குகின்றன. ஆனால் எதிர்வுகளுக்கிடையேயான உறவு கட்டமைக்கப்படும் விதம் அப்பாஸின் தனித்துவக் கவிதை மொழியைத் தீர்மானிக்கிறது. இந்த விதமான அம்சங்களோடு தமிழில் கவிதைகளைச் செய்த இன்னொருவர் நகுலன் மட்டுமே. நகுலன் கவிதைகளிலும் கூர்மையான எதிர்வுகள் உண்டு. ஆனால் அவர் அவற்றைக் கவிதையில் இணைக்க இரண்டோடும் சம்பந்தமற்ற, இரண்டையும் தூர விலக்கிவைக்கும் ஒரு மூன்றாவது புள்ளியை மையமாகச் சொருகுவார். பெரும்பாலும் இந்த மையம் கவிதை சொல்லியினுடையதாய் அல்லாது நகுலனுடைய குரலாகவும் பெரும்பாலும் தத்துவ விசாரமாகவுமே இருக்கும். அவருடைய ‘சுருதி’ தொகுப்பில் ‘நான்’ கவிதை கீழே:

வழக்கம்போல்
என் அறையில்
நான் என்னுடன்
இருந்தேன்
கதவு தட்டுகிற மாதிரி
கேட்டது
யார்
என்று கேட்டேன்
நான்தான்
சுசீலா
கதவைத் திற
என்றாள்
எந்தச் சமயத்தில்
எந்தக் கதவு
திறக்கும் என்று
யார்தான்
சொல்ல முடியும்.

நகுலனுடைய இந்தக் கவிதையில் கவிதை சொல்லியாகிய நானும் சுசீலாவும் கவிதையைச் சமைக்கும் எதிர்வுகளாக இருக்கிறார்கள். நானுடைய கேள்விக்கு சுசீலாவின் பதில் கிடைத்தபிறகு ஒன்று கதவு திறக்கப்பட்டிருக்க வேண்டும் அல்லது மறுக்கப்பட்டிருக்க வேண்டும். கவிதையில் இரண்டுமே நிகழ்வதில்லை. என்ன நடந்தது என்கிற தகவலும் இல்லை. மாறாக எதிர்வுகள் இரண்டையும் கதவிற்கு இருபுறமும் அப்படியே உறைய

வைத்துவிட்டு நகுலனுடைய குரல் கவிதைக்குள் எழுகிறது: "எந்த சமயத்தில்/எந்தக் கதவு/திறக்கும் என்று/யார்தான்/சொல்ல முடியும்." இரண்டு எதிர்வுகளும் முடிவிலியான இயக்கத்தில் நிலைகொள்கின்றன. எதிர்வுகளினால் உருவாகும் ஒரு நிகழ்வை (உரையாடல்) அதன் அனுபவ உச்சத்திற்குக் கொண்டு செல்லாமல் திடீரென வேறொரு புள்ளியை நோக்கி நகர்ந்து விடுவது அல்லது எதிர்வுகளைச் சந்திக்கச் செய்யாமல் விலக்கியே நிறுத்துவது நகுலன் உண்டாக்கும் மொழியனுபவம். நல்லசிவன் பிள்ளையின் மரணத்தின்போது வண்ணத்துப்பூச்சிகள் மதிய வேளையில் பறந்தலையும் அவருடைய பிரசித்தமான கவிதையனுபவமும் இதே விதமானதே.

அப்பாஸின் கவிதைகளிலும் நகுலனைப்போலவே எதிர்வுகளை உருவாக்கும் மையப் புள்ளியாகக் கவிதையில் அவை இயங்கும் நோக்கத்திற்குச் சம்பந்தமில்லாத வேறொரு நிகழ்வு எதிர்ப்படுகிறது. ஆனால் இந்த நிகழ்வு எதிர்வுகளை விலக்காமல் அவற்றை இணைக்கும் வேலையைச் செய்கிறது. இணைக்கிறது என்று சொல்வதைவிட எதிர்வுகளின் விளிம்புகளை அழித்துக் கரைக்கிறது என்று சொல்வது இன்னும் பொருத்தமாக இருக்கும். நகுலனுடைய மேற்கண்ட கவிதையில் நிகழ்வதைப் போன்ற ஒரு நிகழ்வு அப்பாஸினுடைய கவிதையில் நிகழும்போது அது தத்துவ மையத்தைச் சார்ந்திராமல் கவித்துவ மையத்தையே சார்ந்திருக்கும். இதோ கவிதை ('கதவு' – 'முதலில் இறந்தவன்' தொகுப்பிலிருந்து):

நான்
உன் கதவைத் தட்டுகிறேன்
வாசலின் அந்தப் பக்கம் இருந்து
நீ உன் வாசலின் மறுபக்கம்
திறந்துவிட்டாய்
உனது கதவை
ஆனால்
நாம் இன்னும்
சந்திக்கவேயில்லை.

நகுலன் கவிதையைப் போலவே அப்பாஸின் இந்தக் கவிதையிலும் கவிதைப் பாத்திரங்களான நானும் நீயும் சந்தித்துக்கொள்ளவில்லையானாலும் கதவு திறக்கப்பட்டு விடுகிறது. கதவு திறக்கப்பட்ட பின்னும் பாத்திரங்கள் பார்த்துக் கொள்ளவில்லையென்னும் முடிப்பின் உட்கிடை நகுலனுடைய தத்துவமேதான் என்பதைக் கவனியுங்கள்: அவன் திறந்த கதவல்ல அவள் தட்டிய கதவு. அதாவது "எந்த சமயத்தில் எந்தக் கதவு திறக்கும் என்று யார்தான் சொல்ல முடியும்." ஆனால் கதவைத்

திறக்காமல் இதைச் 'சொல்வதன்மூலம்' நகுலன் தவறவிட்டுவிட்ட கவிதையனுபவத்தை கதவைத் 'திறந்துவிடுவதன்மூலம்' அப்பாஸ் சாத்தியப்படுத்திவிடுகிறார்.

ஒப்பிட்டு நோக்க இன்னொரு நகுலன் கவிதை ('நான்(2)' – 'சுருதி' தொகுப்பிலிருந்து):

நேற்று
பிற்பகல்
4.30
சுசீலா
வந்திருந்தாள்
கறுப்புப்
புள்ளிகள்
தாங்கிய
சிகப்புப் புடவை
வெள்ளை ரவிக்கை
அதே
விந்தைப் புன்முறுவல்
உன் கண் காண
வந்திருக்கிறேன்
போதுமா
என்று சொல்லி
விட்டுச் சென்றாள்
என் கண்முன்
நீல வெள்ளை
வளையங்கள்
மிதந்தன.

இனி அப்பாஸின் கவிதை ('நானோ' – 'ஆறாவது பகல்' தொகுப்பிலிருந்து):

மாலைப் பொழுதில்
பின் வேளையில்
கீறி வழிகின்றன
வண்ணங்களின் இசை
மழை பெய்ய ஆரம்பித்துவிட்டது
வார்த்தைகளோடு நீ
நானோ
வார்த்தைகள் முடிவடையும் இடத்தில்
வரைபடத்தில்
இந்துமகா சமுத்திரத்தின்மேல்
ஒரு நீல வர்ணம்
மிதந்துகொண்டே இருக்கிறது.

இரண்டு கவிதைகளிலும் மாலைப் பொழுது, நான் – நீ அல்லது அவள் என்கிற எதிர்வுகள், 'நீ' யோடு இணை சேரும் நிஜ வண்ணங்கள் (மாலைப் பொழுதின் வண்ணம் மற்றும் உடைகளின்

வண்ணம்), 'நானோ' டு இணை சேரும் மனநிலையின் வண்ணங்கள் (மிதக்கும் நீல வெள்ளை வளையங்கள் மற்றும் மிதக்கும் நீல வர்ணம்), பேசும் நீ, பேசாத நான், இரண்டிலுமே வார்த்தைகள் முடிவடையும் இடத்தில், மௌனத்தில்தான் துவங்கும் கவிதை நிகழ்வு. ஆனால் நகுலனுடைய கவிதைசொல்லியின் கண்கள்முன் மிதக்கும் வண்ணங்கள் யதார்த்தத்திலிருந்து விலகுவதில் சாத்தியப்படுகின்றன: சுசீலா போனபிறகே அவளுடைய வண்ணங்கள் கவிதை சொல்லியின் கண்கள்முன் மிதக்கின்றன. இன்மையின் வண்ணம். மறைமுகமான ஒரு தத்துவ மொழி இங்கும் நகுலன் கவிதையில், வழக்கம்போல இயங்குகிறது. எதிர்வுகளின் இயக்கத்தை அந்தரத்தில் நிறுத்திவிடுவதில் சாத்தியப்படும் மற்றொரு கவிதையாகிறது. ஆனால் அப்பாஸின் கவிதைசொல்லிக்கு, முன்பு பார்த்த கவிதையில் கதவு திறக்கப்பட்டுவிட்டது என்று சொன்னதைப்போல, வண்ணங்களைத் தர நிச்சயமான ஒரு தளம், ஒரு வரைபடம், கண்ணெதிரே இருக்கிறது. அவருடைய வண்ணம் இருப்பின் வண்ணம். பெரும்பாலும் அப்பாஸின் கவிதைகளில் எதிர்வுகள் சந்தித்துக் கரையும் புள்ளிகள் இப்படி இருப்பின் மீதான காதலின் வெளிப்பாடாகவே இருக்கின்றன.

அனுபவங்களில் ஒற்றுமையிலும் பனுவலாக்கத்தில் வேற்றுமையிலும் அப்பாஸ் தன் பெரும்பாலான கவிதைகளில் நகுலனை நினைவுபடுத்துகிறவராகவே இருக்கிறார்.

அந்த செந்நிற மாலையில்
நீ பேசிய வார்த்தைகள்
இரவில்
மஞ்சள் நிற திரவங்களில்
மிதந்துகொண்டிருக்கிறது

('வார்த்தைகள்' – 'ஆறாவது பகல்') போன்ற கவிதைகளைப் படிக்கும் யாராலும்,

தரையில்
தாராளமாகவே
சிதறிச் சென்ற
பிராந்திச் சுழிப்பில்
ஒரு தீக்குச்சியைக்
கிழித்துக் காட்ட
அதன்மீது
அதன் ஒளி பரவ
ஓடிச் சலிக்கும்
வெள்ளை நீல
நீல வெள்ளை
ஜ்வாலைகள்

எவ்வளவு
அழகாக இருக்கின்றன
இங்குதான்
ருத்ரம்
வெகு நேர்த்தி
கொள்ளும் போலும்

('கனல்' – 'சுருதி') என்று இழையும் நகுலனுடைய கவிதை மொழியோடும் பரிச்சயம் கொண்டிருக்கும் பட்சத்தில் இருவருக்குமுள்ள அனுபவ ஒற்றுமைகளைக் காண முடியும். கவிதையியல் முன்வைக்கும் தன்னிலை சார்ந்த பிரச்சனைகளுக்கு தத்துவார்த்த ரீதியில் விடை காண முயன்ற நகுலனின் அதே எளிய அனுபவ முயற்சிகளையே, அதே எளிமையோடேயே, கவிதையியல் சார்ந்த சவால்களுடன் எதிர்கொண்டதன்மூலம் தன் தலைமுறையின் பங்களிப்பாக அவற்றை அடுத்த தளத்திற்கு முன்னேற்றி, வரும் தலைமுறையின் கைகளில் விட்டுச் சென்றிருக்கிறார் அப்பாஸ்.

2009

சொல் எனும் சூது

சொல்லொரு சூது
இருபுறமும் ஓடும்
காக்கைக் கண்
இருமுகம் தெரியும்
பேதக் கண்ணாடி
உண்மை என்று
ஒரு தலை கடிப்பதை
மாயை என்று மறுக்கும்
இருதலைப் பாம்பு

– **பிச்சமூர்த்தி (சொல்)**

பொதுவாக ஒரு கவிதைப் பிரதியின் பொருள் வாசிப்பு முறைக்கேற்ப இரண்டு விதங்களில் வெளிப்படுகிறது. முதல்வகை காட்சிப்பொருள் (visual meaning) எனப்படுவது. கவிதைப் பிரதியின் மேலடுக்கில் சொற்களின் இணைவு உண்டாக்கும் பொருளைக் காட்சிப்பொருள் எனலாம். உதாரணமாகப் பிச்சமூர்த்தியின் ஒரு கவிதை:

தீக்குளி

அட கதையே
விளக்குப் பூச்சியா மாய்வதற்கு உதாரணம்
இதோ ஒரு சிறகு பொசுங்குகிறது
போகட்டும் என்று சுற்றுகிறது
இதோ மற்றொன்றும்
விடேன் என்று சங்கற்பம்
தீயில் குளிப்பேன் என்ற உயிராசை
சக்தி தூண்ட துணிவு பொங்க
நகர்ந்தேனும் சுடரண்டை செல்கிறது
அதோ சென்றுவிட்டது
அதன் உருமாற்றும் தெய்வ முயற்சி
அத்வைத சாதனை
ஜோதியின் அகண்டம் ஜீவாணுவை அழைக்கிறது
லயம்
விட்டிலின் உடல் சாம்பலாகிவிட்டது
விட்டிலா மாய்வதற்கு உதாரணம்

இந்தக் கவிதையில் பல சொற்கள் இணைந்து இணைந்து விட்டிலொன்று தீயில் விழுந்து சாம்பலாகும் காட்சிப் பொருள் ஒன்றை வெளிப்படையாக உருவாக்குகின்றன. இந்தப் பொருள் தரும் படிமம் மனிதனின் இலட்சிய வேட்கையின் குறியீடாக விளங்குகிறதென்று கற்பிதம் செய்துகொள்கையில் வாசகனுக்குக் கிடைக்கும் அதிர்வு கவிதை சார்ந்து உருவாகும் ஒன்றல்ல. கவிதை சுட்டுவதாக நம்பப்படும்—கவிதைக்கு வெளியே உள்ள—நடப்பு உலகின் மீதான ஞாபகங்கள் வாசகனுக்குள் கிளர்வதால் உருவாவதாகும்.

காட்சிப்பொருள் பொதுவாகத் தன்னிலை சார்ந்தது. தர்க்க உலகோடு தொடர்பு கொண்டது. தனிப்பட்ட கவிதையைக் கவிஞனின் மொத்த ஆளுமையிலிருந்து வேறுபடுத்திக் காட்டுவது. அதாவது தர்க்க ரீதியாக ஒவ்வொரு கவிதையும் ஒவ்வொரு பொருளைப்பற்றிப் பேசுவதாக வாசகன்முன் உருக்கொள்வது. காட்சிப்பொருளால் உருவாகும் பாதகமான விளைவு என்னவென்றால் கவிஞனின் ஆளுமையில் காலப்போக்கில் ஏற்படும் பரிணாம வளர்ச்சியை வாசகன் கவிஞனின் கருத்துநிலை முரண் என்பதாகப் புரிந்துகொள்ள நேர்வது. பிச்சமூர்த்தியின் இன்னொரு கவிதையிலிருந்து சில வரிகள் உதாரணமாக:

ஸ்விட்ச்

...
இருட்டைத் தின்னும்
விளக்கொளியைக் கவ்வ
வேட்டைநாய் இவ்வளவா
இறகெறும்பு
இடையன் பூச்சி
விட்டில்
வெறும் ஈசல்
...
இருளை எரிக்கத் தவமேற்றால்
அசுரர் வருவாரா.

காட்சிப்பொருளில் இந்தக் கவிதை முதல் கவிதையோடு முரண்பட்டது. அதாவது முதல் கவிதையின் காட்சிப்பொருள் விட்டிலைக் கர்மவீரன் என்கிறது. இரண்டாவது கவிதையின் காட்சிப்பொருளோ விட்டிலை அரக்கன் என்கிறது. இந்த முரணை எப்படிப் பிச்சமூர்த்தியின் மொத்தக் கவி ஆளுமைக்குள் அடையாளப்படுத்துவது என்பது வாசகனுக்குக் குழப்பமான விஷயமாகவே இருக்கும். ஒன்று வாசகன் இதைப்பற்றிப் பேசாமல் கவிதையைச் சாக்காக வைத்துக்கொண்டு வேறு உலக விசாரங்களில் கவனத்தைத் திருப்பிவிடுகிறான். ரொம்பத்

தொந்தரவு செய்தால் கவிஞனுக்கு முரண்பாடு இயல்பு என்று கூறிவிட்டு ஒதுங்கிக்கொண்டுவிடுகிறான்.

கவிதைப் பொருளின் இரண்டாம் வகை தொனிப்பொருள் (inner meaning). தொனிப்பொருள் முழுக்க முழுக்கக் கவிதையின் சொற்றொகுதி (vocabulary) சார்ந்து உருவாவது. ஒரு கவிஞனின் மொத்தக் கவிதைகளையும் வாசிக்கும் வாசகன் அவை காட்சிப்பொருள்களின் முரண்பாடுகளை மீறி ஒரு 'சொல்லத் தெரியாத உணர்வை' அளிப்பதாகச் சொல்கிறானென்றால் மேலடுக்கில் செயல்படும் காட்சிப்பொருளினடியில் தொனிப் பொருளொன்று அந்தக் கவிதைகளினூடாகச் செயல்படுவதை அவன் மனம் கண்டுகொண்டிருக்கிறது என்பதே அதன் காரணம். அது நெகிழ்வாகவோ வெறுப்பாகவோகூட இருக்கலாம்.

தொனிப்பொருள் வரலாற்றோடு தொடர்புடையது. தனிப்பட்ட கவிஞனின் பல கவிதைகளை ஓர் ஆளுமையாக இணைப்பது. அதுபோலவே பல கவிதை ஆளுமைகளை ஒரு காலக்கட்டத்தின் இலக்கியச் சூழலாக அது இணைக்கிறது. ஒரு காலக்கட்டத்தின் ஆளுமை ஒரு மொழியின் கவிதை வரலாற்றோடு இணைக்கப்படுவதும் தொனிப்பொருளின் உதவியால் சாத்தியமாகிறது.

காட்சிப்பொருளை முன்னிறுத்தி முரண்படும் பிச்சமூர்த்தி யின் மேலும் இரண்டு கவிதைகளைப் பார்த்துவிட்டு மேலே செல்லலாம்:

1. கவிதைக் கருடன்

கண்களை உருட்டிக் கருடன்
கருத்துடன் ககனம் நோக்கிச்
சிறகினை விரித்துச் சென்றான்
வானத்தின் சோதிக் காட்டில்
வட்டமிட்டியங்கும் அணுவாய்
...
மண்ணுடன் உறவுண்டேனும்
முடிவதில் காண மாட்டோம்
வாழ்விற்கு மேலாமொன்று
வானத்தில் ஓடக் காண்பீர்
மண்ணுக்கு மோகமூட்டும்
மை அதில் உள்ளதென்ற
உண்மை எதிரொலிக்க
கவிதையின் கரையைக் கண்டேன்

பிச்சமூர்த்தியைக் கைவல்யப் பிரியராகக் காட்டுகிறது இந்தக் கவிதையின் காட்சிப்பொருள். அடுத்த கவிதையோ சம்சாரியாக அவரைக் காட்டிக் குழப்புகிறது:

2. கைவல்ய வீதி

...
குரல் கேட்டுத் தெருவைவிட்டு
மழைநாள் மாடுகள்போல
குச்சுக்குள் ஒண்டி
உடலின் சூட்டால்
போர்வையைப் போர்த்து
ஊமையாய் உறங்கும்
கலைஞர்கள் வாழும் கைவல்ய வீதி
கைவல்ய வெளியில்
கடவுளைக் கண்டேன்
கண்ணைச் சிமிட்டினார்

மேலே பார்த்த நான்கு கவிதைகளிலும் ஒப்புமை காண இவற்றின் தொனிப்பொருளைக் கண்டுபிடிக்க வேண்டும். கவிதையின் தொனிப்பொருள் உணரத் தக்கதேயன்றி காணத் தக்கதல்ல என்பது அனுபவமுதல்வாதிகளினுடைய கருத்தாக இருந்தது. ஓர் இலக்கியப் படைப்பு என்பது மொழி என்னும் ஒழுங்கமைக்கப்பட்ட தர்க்கப் பொருளின் அலகுகளால் (சொற்கள்) கட்டமைக்கப்படும் ஒன்றாக இருக்கிற பட்சத்தில் தொனிப்பொருள் பார்வை வசப்படும் ஒன்றாக இருக்க முடியும் எனும் சித்தாந்தம் கவிதை வாசிப்பில் புதிய முறைகளைச் சாத்தியப்படுத்தியது. இவ்வகை வாசிப்புப் பயிற்சி கவிதை தரும் மன அதிர்வை அறிவின் தளத்திற்கு முன்னேற்றிக்கொள்ள வாசகனுக்கு உதவுகிறது. இப்படி அறியப்பட்ட உணர்வுடன் பிறகு வாசகன் கருத்து நிலையில் கொள்ளும் உறவுதான் பின்பு அவனிடமிருந்து 'மரபில் காலூன்றிப் புதுமையில் சிறகடிக்கும் படைப்புகளை' வெளிக்கொணர்கிறது.

கவிதையின் தொனிப்பொருள் மொழியின் சொற்றொகுதி சார்ந்தது என்று சொன்னோம். எனில் இதைக் கண்டுகொள்ள ஒத்த உணர்வை எழுப்பும் சொற்களின் பட்டியல் ஒன்று நமக்குத் தேவைப்படுகிறது. இதைக் கவிதைகளிலிருந்து உருவியெடுக்க முதலில் கவிதைகளின் மூலமாக நாம் பெறும் காட்சிப்பொருளைத் (நேரடி அர்த்தத்தை) தவிர்த்துவிடுவது அவசியம். அதாவது தீக்குளி மற்றும் ஸ்விட்ச் கவிதைகள் பேசுவது பூச்சிகளின் சாகஸத்தைப்பற்றி அல்ல. அதுபோலவே கவிதைக் கருடன் இகவாழ்வை இகழ்வதோ கைவல்ய வீதி அதே வாழ்வில் கடவுளைக் காண்பதோ இல்லை. இந்த அர்த்தங்களை விடுவித்ததும் ஒரு கவிதைத் தொகுதியாக இணைவது பல கவிதைகள் அல்ல, மாறாக ஒரு சொற்கிடங்கு. இந்தக் கிடங்கி லிருந்து தேவையான சொற்களை, வாக்கியங்களைத் தெரிவு செய்து பிரித்துக்கொள்ளலாம்.

தீக்குளி, ஸ்விட்ச், கவிதைக் கருடன் ஆகிய கவிதைகளில் ஜோதி, ஒளி என்கிற பதங்களில் ஒளி பற்றிய படிமமொன்று மூன்று கவிதைகளையும் இணைக்கும் விதத்தில் செயல்படுகிறது. கவிதைக் கருடனில் கவிதையை மண்ணுக்கு மேலானதாக, வானத்துச் சோதியுடன் இணைத்து வாசிக்க, கைவல்யவெளியில் அது கடவுளாகப் பரிணாமம் பெற்றிருப்பது புரியும். ஆக ஒளிப் படிமம் மறைமுகமாக இந்தக் கவிதையிலும் செயல்பட்டு மற்ற மூன்று கவிதைகளுடன் இதை இணைத்துவிடுகிறது. இப்படி நான்கு கவிதைகளிலும் காட்சிப்பொருள் வேறு வேறாக இருக்க ஒளிப்படிமம் வாசகனின் நனவிலியைத் தாக்கும்வண்ணம் திரும்பத் திரும்பப் பயிலப்படுவதால் 'ஒளியின் ஆகிருதி' இக் கவிதைகளின் தொனிப்பொருளாகச் செயல்படுகிறது எனலாம்.

மேற்கண்ட மாதிரிகளிலிருந்து நாம் பெறும் வெளிச்சத்தைப் பிச்சமூர்த்தியின் பிற கவிதைகளுக்குமாகப் பொருத்திப் பார்க்கும்போது இந்த ஒளிப்படிமம் வாசக உணர்வில் என்ன விதமான அதிர்வை ஏற்படுத்துகிறது என்பதையும் தெரிந்துகொள்ள முடியும்.

பிச்சமூர்த்தி தனது கவிதை வாழ்வின் முதல்கட்டத்தில் (1934–44) எழுதியுள்ள கவிதைகள் மொத்தம் 36. இவற்றில் சாகுருவி, காகித ரோஜா, தாயும் குஞ்சும், பெட்டிக்கடை நாரணன் ஆகிய கவிதைகள் தவிர்த்து எஞ்சிய 32 கவிதைகளிலும், இரண்டாம் கட்டத்தில் எழுதப்பட்ட 47 கவிதைகளில் 18 கவிதைகளிலும் ஜ்வாலை, பெருக்கு, கதிர், எழில், கனி, பகல், வெம்மை, காலை, தேன், அனல், அக்னி, மது, தீ, அருக்கண், நெருப்பு, புலர்வு, கனல், ஜோதி இப்படிப் பல சொற்றொகுதிகளால் ஒளிபற்றிய படிமம் காட்சிப்படுத்தப்படுகிறது. ஒவ்வொரு கவிதையிலும் மேல்தளத்தில் பேசப்படும் காட்சிப்பொருள்கள் உள்முகமாக ஒளியின் பல்வேறு குறியீடுகளாக விரிகின்றன. உதாரணமாக மார்கழிப் பெருமை கவிதையில் அன்னை குழந்தையைக் கையிலெடுக்கும் காட்சி உலகை ஒளி இரவுக் குகையினின்று மீட்கும் நிகழ்வாகக் குறியீட்டுருவம் பெறுகிறது. இவ்விதமாகவே காதலும் (காதல் நெருப்பை வளர்ப்போம்), உணவும் (அழகின் கதிர்கள் அறுவடையாயின), உயிர்ப்பும் (ஈரத்திற்கேங்கினால் எமனுக்கழைப்பா), மருந்தும் (தாமரை அம்புக்குத் தாமரைத் தேனொன்றே மருந்தாம்), தோற்றமும் (ஆதி ஒளி (ஆதி எழில்) கண்டதிலே), காலமும் (திண்ணை விட்டெழுவான் ... மெத்தையில் படுப்பான்), பிரகிருதியும் (வானத்தின் சோதிக் காட்டில்), சமாதானமும் (அன்புச் சரக்கு) ஒளியென்பதாகவே காட்டப்படுகிறது.

அடுத்து இப்படி உணர்த்தப்படும் ஒளியின் தன்மைகள் என்னவென்று பார்த்தோமானால் ஒளியானது முதற்கட்டத்தில்

காவலாக, அகண்டதாக, சாவற்றதாக, அனாதியாக, வெற்றி கொள்ள முடியாததாக, மொத்தத்தில் சர்வ வல்லமையுடையதாக இருக்கிறது. சில உதாரணங்கள்: ஜோதியின் அகண்டம் அழைக்கிறது (தீக்குளி), காணும் ஒளி (நாம்), நாடும் ஈசன் (கிளிக்குஞ்சு), ஒளிச்சாட்சி முன்பாக (உஷை), அடிமுடி அற்ற அனலே (உயிர்மகள்), யோகி விரும்புதல் அமுதொளி அடைவதை யன்றோ (வேட்கை), ஆதி எழில் கண்டதிலே (புன்சிரிப்பு).

இந்தப் புரிதல் பிச்சமூர்த்தி கவிதைகளின் வடிவம் பற்றின தெளிவைக் கொடுக்கிறது. உதாரணமாகப் பிச்சமூர்த்தியின் முதற்கட்டக் கவிதையாக்கங்கள் வசன கவிதையின் எச்சங்கள் என்று சொல்லப்படுகின்றன. ஆனால் வசன கவிதையுடன் ஒத்த அம்சமாக இயற்கை வர்ணனை இனங்காணப்படுகிறது. உண்மையில் பிச்சமூர்த்தியின் முதற்கட்டக் கவிதைகள் வசன கவிதையுடன் ஒப்புமை கொள்வது அவற்றின் தொனியில். வசன கவிதையின் தொனி சப்தம். சப்தம் என்பதைப் புரிந்துகொள்ளக் கவிதையில் மௌனம் என்பதைத் தெரிந்துகொள்ள வேண்டியிருக்கிறது. கவிதைத் தளத்தில் செயல்படும் எதிர்வுகளின் இணைவால் உருவாகும் வெளியைக் கவிதை ஏற்படுத்தும் மௌனம் எனலாம். பிச்சமூர்த்தியின் முதற்கட்டக் கவிதைகளில் ஒளியுடன் உறவு கொள்ளும் எதிர்வுகளை உருவாக்கும் இருமைச் சிந்தனை கவித்தளத்தில் செயல்படுவதில்லை. மாறாகச் சூரியனின் கீழுள்ள எந்தப் பொருளும் ஒளி வடிவமானது (இருள் உட்பட – இருளும் ஒளியும் கவிதையில்), ஒளியால் ஆளப்படுவது என்கிற தொனியே வெளிப்பட்டிருக்கிறது (சரியா தவறா என்பதல்ல பிரச்சனை). சுருக்கமாகச் சொன்னால் பிச்சமூர்த்தியின் முதற்கட்டக் கவிதைகளில் ஓர் உள்ளார்ந்த பிரச்சாரம் செயல்படுகிறது. எதிர்வு இல்லாத ஓர் ஒற்றைக் குரல் ஒலிக்கிறது. இதைத்தான் சப்தம் என்கிறோம். பாரதியின் காலக்கட்டம்வரை செயல்பட்டுவந்த கவிதைப் பாணி இதுதான். பிரச்சாரம் என்று சொல்வது இக்கவிதைகளின் தரத்தைக் குறைத்து மதிப்பிடும் அர்த்தத்தில் அல்ல. பாரதியின் காலக்கட்டம்வரை பிரச்சாரம் (சப்தம்) என்பது கவித்துவத்தின் பிரிக்க முடியாத ஒரு பகுதியாக இருந்திருக்கிறது. சப்தத்திலும் கவித்துவம் இருக்க முடியும். ஒரு புதிய ஸ்திரமான உருவ அமைதியைக் கவிதைக்குள் கொண்டுவரப் பிரயத்தனப்பட்டுக்கொண்டிருந்த பிச்சமூர்த்தி முதலானோருக்கு ஒரு திறப்பாக வசன கவிதையின் வடிவம் பிடிபட்டிருக்கிறது. பதினைந்து வருடம் கழித்து ‘எழுத்து’ வில் மறுபிரசுரம் செய்ய பிச்சமூர்த்தியின் பிற கவிதைகளை விடுத்துப் பெட்டிக்கடை நாரணனைத் தேர்ந்தெடுத்த செல்லப்பா இந்த வகையில் சரியாகப் புதுக்கவிதையின் தொனியை உணர்ந்துகொண்டிருக்கிறார் என்று சொல்ல முடியும்.

பிச்சமூர்த்தி இரண்டாம் கட்டக் கவிதைகள் எழுதத் தொடங்கிய காலத்தில் (1959) இலக்கியப் பிரதிகள் இயக்கங்களின் கைவாளாக அரசியலின் பருண்மை நிகழ்வுகளை நிர்ணயிப்பதில் பங்கு பெறுகின்றன. இந்தப் பிரதிகளின் காட்சிப்பொருள்களில் முக்கியமானதாகப் பகுத்தறிவின் தோற்றம் இடம் பெறுகிறது. இந்தக் காட்சிப்பொருள் பிச்சமூர்த்தி கவிதைகளின் தொனிப் பொருளைப் பாதிக்கும் சக்தியாக மாறுகிறது. அதாவது தனிப் பெரும் விளைவாக இருந்த ஒளியின் ஆகிருதியைச் சொல்ல ஒளியைப்பற்றிய விவரணைகள் மட்டும் போதாமல் இருள் என்கிற எதிர்வின் இருப்பையும் சொல்லியாக வேண்டிய சூழல் உண்டாகிறது. விளைவாக அறிவுத் தளத்தில் இயங்கும் புதிய கவிதை வெளியீட்டு முறையொன்றைப் பிச்சமூர்த்தி கைக்கொள்ள வேண்டிய நிர்ப்பந்தம் ஏற்படுகிறது (அறிவுத்தளம் என்பது தன் காலக்கட்டத்திய பருண்மை நிகழ்வுகளுக்குப் பிரக்ஞைப்பூர்வமாகக் கவிஞன் கவிதையின் மேல்தளத்திலேயே கொடுக்கும் எதிர்வினை என்பதாக இங்கே பொருள் கொள்ளப்படுகிறது). பிச்சமூர்த்தியின் முதற்கட்டக் கவிதைகளுக்குப் பாரதியின் கவிதைகள் உந்துதல் என்றால் இரண்டாம் கட்டக் கவிதைகளுக்கு (1959 – 76) அக்காலக்கட்டத்திய இயக்கம் சார்ந்த கலை இலக்கியச் சிந்தனைகள் எதிர்மறை உந்துதலாக இருக்கின்றன என்பதற்குப் பல சாட்சிகளைக் கவிதைகளில் காண முடிகிறது. கீழ்க்காணும் கவிதைகள்:

கிறுக்கன்

உழைப்பைப் பாடும் தோழரே... உழைப்பின் உண்மையை
உணர்ந்த பின்னும்
எங்கள் முன்னணிச் சுடரில் கற்பூரம் ஆகாததேனோ
...
கண்முன்னே வளர்ந்து வரும் இயற்கையின் ரசாயனத்திற்கும்
பெருவணக்கம்
காட்சிகளுக்கு வணக்கம்
அதைவிட மனிதனுக்கும் சிந்தனைக்கும் வணக்கம்.

காட்டுவாத்து

...
பறந்துவரப் பாதை உண்டா
பார்த்துத் தெளிவு பெற
படங்களுண்டா
தவறைத் திருத்த
பகுத்தறிவு உண்டா

பால்கடல்

தூங்காதே தம்பி
தூங்காதே

துளையாதே அண்ணே
துளையாதே
என்றடிக்கும் சினிமாக் கடிகாரங்கள்
தெருவில் செய்யும் ஒலி கேட்க
பூனை கரையேறித்
தடுமாறிற்று
அன்றே செய்துவிட்டார்
பகுத்தறிவுப் பெரும் புயலில்
தமிழ்கண்ட அகத்தியர் முதல்
பல தலைகள் உருண்டாலும்...

(பாரதிதாசனின் கவிதைகளில் ஒன்று, அகத்தியன் விட்ட புதுக்கரடி)

போலி

கண்ணைப் பிடுங்கும்
கலைஞர்களைக் காண்கிறேன்
கனலை எழுப்பும்
கலைஞர்களைக் காணவில்லை
எழுத்தைச் சுழற்றும்
மன்னர்களைக் காண்கிறேன்
எண்ணத்தை மின்னாக்கும்
எளியோரைக் காணவில்லை

இருமைச் சிந்தனையின் தாக்கத்தால் இரண்டாவது காலக்கட்டத்தில் பிச்சமூர்த்தி ஒளி பற்றிய நேரடிச் சொற்பிரயோகங்களைப் பெருமளவு தவிர்த்துவிடுகிறார். சந்தேகத்திற்குரியதாக, பாதுகாப்பற்றதாக, மறைத்துப் பேசவேண்டிய ஒன்றாக ஒளி சித்தரிக்கப்படுகிறது. மடமையால் உலகைச் செய்தால் (விஞ்ஞானி), உள்ளொளியை எள்ளி (சுமைதாங்கி), ஒளி இந்தா, விலை இல்லை, திகைப்படைய வேண்டாம் (திறவுகோல்), ஒளியைக் கவ்வ வேட்டைநாய் இவ்வளவா (ஸ்விட்ச்), விண்நெருப்பை எதிர்க்கும் வெறும் பச்சைக் கேடயத்தை (நடப்பு), ஒளி மாடு வந்து நம்மை மேய்ந்துவிடும், ஒன்றும் இருக்காதே, பயம், பயம் (பயம்) முதலான சொல்லாடல்களை இதற்கு உதாரணமாகச் சொல்லலாம். ஒளியின் இருப்பைத் தொடர்ந்து தொனிப் பொருளாக அவர் நீட்டித்தாலும்கூட நிர்ப்பந்தம் காரணமாகக் கவிதையில் இடம்பெறும் எதிர்வுகள் வெளியீட்டு முறையில் புதிய வகைமைகளை ஏற்றுகின்றன. பொதுவாகக் கவிதைகளில் மௌனத்தைப் பிச்சமூர்த்தி மூன்று விதங்களில் சாதிக்கிறார்:

முதலாவது, தனிக் கவிதைகளின் பரப்பில் எதிர்வுகளை நேரடியாக உருவாக்கி ஒப்பீடு செய்தல். இப்படிக் கவிதைக்குள் மௌனத்தை உண்டாக்கும் எதிர்வுகள் ஒளி x இருள் (ஸ்விட்ச்) என்கிற தாய்ச் சிந்தனையிலிருந்து இயற்கை x விஞ்ஞானம் (விஞ்ஞானி), சுத்தம் x அழுக்கு (காதல்(2), இளமை x முதுமை

(நடப்பு), உணர்வு *x* பகுத்தறிவு என்னும் பல்வேறு எதிர்வுகளைப் பிறப்பித்துக்கொண்டே போகின்றன.

இரண்டாவது, எதிர்வுகளை மட்டும் விவரணைக்குட்படுத்தி மூலம் பற்றின ஞாபகங்களை வாசகன் மனதில் மீட்டுருவாக்கம் செய்தல். நரிப்பள்ளம், ஊடல், முரண் போன்ற கவிதைகளை இதற்கு உதாரணமாகச் சொல்லலாம்.

மூன்றாவது, ஒளி நிலவும் சூழலிலிருந்து முதற்கட்டத்தில் நிலவிய புனிதத்துவத்தைக் களைந்து எதிர்வுகளுக்கு ஈடு கொடுக்கும் வண்ணம் பழைய மதிப்பீடுகளில் சமரசம் கொள்ளுதல் மற்றும் புதிய மதிப்பீடுகளைச் சேர்த்தல். இது பிச்சமூர்த்தியின் இரண்டாம் கட்டக் கவிதைகளில் நிகழும் மிக முக்கியமான மாற்றம். நாம் முன்பே பார்த்தபடி இந்த மாற்றம் அன்றைய அரசியல் சிந்தனைகளின் நிர்ப்பந்தம் காரணமாகப் பிச்சமூர்த்தியிடம் கருக்கொள்கிறது. கவிஞன் தன்னைச் சட்டையுரித்துக்கொள்வது என்று சொல்வார்களே, அது முழுக்க முழுக்கப் பொருந்திவரும் இடம் – பிச்சமூர்த்தியின் கவிதைகளில் – இதுதான். இயற்கைப் பொருள்களையே சுற்றிச் சுழன்றுகொண்டிருந்த பிச்சமூர்த்தியின் சொற்றொகுதி தூக்குமேடை, சேரி, பாட்டாளிகள், வாதி – பிரதிவாதி, பால் பவுடர் என்று புதிய பிரதேசங்களை நோக்கித் தள விரிவு கொள்கிறது. கீழே கொடுக்கப்பட்டுள்ளவை இவ்வகைக்குச் சில உதாரணங்கள். அடைப்புக்குறிக்குள் பிச்சமூர்த்தியின் முதல் கட்டக் கவிதைகள் ஒப்பிடலுக்காக:

கண்டவை

கருவாய்த்த ஒட்டச்சி
புகையிலைக் காம்பில்
அமுதச் சுரப்பு

(மூலக்கனல் முடியவை மூட்ட
உயிர் அரளி மது வடிக்கும்
– சாகா மருந்து)

காதல் (2)

எண்ணாத நாளன்றில்
வந்தார்
கோடை மழைபோல்
காட்டாற்று வெள்ளம்போல்
வீடெங்கும் குப்பைக்கூளம்
எங்கிலும் கந்தல் துணிகள்
முகமெங்கும் வேர்வை
கையெங்கும் சமையல் நெடி
சிறு புகைச்சல்
ஓட்டடை

(மாந்தோப்பு வஸந்தின் பட்டாடை உடுத்தியிருக்கிறது
மலர்கள் வாசம் கமழ்கிறது
– காதல் (1))

கைவல்ய வீதி

உடலின் சூட்டால்
போர்வையைப் போர்த்து
ஊமையாய் உறங்கும்
கலைஞர்கள் வாழும் கைவல்ய வீதி
கைவல்ய வெளியில்
கடவுளைக் கண்டேன்
கண்ணைச் சிமிட்டினார்

(வாழ்விற்கு மேலாமொன்று
வானத்தில் ஓடக் காண்பீர்
மண்ணுக்கு மோகமூட்டும்
மை அதில் உள்ளதென்ற
உண்மை எதிரொலிக்க
கவிதையின் கரையைக் கண்டேன்
– கவிதைக் கருடன்)

ஆக, ஒளி பற்றிய சிந்தனை ஒன்று கவிதையின் காட்சிப் பொருள்களைச் சாக்காகக் கொண்டு தம்மை வெளிப்படுத்திக் கொள்ளும் போக்கில் எப்படிப் புதிய கவிதை மரபொன்றை உருவாக்கியதென்கிற செய்தியை நாம் பிச்சமூர்த்தி கவிதை களிலிருந்து பெறுகிறோம். துவக்கத்தில் வெள்ளந்தியாக, உணர்வின் தூய வெளிப்பாடாக இருந்த இந்தச் சிந்தனை பிறகு உள்ளடங்கியதாகவும் உணர்வாகச் சேகரமாகிய அறிவின் வெளிப்பாடாகவும் பரிணாமம் பெற்றது என்றும் தெரிந்துகொண்டோம்.

இந்த ஒளிச் சிந்தனை எதன் குறியீடாகப் பிச்சமூர்த்தி கவிதைகளில் நிலவுகிறது என்று பார்ப்பது இந்த ஆய்வுக்கு மேலுமொரு பரிமாணத்தைக் கொடுக்கும். ஒளிப் படிமத்தைப் பிச்சமூர்த்தி உருவாக்கும் இடங்களிலெல்லாம் கூடவே அவர் உருவாக்கும் – பட்டாடை, விளக்குப் பிறை, துளசி மாடம், ஆபத்தற்ற எளிய உயிர்கள் மட்டுமே உலவும் வனங்கள் (கிட்டத்தட்ட தோப்புகள்) முதலானவை திரும்பத் திரும்பச் சுழலும் – ஒருவித வீட்டுச் சூழலைப் பொருட்படுத்தி ஆய்வைத் தொடர்வோமேயானால் கவிதை இயக்கத்தை முன்னெடுத்துச் செல்லும் சில பயனுள்ள வெளிச்சங்களையும் பெறலாம்.

2000

கதை

உள்ளடக்கம்

1. பத்து வருடத் தமிழ்ப் புதினங்களில் கதை மொழி — 149
2. வாசிப்பின் மீதான ஒரு வாசிப்பு — 160
   (மௌனி கதைகள்)
3. மூன்று கதை சொல்லிகள் — 169
   (குமார் அம்பாயிரம் சிறுகதைகள்)
4. பிரதேசத்திலிருந்து உலகத்திற்கு — 176
   (குணா கவியழகனின் 'அப்பால் ஒரு நிலம்')
5. உயிர்கள் நிலங்கள் பிரதிகள் மற்றும் பெண்கள் — 186
   (ஜி. முருகன் சிறுகதைகள்)
6. நல்ல வாசகரும் ஒரு புதினமும் — 192
7. மூன்று நகரங்களின் கதை — 202
   (கோணங்கியின் 'த')
8. ஜோஸே ஸரமாகோ மற்றும்
   ஒரு அறியப்படாத தீவு – அறிமுகம் — 219

பத்து வருடத் தமிழ்ப் புதினங்களில் கதைமொழி

கடந்த பத்து வருடங்களின் தமிழ்ப் புதினங்களைப்பற்றிப் பேசும்போது அவற்றிலிருந்து கதைகளை அப்புறப்படுத்திவிட்டுப் பேசுவதுதான் பொருத்தமாக இருக்கும் என்று தோன்றுகிறது. 'இப்படியும் பார்க்கலாம்' என்கிற ரீதியிலேனும் அவற்றினுள் கதைகளைக் காண முனையும் வாசகர் அவற்றை 1970கள் வரையிலான, பழைய பிரதிகளாக மாற்றிவிட்டுவிடும் அபாயமிருக்கிறது. ஏனெனில் இரண்டாயிரத்திற்குப் பிறகு வெளிப்பாடு கண்டவற்றில் பொருட்படுத்தத்தக்க புதினங்கள் கதை சொல்லுதல் என்பது ஓர் அரசியல் செயல்பாடு என்பதைப் பிரக்ஞையில் கொண்டவை. மேலும் அவை தங்களுக்கான பயிற்சிக் காலமாக நீண்டு முடிந்த எண்பதுகள் மற்றும் தொண்ணூறுகளுக்கு முந்தைய புதினப் படைப்புகளையும் அவ்விதமாகவே பார்க்கவேண்டுமென்று வாசகரை வற்புறுத்துகின்றன. எழுபதுகள் வரையிலான புதினங்களை மீள்வாசிப்புச் செய்து அவற்றையும் கதைநீக்கம் செய்து அரசியல் பிரதிகளாக மாற்ற முயற்சிக்கின்றன. எண்பதுகளுக்கு முன்னும் பின்னும் புதினங்கள் வாசிக்கப்பட்ட தன்மையைப் பொறுத்தே எண்பதுகளிலும் தொண்ணூறுகளிலும் பரீட்சார்த்தமான புதினங்களும், கடந்த பத்து ஆண்டுகளில் கனிந்து பக்குவப்பட்ட புதினங்களும் வெளிவரத் தொடங்கின. எழுத்திலக்கியத்தைப்

பொறுத்த அளவில் இந்த வெளிப்பாடு அதன் எல்லா வகைமைகளுக்குமே பொதுவாகப் பொருந்துமெனினும் சிறப்பாக புதினங்கள் இந்தப் 'புதிய வாசிப்பின்' தடங்களைச் சற்று கூடுதலாகக் கொண்டிருந்தன என்று சொல்வது மிகையாகாது. உதாரணமாக எழுபதுகள் வரையிலான புதினங்களை இன்று வாசிப்பவர் அவற்றை ஒரு சிறுகதை அல்லது குறும்புதினத்தின் உருப்பெருக்கப்பட்ட வடிவமாகவே உணரக்கூடும். ஏனென்றால் வடிவம் எதுவாக இருந்தாலும் அவற்றில் ஒரு 'கதை' இருந்தது. இந்த 'ஒரு கதை' காண் உலகின் நிஜமான வாழ்வியல் அனுபவங்களிலிருந்து பெறப்படுவதாக நம்பப்பட்டது. காண் உலகின் கண்ணாடியாக, காண் உலகின் மனச்சாட்சியாக, காண் உலகின் வழிகாட்டியாகக் கதை வேலை செய்யும்படி படைப்பு மனம் அதை ஏவிக்கொண்டிருந்தது. வடிவத்தைப் பொறுத்து, அல்லது பக்க அளவைப் பொறுத்து அஃது அந்த, யதார்த்த உலகம் என்று சொல்லப்படுகிற, காண் உலகின் கால வெளியைத் தனக்குள் சுவீகரித்துக்கொண்டது. சிறுகதையானால் வாழ்வின் ஒரு குறிப்பிட்ட தருணமாயும் குறும்புதினமானால் அந்தத் தருணத்தின் நீட்சியாயும் புதினமானால் அந்தத் தருணத்தை நோக்கிக் குவியும் பல்வேறு தருணச் சிதறல்களாயும் காண் உலகம் 'பிரதிபலிக்க'ப்படும்படி வடிவம் வரையறுத்துக்கொள்ளப்பட்டது. படைப்பு எப்போதும் அதற்கு வெளியேயிருக்கும் பிரத்யட்ச உலகைப் புரிந்துகொள்வதற்காகவே 'கதைகளை'ச் சொல்லிக் கொண்டிருந்தது. அந்தப் படைப்புகளை வாசித்த எவரும் 'வாழ்க்கை ஏன் இத்தனை அபத்தமாக இருக்கிறது' என்றோ, 'இருத்தல் ஏன் இத்தனை சுமையாக இருக்க வேண்டும்' என்றோ துயரத்துடன் ஒரு மதிப்புரையையோ பின்னட்டைக் குறிப்பையோ எழுதிவைக்காமல் இந்தப் புதினங்களை மூடி வைக்க முடியாதபடி அவை அத்தனை 'நிஜமாக' இருந்து தொலைத்தன. புதினங்களுக்குள் பேசும் கதைசொல்லியின் 'கதை' என்னும் ஒற்றைக் குரல் அதனுள் தனித்து இயங்க முனையும் அத்தனை பாத்திரங்களின் செயல்பாடுகள்மீதும் நீக்கமறப் பரவி அவற்றைத் தன் வசப்படுத்திக்கொண்டது. இதைச் சற்று எளிதாகப் புரிந்துகொள்ள தொலைக்காட்சி விளம்பரங்களில் இடம் பெறும், குரல் கரகரப்பிற்கான, புதினாக் குளிகைகளின் செயல்பாட்டை கண்முன் கொண்டு வாருங்கள். அந்தக் குளிகையை விழுங்கியதும் ஒரு பச்சை நிறம் தொண்டையிலிருந்து புறப்பட்டு நுரையீரல் வரையுள்ள உடலின் அத்தனை பாகங்களுக்கும் பரவுவதைக் காண்கிறீர்கள் அல்லவா? கிட்டத்தட்ட இவ்விதமாகத்தான் எண்பதுகளுக்கு முந்தைய ஒரு புதினத்தின் நெடிய பக்கங்களில் 'கதை'யின் பரவல் நிகழ்ந்தது.

ஆனால் கடந்த பத்தாண்டுகளில் ஒரு பாணியாக வளர்ந்த புதுவகைப் புதினங்கள் இப்படி ஒரே கதையின் நெடிய வடிவமாக இல்லாமல் பல கதைகளின் இணைவாக, ஒரு முடிவிலியாக மற்றும் வடிவிலியாக, உருக்கொண்டன. ஏன்? ஏனென்றால் கதை என்பது நிஜத்தின் பிரதிபலிப்பு, வாழ்வின் சாராம்சம் என்கிற வாதங்களின்மீது சென்ற நூற்றாண்டின் கடைசி இருபது வருடங்களின் வாசகர் நம்பிக்கையிழக்கத் தொடங்கியிருந்தார். அதற்குக் காரணங்களும் இல்லாமல் இல்லை. கதைக்குள் சிறைப்படும் வாழ்வின் நிதர்சனம் என்பது மிகப் பெரிய பிரபஞ்ச யதார்த்தத்தின் மிகமிகச் சிறிய ஒரு கூறு, யானையைப் பார்த்த குருடரைப்போல் அந்த மிகமிகச் சிறிய கூறை மட்டும் தேர்வு செய்துகொண்டு பேசும் ஒரு காகிதப் படைப்பு, அஃது எத்தனை ஆயிரம் பக்கங்களைக் கொண்டதாக இருந்தாலும், எப்படி வாழ்வின் முழுமையைப்பற்றிப் பேசுவதாகத் தன்னைச் சொல்லிக்கொள்ள முடியும்? இது ஒரு சந்தேகம். இன்னொரு சந்தேகம், கதையில் இப்படிச் சொல்லப்படும் அந்த யதார்த்தத்தின் கூறு எதுவாக இருக்கவேண்டும் என்பது படைப்பாளியினுடைய தேர்வுதான் அல்லவா? எனில் அஃது ஏன் முன்முடிவுகளின் தாக்கம் பெற்றதாக இருக்கக்கூடாது? மூன்றாவது சந்தேகம், கதைக்காகத் தேர்வு செய்யப்பட்ட உலகம்தான் 'நிஜம்' என்றால் படைப்பாளியின் தேர்வுக்குள் வராத, கதையாடலில் சொல்லப்படாத, கதைகளின் விளிம்பில் இயங்கும், நிஜ உலகத்தின் இன்னொரு பகுதி அந்தப் படைப்பாளிக்கு என்னவாக இருக்கிறது? ஆலிஸுக்கு முயல் காட்டியதைப்போன்ற 'நிலத்தடியில் புதையுண்டிருக்கும்' புனைவுலகமாகவா? தமிழ் இலக்கியப் பரப்பில் எண்பதுகளில் துவக்கப்பட்ட இந்தக் கேள்விகள் தொடர்ந்து முன்னெடுத்துச் செல்லப்பட்டு கதை சொல்லல் பற்றிய பல மாயைகளை உடைத்தன: ஒரு புதினத்தின் கதை வழியே சொல்லப்படுவது படைப்பாளி கண்கூடாகக் காணும் நிஜ வாழ்க்கையல்ல, மாறாக வாழ்க்கையைப்பற்றி ஏற்கனவே அவருக்கு முந்தின படைப்பாளிகளால், தேர்வு செய்து, சொல்லப்பட்டு அவருடைய மனப்பதிவாக உருவேற்றப்பட்ட பலப்பல கதைகளின் ஒரு நகல், அஃதாவது அவருடைய படைப்பு ஒரு 'பிரதி'. இப்படி உருவாகும் இவருடைய பிரதி இதைப் போன்றே உருவாகும் இன்னும் பல பிரதிகளுடன் இணைந்து மற்றொரு எதிர்காலக் கதைசொல்லியின் பிரதியொன்றை உருவாக்குகிறது, இவ்விதமாகத்தான் நிஜ வாழ்வின் மேலாக அவற்றைப் போலி செய்யும் கதைகளின் பெருக்கம் நிகழ்கிறது. மேலும் ஒரு படைப்பாளி தன் படைப்பினுள் செயல்பட அனுமதிக்கும் அதற்கு முந்தைய பிரதிகளின் தாக்கம் அவருடைய புழக்கச்

சூழலுக்கும் வாசிப்புச் சூழலுக்கும் உட்பட்டதாகத்தான் இருக்கும் என்பது எதிர்பார்க்கக்கூடியதுதான். ஆகையால் அவருடைய படைப்பு அவரையறியாமலேயே அவருடைய சாதி, மதம், இனம், பால், கல்வி, குடும்பச் சூழல், தொன்மங்கள், நம்பிக்கைகள், நம்பிக்கையின்மைகள், ஒவ்வாமைகள், பணிச் சூழல் ஆகியவற்றால் கட்டமைக்கப்பட்டதாயும் அவற்றினுள் கட்டுண்டதாயும் இருக்கிறது. அஃதாவது இந்தப் பட்டியலிடப்பட்ட சூழல்கள்தான் அவருடைய படைப்பில் அவரையறியாமல் செயல்படும் பல பிரதிகளின் குரல்களாக இருக்கின்றன. இவற்றைப்பற்றி அவர் தனியாக ஒரு புதினமாக எழுதவேண்டுமென்கிற அவசியமில்லை. அவர் எதைப்பற்றி எழுதினாலும் இந்த, மறைந்திருக்கும் குரல்கள் அவருடைய குரலாக, அவருடைய படைப்பின்மூலம் தங்களை வெளிப்படுத்திக்கொண்டுவிடும். கவனிக்கவும், படைப்பாளி இவற்றை வெளிப்படுத்துவதில்லை, மாறாகப் படைப்பாளியை ஒரு கருவியாக்கிக்கொண்டு இவை தாங்களாகவே தங்களை வெளிப்படுத்திக்கொண்டுவிடுகின்றன. நிச்சயமாக இவற்றின் கூட்டுக் குரல்களைவிட இவற்றைத் தன் படைப்பில் இயங்க அனுமதிக்கும் படைப்பாளியின் சொந்தக் குரல் மிகப் பலவீனமானதுதான். உதாரணமாக, சினிமாக் கதாநாயகனைத் தன் மானசீகக் காதலனாகக் கண்டு கணவனையும் குழந்தைகளையும் உதறிவிட்டுச் செல்லும் ஒரு பெண்ணை அறுபது எழுபதுகளின் புதினங்கள் சொல்லும்போது அது அன்றைய திரைப்பட மோகத்தின் நிதர்சன உண்மையைச் சொல்லுவதாயும் அந்த விதத்தில் அஃது ஒரு தீவிரமான சமூக விமர்சனக் 'கதை'யாயும் தோன்றுவது இயற்கைதான். ஆனால் அதை எழுதும் ஒரு படைப்பு மனம் தலைநகரின் புறநகர் சேரி வாழ்க்கையானது கயமைகளையும் கீழ்மைகளையும் மட்டுமே குணமாகக் கொண்டது என்கிற, அதற்கு முந்தைய பிரதிகளின், முன்முடிவுகளுக்குத் தன்னையறியாமல் கட்டுப்பட்டது என்பதை அந்தப் படைப்பாளியே அறிந்திருக்க மாட்டார். இதைத்தான் எண்பதுகளின் வாசகர் மறுவாசிப்பில் கண்டுகொண்டார். மேலும் இதைக் கண்டுகொள்ளத்தான் அவர் கதைப் பிரதியை வாசிக்கும்போது வலுக்கட்டாயமாக அதிலிருந்து 'கதை'யை வெளியேற்றவும்வேண்டியிருந்தது.

சரி, ஒரு கதைப்பிரதி கதை நீக்கம் செய்யப்படும்போது என்ன நடக்கிறது? ஓர் எழுத்துப் பிரதியில் கதை என்பது மொழியின் அலகுகளான எழுத்து, சொல், வாக்கியம், பத்தி, அத்தியாயம் ஆகியவற்றின் இணைவால் உருவாகும் கூட்டு அர்த்தத்தால்தான் உருவாகிறது அல்லவா? அந்தப் பிரதி கதைநீக்கம் செய்யப்படும்போது இந்த எழுத்து மொழியின்

அலகுகள், வாண வெடிக்குள் கெட்டிக்கப்பட்டிருக்கும் மருந்தை நெருப்பால் சிதைக்கும்போது அது பொறிகளாக விடுபட்டுச் சிதறுவதைப்போல, கதை என்கிற இணைப்பிலிருந்து படீரென்று விடுபட்டுத் தனித்தனியாகச் சிதறிவிடுகின்றன. இப்படிச் சிதறும் மொழியலகுகள் கதையை உருவாக்கும் கூட்டு அர்த்தத்தைக் கைவிட்டுத் தமக்கேயான தனித்தனி அர்த்தத்துடன் பிரதியின் வெளியில் மிதக்கவும் தொடங்கிவிடுகின்றன. இப்படி மிதக்கும் மொழியலகுகளை மொழியியலானது குறிகள் என்று குறித்தது. குறிகள் இடுகுறித் தன்மை கொண்டவை. அதாவது சொற்கள் அவை இணைக்கப்படும் இடம், விதம், நோக்கம் ஆகியவற்றைப் பொறுத்துச் சூழல் சார்ந்த அர்த்தத்தைப் பெறுகின்றனவேயன்றி அவற்றுக்கு நிலையான அர்த்தம் கிடையாது. இந்த, மொழியின் தன்மை பற்றிய அறிவுடன்தான் எண்பதுகளுக்குப் பின்னான வாசகர் கதைநீக்கம் செய்யப்பட்ட பிரதியிலிருந்து சிதறிய மொழியலகுகளைக்கொண்டு தனக்கான பிரதிகளைச் சமைத்துக் கொள்ளப் பழகிக்கொண்டார். இப்படி அர்த்தங்களை வெவ்வேறு விதமாகக் கலைத்து அடுக்குவது என்பது ஒரு விளையாட்டாகவும் உருவகப்படுத்தப்பட்டது. இந்த விளையாட்டு, நான் முன்பு சொன்னதுபோல, படைப்பின் நனவிலிக்குள் செயற்பட்டு அதை ஆட்டிப்படைத்துக்கொண்டிருக்கும் பல்வேறு குரல்களைத் தேடிக் கண்டடைவதையே தன் நோக்கமாகவும் கொண்டிருந்தது. சில விபத்துகளும் நடக்காமலில்லை: மூலப்பிரதியிலிருந்து அர்த்தத்தைக் கலைத்து அடுக்கி விளையாட வந்த பலர் இப்படி விளையாடுவதற்குச் சில விதிகள் இருக்கின்றன என்பதை அறியாத காரணத்தால், “விதிகளைக் கலைக்கிறேன்”, “அதிகாரத்தைச் சிதறடிக்கிறேன்” என்று, குழந்தைத்தனமாகப் பிரதிகளை வாசித்துக்கொண்டிருந்த நிகழ்வுகளும் அரங்கேறவே செய்தன. இவ்வகையான அபத்தப் புரிதல்களுக்கு எண்பதுகளுக்குப் பிறகான பல படைப்புகள் இந்த வாசிப்பு முறையை, இவை தங்களுடைய கண்டுபிடிப்புகள் என்கிற ஆணவத்துடன், கச்சாவாகப் படைப்பியலுக்குள் புகுத்த முயற்சித்த நிகழ்வுகளின் முன்னுதாரணத்தால் அமைந்தன என்பதை இங்கே கவனத்திற்குக் கொண்டுவந்துவிட்டு மேலே கண்ட நிகழ்வுகளின் அடிப்படையில் பத்தாண்டுப் புதினச் செயல்பாடுகளின் அடிப்படை பற்றிய மதிப்பீடுகளைத் தொடர்வோம்.

சற்று யோசித்துப் பாருங்கள், ஒரு படைப்பைக் கதைநீக்கம் செய்து கலைத்துப்போட்டு விளையாடப் பழகிக்கொண்டுவிட்ட ஒரு வாசகர் தானே ஒரு படைப்பாளியாக மாற நேரும்போது என்ன நடக்கும்? தன்னைப்போலவே தன்னுடைய படைப்பையும் கதைநீக்கம் செய்து பிரதியாக மாற்றிவிட எத்தனிக்கும் இன்னொரு

வாசகருக்கு அதனுள்ளிருந்து தனக்கெதிரான எத்தனை குரல்கள் கேட்கக்கூடும் என்கிற சந்தேகமும் அச்சமும் தோன்றுமல்லவா? அப்படித் தோன்றும்போது அவர் தன் படைப்பிற்குத் தானே ஒரு வாசகராகி, தனக்குள் புகுந்துகொண்டு, தன் படைப்பை 'அறிந்த உலகின் கதையாக' மாற்றும் குரல்களைக் கழுத்தை நெரித்துக் கொன்றுவிட்டு பதிலாகத் தான்அதுவரை அறிந்திராத, கதையாடல்களின் விளிம்பில் இயங்கும், 'புனைவு' உலகின் குரல்களால் நிரப்பி, பழைய குரல்களின் பிடியிலிருந்து தன்னை விடுவிக்கும் ஒரு 'முழுவதும் பிரக்ஞையால் நிரப்பப்பட்ட பிரதியாக' அதை மாற்றிவிட முயல்வாரா மாட்டாரா? ஆம் எனில் முதல் இருபது வருடங்களில் பரீட்சார்த்தமாகவும் கடந்த பத்து வருடங்களில் தீவிரமாகவும் வெளிப்பட்ட புதிய வகைப் புதினங்கள் இந்தச் சந்தேகத்திலும் அச்சத்திலும் அதன் காரணமாக எழுந்த முழுப் பிரக்ஞை நிலையிலும்தான் எழுதப்பட்டன என்று சொல்லிவிடலாம். சுருக்கமாகச் சொன்னால் பலவற்றின் கூட்டுகுரல்கள் இறுகித் 'தான்' என்கிற ஒற்றைக் குரலாக மாறும் நிலையிலிருந்து தப்பித்துத் 'தானை'ப் பலவாகச் சிதறடித்துக்கொள்ளும் 'பிரக்ஞை'தான் இந்தப் பத்து வருடங்களின் புதுவகைப் படைப்புகளில் செயல்பட்ட அடிப்படைப் படைப்பு மனநிலையாக இருந்தது. அதாவது வாசகருக்குப் பதிலாகப் படைப்பாளியே தன் பிரதியைக் கதைநீக்கம் செய்துவிடுவது ('கதை' என்பது ஆண்மையப் பார்வை கொண்டதாகக் கருதப்பட்டதால் இந்த, கதைநீக்கம் செய்யப்பட்ட, பிரதி இப்போது 'பால் அழிந்த பிரதி'யாயும் ஆகிவிடுகிறது). இப்படியாகத்தான் கதையைப் புனைவு பதிலீடு செய்ததும் நடந்தது. நினைவில் வைத்துக்கொள்ள வேண்டியது: ஒரு புதினம் படைப்பாக இருந்தபோது அதில் இருந்தது மொழியின் அனைத்து அலகுகளையும் தன்னை நோக்கி இழுக்கும் 'கதை' (தன் வழியின் அத்தனை உறுப்புகளையும் தன்னுடைய நிறமாக்கிக்கொள்ளும் விளம்பரப்பட உதாரணத்தை நினைவில் கொள்ளுங்கள்); அது பிரதியாக மாறியபோதோ அதில் செயல்பட்டது தன்னிச்சையாகச் செயல்படும் மொழியலகுகளின் தற்காலிக இணைவால் 'உத்தேசமாக' உருவாகும் 'புனைவு'. கதை பிரக்ஞையற்றது. புனைவுப் பிரக்ஞையால் கட்டப்படுவது. 'கதை' கடவுள் செயல்; அதற்குப் படைப்பாளி பொறுப்பேற்றுக்கொள்வதில்லை. 'புனைவு' படைப்பிலிருந்து கடவுளை விடுவித்து அதை, படைப்பாளியே துணிச்சலாகப் பொறுப்பேற்றுக்கொள்ளும், 'பிரதி'யாக்குகிறது. கடந்த பத்தாண்டுப் புதினங்கள் ஏன் பல குறுங்கதையாடல்களின் தொகுப்பாகவே காணக்கிடைக்கின்றன என்கிற கேள்விக்கும் ஒரு குறுங்கதையாடல்களின் தொகுப்பை எப்படிப் புதினம்

என்று அழைக்க முடியும் என்கிற கேள்விக்கும் இப்போது பதில் கிடைத்துவிட்டது: பழைய பிரதிகளில் மொழியலகுகளை இணைத்து அதைப் புதினமாக்குவது 'கதை' என்கிற ஒற்றை ஸ்தூல வடிவம்; புதிய பிரதிகளில் குறுங்கதைகளை இணைத்து அவற்றை சிறுகதைத் தொகுப்பாக மாறவிடாமல் ஒரு 'புதினம்' ஆக மாற்றுவது பிரக்ஞை. இந்தப் பிரக்ஞை நுண்வடிவம் கொண்டது. கண்களுக்குப் புலப்படாதது.

இந்த, தானே தேர்ந்துகொண்ட பல குரல்களால் இயங்கும் புனைவுப் பிரதியானது கதைப் படைப்பைப் போல இறுகிய தன்மை உடையதாக இல்லாமல் நெகிழ்வுத் தன்மையையும் சதா இயங்கும் தன்மையையும் தன் இயல்பாகக் கொண்டிருந்தது. புனைவுப் பிரதியொன்றின் வடிவத்திற்கு நுண்ணோக்கியின் வழியே பார்க்கப்படும் அணுப் பந்துகளின் காட்சியை உவமையாகச் சொல்லலாம்: அவை சதா ஒன்றன்மீது ஒன்று வழுக்கியபடி அசைந்துகொண்டேயிருக்கின்றன, இந்த வழுக்கலும் அசைவும் அவை ஒருபோதும் எந்த ஒன்றுடனும் ஸ்திரமாக ஒட்டிக்கொண்டுவிட முடியாத உலர்ந்த தன்மையை அவற்றுக்கு வழங்குகின்றன. மேலும் முக்கியமாக, இந்த இயக்கம் அவற்றுக்கு ஒரு திடமான, இறுகிய, புற வடிவம் உண்டாவதைத் தடுத்து, கலைடாஸ்கோப் பிம்பத்தைப்போல, அதை நெகிழ்த்திக்கொண்டேயிருக்கிறது.

பத்தாண்டுப் புதினங்களின் இந்த வடிவ மாற்ற அலை உலகமெங்கிலும் குட்டி நாடுகள் இருபதாம் நூற்றாண்டின் இறுதியில் தங்களைத் தேசம் என்கிற ஒற்றைக் குரலையே மற்றவற்றின் குரல்களில் தொண்டைக் கரகரப்புக் குளிகையைப்போல பாய்ச்சி, தங்களை இயங்கவிடாமல் செய்கிற அமைப்பை எதிர்த்துக் கலகம் செய்ததும் அணுப் பந்துகளைப்போல நெகிழ்வுடனும் சுய இயக்கத்துடனும் குரலுடனும் அண்டை நாடுகளுடன் 'தேசீயத்தின் பசை' தேவையின்றி உறவு கொள்ளும் விருப்பத்தை வெளிப்படுத்தியதுமான நிகழ்வுகளின் இலக்கியத் தாக்கம் என்று பொதுவாகச் சொல்லப்படுகிறது."தேசம் என்னும் கற்பிதம்", "தேசம் என்கிற கதையாடல்"போன்ற சொல்லாடல்களெல்லாம் பிரபலமாகப் புழக்கத்திலும் இருந்தன.

எனினும் புனைவில் கதைநீக்கம் சாதிச் சொல்லாடல்கள் நிறைந்த தமிழ்ச் சமூகத்தில் நுழைந்தபோது இந்தச் சூழலுக்கு ஏற்ப அது சில கேள்விகளுக்குப் பதில் சொல்லவேண்டியிருந்தது. அதுவரை 'கதை சொல்லிகளாய்' இருந்த பலர் கதையாடல் பரப்பிற்கு வெளியே 'புனைவாய்' இருந்த, பிறப்பால் ஒடுக்கப் பட்டவர்களின் (தலித்துகள், பெண்கள், திருநங்கைகள் போன்றோர்),

சொல்லாடல் களத்தைத் தங்களுடைய குரலாய் வரிந்துகொள்ளத் தொடங்கியபோது அந்தப் பேசப்படாத புனைவிற்குள் ஏற்கனெவே இருந்த 'பிறப்பால் ஒடுக்கப்பட்டவர்கள்' அது தங்களுக்கானது என்று உரிமை கொண்டாடவும் தங்களுடைய தவறான சரித்திரப் பிரதிகளைச் சரி செய்துகொள்ள அதை மற்றவர்கள் உபயோகிப்பது தவறானது எனச் சுட்டிக்காட்டவும் தலைப்பட்டனர். 'அவர்கள்' ஒடுக்கப்பட்டவர்களைப் 'பற்றி' எழுதுவதும் அவர்களுடைய இருப்பைப் பதிவு செய்வதுமே தங்களுடன் உறவுகொள்ளப் போதுமானதென்றும் ஒடுக்கப் பட்டவர்களின் குரலால் பேசுகிறேனென்று முன்வருவதானது ஒடுக்கப்பட்டவர்களின் நினைவிலியில் அவர்களுடைய சாதி, மதம், இனம், பால், கல்வி, குடும்பச் சூழல், தொன்மங்கள், நம்பிக்கைகள், நம்பிக்கையின்மைகள், ஒவ்வாமைகள், பணிச் சூழல் ஆகியவற்றால் கட்டமைக்கப்பட்ட 'கதையாடல்களை'ப் புனைவாக மாற்றித் தங்கள் இருப்பை உறிஞ்சி மீண்டும் தங்களை ஓரங்கட்டிவிடும் என்று அவர்கள், நியாயமான முறையில், அஞ்சினர். இது புரிந்துகொள்ளச் சிக்கலான, அல்லது தவறாகப் புரிந்துகொள்ளப்பட்டுவிடக்கூடிய, ஒரு படைப்பாக்கச் சிந்தனையாகக் கடந்த பத்தாண்டுகளில் வளர்ந்தது. அதாவது ஒடுக்கப்பட்டவர்களின் வாதம் பின்வருமாறு இருந்தது (இருக்கிறது): 'கதை என்கிற ஒற்றைக் குரல் அழிக்கப்படுவதும் அங்கே புனைவைப் பதிலீடு செய்து பிரதியைப் பல்குரல்படுத்துவதும் ஏற்கனெவே கதைகளைச் சொல்லி முடித்துவிட்டவர்களுக்கு வேண்டுமானால் உவப்பான படைப்பாக்கச் சிந்தனையாக இருக்கலாம், ஆனால் ஒடுக்கப்பட்டவர்களுடைய வாழ்வியல் சார்ந்த 'கதைகள்' தொடக்கக் கட்டத்திலேயே இருக்கும் நிலையில் அவற்றைப் புனைவாக மாற்றிக்கொள்ள வேண்டிய அவசரமோ அவசியமோ ஒடுக்கப்பட்டவர்களுக்கு அதற்குள் ஏன் வரவேண்டும், சில காலம் வரையிலாவது அவர்களுடைய அரசியல் கருவியாகப் பிரயோகித்தே தீரவேண்டிய அவர்களுக்கான, 'கதை' என்கிற ஒற்றைக் குரலைப் படைப்பிலிருந்து வெளியேற்ற நினைப்பது 'புனைவின் அரசிய'லாகிவிடாதா?' இதை இப்படிச் சொல்லலாம்: மொழிக் களத்தில் 'தான்' என்கிற தன்னிலை தானல்லாத 'பிறிதொன்றைக்' கண்டுபிடிக்கும்போது அதன் சொல்லாடல் 'கதை'யிலிருந்து 'புனைவி'ற்கு மாறுமென்றால் ஒடுக்கப்பட்டவர்கள் தங்கள் 'கதை'களைப் 'புனைவு' ஆக்கிக்கொள்ளத் தாம் அல்லாத பிறிதொன்றை இனங்கண்டாகவேண்டும், அதற்கான வாய்ப்பு மொழிக் களத்தில் இதுவரை அவர்களுக்குத் தரப்படவில்லை. அத்தகையதொரு களத்தை இனிமேல்தான் அவர்கள் தங்களுக்காக உருவாக்கிக்கொள்ள வேண்டியிருக்கிறது. சுற்றுச்சூழல், அகதிகள்,

குழந்தைகள், அழிந்து வரும் உயிரினங்கள், வயோதிகர்கள் ஆகியோர் சார்ந்த சொல்லாடல்களாக இனி வரக்கூடிய காலங்களில் அஃது உருவாகக்கூடும். இன்றைப் பொறுத்தவரையில், "இன்னும் சில காலங்களுக்கு எங்கள் படைப்புகளைக் கதைநீக்கம் செய்யவேண்டிய அவசியம் இல்லை, அவை சாதி, இன, பால் அடையாளங்களுடனேயே இருந்தாலும்கூட", என்பதே அவர்களுடைய வேண்டுகோள். எழுபதுகளில் உலகத் தத்துவச் சிந்தனைகளைப் பாதித்து, வழக்கம்போல இருபது வருடங்கள் தாமதமாக நமக்கு அறிமுகமாகியிருக்கிற, "எங்கள் கதைகளை நாங்களே எழுதிக்கொள்ள விடுங்கள்" என்பது போன்ற பின்காலனியக் கருத்துருவாக்கங்கள் ஒடுக்கப்பட்டவர்களின் இந்த வகை வாதத்திற்குப் பலம் சேர்க்கின்றன. இந்த சாதி மற்றும் பால் அடிப்படையில் பிறப்பினால் ஒடுக்கப்பட்டவர்கள் அதுவரை கதையாடல் களத்திற்குள் அனுமதிக்கப்படாமலேயே இருந்த தங்களுடைய கதைகளை, அவை புனைவாக மாற்றப்படும்முன், கதைகளாகவே, தாங்களே எழுதவும் தொடங்கினர். பால் மற்றும் சாதி அடையாளங்களுடன் இந்தக் கதைப் புதினங்கள், இன்னொரு பேரெழுச்சியாகக் கடந்த பத்தாண்டுகளில் குறிப்பிடும்படியான வேகத்தில் வளர்ந்திருக்கின்றன. இந்தப் படைப்புகள் புற வடிவத்தில் எழுபது வரையிலான, யதார்த்தத்தைப் பிரதிபலிக்கும், கதையாடல்களின் சாயலைக் கொண்டிருந்தாலும் பழைய கதையாடல்களில் காணவே கிடைக்காத சொல்லாடல்களை முன்வைத்து யதார்த்தவாதக் கதையாடல்களின் எல்லையைக் கணிசமான அளவிற்கு நகர்த்தி வைத்தன.

நேரடிக் கருத்தாக்க ரீதியிலமைந்த இவ்வகைப் படைப்புகளுக்கப்பால் கதை நீக்கம் என்கிற கோட்பாட்டின் வழியாகச் சுதந்திரம் பெற்ற மொழியலகுகளின் பயன்பாடு படைப்பாக்க ரீதியில் புதினங்களில் பிரமிக்கத்தக்க அளவில் வகைமைகளைச் சாதித்திருக்கிறது. குழுகுலங்களின் குரலில் சொல்லப்படும் மாய யதார்த்தப் புனைவுகள், சரித்திரத்தையும் புனைவையும் விளிம்புகளைக் கரைத்து இணைக்கும் பிரதிகள், சரித்திரத்தையே புனைவாக்கும் எழுத்துக்கள், தொன்மங்களைக் கதைநீக்கம் செய்து சமகால அரசியல் பிரதிகளாக்கும் மீள் வாசிப்புகள், கதைநீக்கம் என்கிற அரசியல் செயல்பாட்டைப் பயிற்றுவிப்பதற்காகவாவது ஒப்புக்குக் கதையை இருத்திக்கொண்டாக வேண்டிய நிர்பந்தத்திலிருக்கும் பிரதிகளுக்கு நடுவே கதையை அறவே அறுத்துவிட்டு மொழியின் வர்ணங்களை மட்டுமே பிரதி முழுக்கப் பரப்பி அலையவிடும் புனைவின் மாயைகள், அ–நேர்கோட்டுப் பிரதிகள், பாலியல் எழுத்துக்கள், உடல்மொழிப் பிரதிகள், சமூகத்தின் இன்னும் அறியப்படாத, அல்லது முன்பு

ரொமான்டிசைஸ் பண்ணப்பட்ட பிரதேசங்களைப்பற்றிய எழுத்துக்கள் என்று இஃது இன்னும் விரிந்துகொண்டே செல்கிறது. இணையத்தின் பரவல் இந்தப் படைப்பாக்கச் செயல்பாடுகளுக்கு அளித்திருக்கும் கொடையும் நிர்ப்பந்தமும் மிக விரிவாகத் தனியாகப் பிறிதொரு கட்டுரையில் பேசப்பட வேண்டியவை. குறிப்பாகப் படைப்பில் பிரக்ஞை செயல்படுவதற்கும் இணைய தளத்தின் விரிவுக்கும் உள்ள தொடர்புகள்! ஒன்றே ஒன்றை மட்டும் சொல்லலாம்: இந்த நூற்றாண்டைத் தகவல்களின் நூற்றாண்டாக மாற்றிக்கொண்டிருக்கும் இணையத்தின் பரவலானது களஆய்வு செய்து சிரமப்பட்டுத் திரட்டிய தகவல்களின் ஆதாரபூர்வமான அடிப்படையில் எழ முனையும் யதார்த்தப் புதினங்களுக்கு விடுக்கும் சவால், அவை பெறும் விருதுகளுக்கு அப்பாலும், திடுக்கிடும்படியானது. உம்பர்தோ ஈகோ சொன்னதைப்போல, "ஒரு அத்தியாயத்திற்கான தகவலைத் தேடி நான் இணையத்திற்குள் செல்கிறேன், ஆனால் தகவல்களின் எண்ணிக்கையோ இனி நான் எழுதுவதற்கு எதுவுமே இல்லை என்கிற விரக்தியுற்ற மனநிலைக்குள் என்னைத் தள்ளிவிட்டுவிடுகிறது".

கோட்பாடு சார்ந்த பார்வைகள் வெறும் படைப்பாக்க உத்திகளாக உள்வாங்கப்படும்போது சிக்கல்களும் பலவீனங்களும் வெளிப்படுவதும் நடந்திருக்கிறது. மாய யதார்த்தம் என்பதை விட்டலாச்சாரியாவின் மாயாஜாலக் காட்சிச் சித்தரிப்புகளுக்கு இணையானவையாகப் புரிந்துகொண்ட, விருது வாங்கிய பிரதிகள் இருக்கின்றன, காப்பியங்களை மீள்வாசிப்புச் செய்கிறேனென்று அவற்றைக் கதைநீக்கம் செய்யாமல் வாசித்து மீண்டும் கதைக்குள்ளேயே விழுந்துவிட்ட படைப்புகள் இருக்கின்றன, சர்வதேசத்தன்மை கொண்ட படைப்பு என்றால், (அப்படி சர்வதேசத்தன்மை என்று குறிப்பிடுவதே ஒருவகையில் இதுகாறும் பேசிவந்த பிரதேசக் கருத்தாக்கங்களுக்கு எதிரானது), அயல்நாட்டில் நடக்கும் கதை என்று விளங்கிக்கொண்டு வெளிவந்த பிரதிகள் உண்டு, இதற்கு மேலாகத் தமிழில் உடல்மொழி என்பது என்னவாகப் புரிந்துகொள்ளப்பட்டிருக்கிறது என்பதைப் புரிந்துகொள்ளப் பல கட்டுரைகளை எழுதிப் பார்க்கவேண்டிய அவசியம் இருக்கவே செய்கிறது. இதன் காரணம் என்னவென்றால் எண்பதுகளில் அறிமுகப்படுத்தப்பட்ட புதிய வாசிப்புச் சிந்தனைகள் படைப்புத் தளத்தில் ஏற்படுத்திய அளவிற்குத் தாக்கத்தைச் சிந்தனைத் தளத்தில் ஏற்படுத்தவில்லை, புதியவகை எழுத்துக்களில் வெற்றி பெற்ற படைப்பாளிகள்கூட அந்தப் படைப்புகளின் வகைமையை ஓர் உத்தியாக, படைப்பெழுச்சி சார்ந்ததாக, முன்னுதாரணங்கள் அற்ற தனிச் செயல்பாடாகப் புரிந்துகொள்கிறார்களேயன்றி

தொடர்ந்து வலியுறுத்தி வரப்பட்ட ஒரு சிந்தனை முறையின் விளை பொருட்களாக, படைப்பியக்கத்தின் சரித்திரப் பின்புலத்தில் வைத்து அவற்றைப் பார்க்க விரும்புவதில்லை. பார்க்கத் தெரிந்துகொள்ளவுமில்லை என்பதே. எனவேதான் இந்தச் சிந்தனைமுறை தோன்றி முப்பது வருடங்களுக்குப் பின்பும் இன்றும் இந்தக் கட்டுரைக்கான அவசியம் இருப்பதாக எனக்குப் பட்டு நீங்களும் இதை வாசித்தாக வேண்டிய துரதிர்ஷ்டம் நேர்ந்திருக்கிறது. இதன்பொருள் நான் இதைக் கசடறப் புரிந்துகொண்டுவிட்டேன் என்பதல்ல என்பதையும் கூடவே சேர்த்துக்கொள்கிறேன். என்றாலும்கூட கடந்த பத்தாண்டுகளில் வெளிப்பட்ட இந்தப் புதிய வாசிப்புமுறை சார்ந்த புதினங்கள், ஆம், பிற எந்த வகைமையையும்விட அதிகமாகப் புதினங்கள்தான், அவற்றின் நிறைகுறைகளோடேயே தங்கள் பார்வைக்கு நேர்மையானவையாயும் மாற்றங்களை எதிர்நோக்கியவையாயும் இருந்திருக்கின்றன என்பதால் அவை ஒவ்வொன்றும் மதிக்கப்படத் தக்கவை என்பதில் இரண்டாம் கருத்துக்கு இடமில்லை. அவை தனித்தனிப் படைப்புகள் என்று சொல்வதைவிட ஓர் இயக்கம் என்பதாகப் புரிந்துகொள்ளப்படவேண்டுமென்றே நான் விரும்புகிறேன். எனவேதான் இந்தப் படைப்புகளை யார் எழுதினார்கள், ஏன் எழுதினார்கள், எப்படி எழுதினார்கள் என்று ஆராய்வதைவிட அவற்றை அவர்கள் மூலமாக 'எது' எழுதியது என்பதைக் காட்டுவதையே இந்தக் கட்டுரை தன் நோக்கமாகக் கொண்டிருந்தது.

(24.03.2012 அன்று லக்ஷ்மி சரவணக்குமாரால் தேனி, அல்லி நகரம், வீர அய்யனார் கோவில் வளாகத்தில் ஏற்பாடு செய்யப்பட்ட சந்திப்பில் வாசிக்கப்பட்ட கட்டுரை)

2012

வாசிப்பின் மீதான ஒரு வாசிப்பு

(மௌனி கதைகள்)

1

தமிழ் விமர்சனப் பிரதிகளில் பிரதானமாக நாம் காணக்கூடிய ஒரு குறையென்னவென்றால் இவை ஒரு படைப்பின் மூலமாகப் பெறப்படும் அழகியல் அனுபவத்தைப்பற்றிக் கவலைப்படுமளவிற்கு அதன் இனவியல்பு (Generic) சார்ந்த அடையாளங்கள்/ வகைமைகள் பற்றிக் கவலைப்படுவதில்லை. ஓர் இலக்கியப் படைப்பின் அழகியல் அனுபவத்தைத் தீர்மானிப்பதில் அதன் வகைமைக்கு ஒரு முக்கியமான பங்கு உண்டு என்பதைத் தமிழின் மிகச் சிறந்த எழுத்தாளர்கள் உட்படப் பலரும் அறிந்த தடயம் கிடையாது. சுந்தரராமசாமியின் கட்டுரைக்குச் சமீபத்தில் தமிழவன் முன்வைத்த விமர்சனத்தில் இதுபற்றிய ஒரு பொருட்படுத்த வேண்டிய அங்கலாய்ப்பு இருக்கிறது. சு.ரா.வின் கட்டுரைகளில் இயங்கும் மொழி கட்டுரைக்கான மொழியன்று என்று அதில் தமிழவன் குறிப்பிடுகிறார். ஒரு படைப்புத் தரும் அழகியல் அனுபவம் சார்ந்த வாசிப்புகள் விமர்சனத்தில் இடம்பெறக்கூடாது என்பதல்ல இதன் பொருள். மாறாக அந்த அனுபவம் அறிவுத் தளத்திற்கு உயர்த்தப்பட்டதாக, அறிவுத் தளத்திலியங்கும் மொழியின் வழியாகப் பேசப்படும்போதே விமர்சனம் படைப்பின்மீதான பல்வேறு வாசிப்புகளைச் சாத்தியப்படுத்துவதோடு தன்னையும் வளப்படுத்திக்கொள்ள முடியும். ஒரு புனைவுப் பிரதியின் மூலம் பெறப்படும் அழகியல் அனுபவத்தை அழகியல் தளத்திலிருந்தே பேசும்

மொழி இன்னொரு புனைவுப் பிரதியிலேயே செயல்பட முடியும். கட்டுரை இலக்கியத்திற்கும் புனைவிலக்கியத்திற்குமான வகைமை இது. தமிழில் பிரச்சனை என்னவென்றால் எழுதப்பட்ட ஓர் இலக்கியப் பிரதியின் வகைமைக்கேற்ப அதை வாசித்துப் பார்ப்பதும் அத்தகைய வாசிப்பிற்கான சவால்களை எதிர்கொண்டு உழைப்பதுமான மனோபாவத்தைப் படைப்பாளிகள், விமர்சகர்களிடம் காண முடிவதில்லை. விளைவாக எழுத்து இலக்கியத்தின் பல்வேறு வகைமைகள் யாவும் தத்தம் பிரத்யேக அடையாளங்கள் அழிக்கப்பட்டனவாக ஒற்றைப் பரிமாணம் கொண்டுவிடுகின்றன. இவ்வொற்றைப் பரிமாணப் படைப்புகளால் அதே விதமான வாசிப்புகளை ஊக்குவித்தும் அவ்வகை வாசிப்புகளினால் மேலும் ஒற்றைப் பரிமாணப் படைப்புகளைப் பெற்றுக்கொண்டும் தமிழ் இலக்கியச் சூழல் திருப்தியடைந்துகொண்டிருக்கிறது.

கட்டுரை, புனைவு இலக்கிய வகைமைகளுக்கப்பால் புனைவுப் பிரதிகளிலேயே கதை, கவிதை போன்ற வகைமைகளைப் பற்றிய பிரக்ஞையையும் படைப்பாளி தன் கவனத்தில் கொள்ள வேண்டியிருக்கிறது. இலக்கியத்தின் வகைமை எதுவாயினும் அதன் நோக்கம் மொழிதல் (narration level) என்பதாகவே இருக்குமென்பதை நாம் அறிவோம். புனைவிலக்கியத்தைப் பொறுத்தவரையில் கவிதைப் பிரதியில் இந்தச் சொல்லல் அதன் மொழித் தளத்திலேயே (language level) நிகழ்வதாகிறது. பிரதியின் மொழித்தளம் என்பது சொல்லலின் மிக ஆரம்பக் கச்சாவான – அதனாலேயே மிகுந்த வீச்சும் அழுத்தமும் கொண்ட – நிலை எனலாம். இந்த நிலையில் மொழி அலகுகளின் தர்க்க ரீதியான ஒருங்கிணைப்பின் மூலமாகப் பெறும் அர்த்தம் என்பது இரண்டாம்பட்சமாகவே இருக்கும். இதற்கு மாறாக மொழியலகுகளின் அதிகபட்ச சிதறடிப்பாலேயேகூட ஒரு கவிதையின் வாசிப்பனுபவம் சாத்தியப்படுவதாக இருக்கக் கூடும். அனுபவத்தின் நேரடி வெளிப்பாடாக இருக்கவே கவிதைப் பிரதியின் மொழிநிலை எத்தனிக்கிறது. இதனூடு கவிதைசொல்லியைப் பாதிக்கும் சமூகம், கலாச்சாரம் ஆகியவை தங்களை வெளிப்படுத்திக்கொள்கின்றன.

கவிதைப்பிரதி இயங்கும் வகையில் கதைப்பிரதி இயங்குவ தில்லை. கதையில் அதன் இறுதிநிலையான மொழிதலுக்கும் (narration level) தொடக்க நிலையான மொழித் தளத்திற்குமிடையில் (language level) செயல்தளம் (functional level) என்ற ஒன்று குறுக்கிட்டு அதைக் கவிதையிலிருந்து பிரித்து வகைப்படுத்துகிறது. செயல்தளம் என்பது பிரதி முழுவதும் சிதறிக்கிடக்கும் மொழியலகுகளின் தர்க்கரீதியான ஒருங்கிணைப்பால், கூட்டு அர்த்தத்தால் கட்டப்படுகிறது. இந்த ஒருங்கிணைத்தலை

ஆசிரியனின் தன்னிலை (self) சாதிக்கிறது. எனில் கதைப் பிரதியில் ஆசிரியனின் தன்னிலை என்பது தவிர்க்க முடியாத ஓர் அம்சமாகவே இருக்கிறது. இங்கே தன்னிலை என்பதைப் பிரதிக்குள் ஒலிக்கும் பல குரல்கள் என்பதன் எதிர்நிலையாகப் பார்க்க வேண்டிய அவசியமில்லை. மாறாக இந்தப் பல குரல்களை ஒரே பிரதிக்குள் சாதிக்கும் ஆளுமை என்பதாக இக்கட்டுரையில் இஃது அர்த்தப்படுகிறது. தன்னிலையால் செயல்தளத்திற்கு உயர்த்தப்படாத சொல்லாடல்கள் மொழிநிலையிலேயே பிரதியில் சிதறுண்டு கிடக்கும். இவை அனுபவத் தெறிப்பின் காலவிகாசத்திற்கேற்பப் பிரதி வடிவம் பெறாமல் கதைப் பரப்பின் பெரிய வெளியினுள் சிதறிக் கிடப்பின் வாசகன் கதைப் பிரதியைப் புரிந்துகொள்ள முடியாமல் திணறும் பரிதாபம் நிகழ்ந்துவிடுகிறது. அதாவது பிரதி கதையாகவுமில்லாமல் கவிதையாகவுமில்லாமல் இரண்டுங்கெட்டானாகிவிடுகிறது. தமிழில் சோதனை முயற்சிகள் என்று வெளிவரும் படைப்புகளில் பெரும்பாலானவை கதை / கவிதை வகைமைகளுக்குள்ள தனித்துவத்தை அறிந்து கடந்தவையாகத் தங்களை இனம்காட்டிக் கொள்வதில்லை. பிரதியைச் சொல்லல் நிலைக்கு உயர்த்தாது மொழி நிலையிலேயே அதை முடித்து வாசகனைக் குழப்பத்திற்கும் குற்றவுணர்விற்கும் ஆளாக்கி அதையே பிரதியின் அழகியல் அனுபவமாகக் கொள்ளும்படி வற்புறுத்தும் பிரதிகள் தமிழில் அதிகம். கதைப் பிரதியில் மொழித் தளத்தைப் படைப்பது சுலபம். அவற்றைச் செயல் தளத்திற்கு உயர்த்துவதற்கு அசாதாரணமான – தன்னிலை பற்றின – பிரக்ஞை தேவைப்படுகிறது. மௌனியின் கதைகள் தன்னிலையால் ஒருங்கிணைக்கப்படாதவை. மேலும் ஆசிரியனின் குறுக்கீட்டால் சொல்லலில் பூர்த்தியுறாதவை.

2

'பிரபஞ்சகானம்' கதையின் நாயகி பாடத் தெரிந்தவள் என்பது மொழி நிலையில் இடம்பெறும் ஒரு தகவல். எனில் அவளின் இசை பிரபஞ்ச அழகைச் சிறைவைத்தது என்பது அதன் செயல் நிலையாக இருக்கும். ஆனால் இசை பிரபஞ்சத்தைச் சிறை வைத்துவிட்டதாகக் கதையின் நாயகன்(?) 'நினைத்தான்' என்று சொல்வதன் மூலம் தொடர்ந்து நாயகியின் இசை பற்றிய அறிவுநிலை மொழித்தளத்திலேயே அழுத்தப்பட்டு விடுகிறது. அதாவது பிரபஞ்சத்திற்கும் நாயகியின் இசைக்குமிடையே நேர்மறையாகவோ அல்லது எதிர்மறையாகவோ ஒரு நேரடியான தொடர்பு கதைத் தளத்தில் ஏற்படுத்தப்படவில்லை. மாறாக அஃது ஆண் பாத்திரத்தின் நினைப்பாகத் துண்டுபடுத்தப்படுகிறது. முக்கியமான எதிர்வு பாத்திரமாக்கப்படாததன் விளைவாக சொல்லலின் போக்கில் இயற்கைக்கும் மனிதவுயிருக்கும்

இடையிலான ஒரு யுத்தமாகச் செயல்தளம் நோக்கி விரிந்து செல்ல முடியாமல் துரதிர்ஷ்டவசமாக கதைப்பரப்பில் எதிர்வுகள் இயங்கும் சந்தர்ப்பம் மறுக்கப்பட்டு விடுகிறது. எஞ்சுவது மொழிநிலையிலேயே உறைந்து நிற்கும்படி வற்புறுத்தப்பட்ட சமத்காரமான வெற்றுச் சொல்லாடல்கள்தான். மௌனி கதைகளில் பெரும்பாலானவை இவ்விதமாகவே கட்டமைக்கப்பட்டிருப்பதை அதன் பலமாக பிரமிள், எம்.டி.எம் தவிர பிற வாசிப்புகள் பார்க்கின்றன. மேற்கண்ட என்னுடைய வாசிப்பு மௌனி கதைகள் மீதான இந்த வாசிப்புகளின் சாரத்தைக் கீழ்க்காணும் விதத்தில் தலைகீழாக்குகிறது:

1. மௌனியின் கதைகளில் பாத்திரங்கள் குறைவு என்னும் ஒரு வாசிப்பு: ஆனால் பிரபஞ்சகானம் நாயகி மற்றும் இயற்கை இருவருக்கிடையிலான யுத்தம் நாடகீயமாக்கப்படாமல் வெறும் சொல்லாடல்களாக வெளிப்பட்டிருக்கும் பலவீனத்தை மறைப்பதற்காக இவற்றை வெறுமே நினைத்துக்கொண்டிருக்கும் – கதையில் வேறெந்த வகையிலும் சம்பந்தப்படாத – ஓர் ஆண் பாத்திரத்தைத் தேவையில்லாமல் மௌனி நுழைத்திருக்கிறார்.

2. மௌனியின் கதைகளில் பூடகச் சொல்லாடல்கள் அதிகம் என்னும் வாசிப்பு: பிரபஞ்சகானம் கதையின் மொழிநிலை அலகுகளான நாயகியும் இயற்கையும் செயல் நிலைக்கு உயர்ந்திருக்குமானால் இயற்கை சிறைப்படுதல் – விடுபடுதல் என்னும் சொல்லாடல்கள் உள்ளமுந்திப் பாத்திரங்களாக வெளிப்பட்டிருக்கும். அதாவது கதைப் பிரதியின் இறுதி நிலையான சொல்லல் பூர்த்தியாக வாசகன் இந்தச் சொல்லாடல்களைப் பாத்திரங்களின் செயல்கள் மூலமாக அழகியல் அனுபவமாக்கிக்கொள்ளும் வாய்ப்புச் சாத்தியமாகியிருந்திருக்கும். இப்படி 'உணர்த்தப்'படவேண்டிய ஒரு கருத்தியல் கதை என்னும் வகைமையின் சுய இயக்கத்தையே மறுக்குமளவில் ஆசிரியர் கூற்றாக – வெளிப்படையாகச் 'சொல்லப்'பட்டிருக்கிறது.

3. மௌனியின் கதாபாத்திரங்கள் அவலச் சுவை கொண்டவை, பரிதாபத்திற்குரியவை, தங்கள் ஆசைகளைத் தாங்களே கொன்றுகொள்வதன்மூலம் தன்னைத்தானே அழித்துக்கொள்பவை, சுய அழிப்பில் இன்பம் காணுபவை என்னும் வாசிப்பு: பிரபஞ்சகானம் கதையில் இயற்கை என்பது சுசீலாவின் கானப் பிரபஞ்சத்திற்கு வெளியே இயங்கும் ஒரு புறப் பிரபஞ்சம் என்பதாக நாயகன் நினைக்கிறான். சிறைப்பட்டதன் மூலமாக அது துயரத்தில் அழகிழந்து நிற்கிறதென்பதாகவும் அவன் எண்ணம்.

இங்கெல்லாம் இவன் புறப் பிரபஞ்சத்தின் துயரத்தில் தன்னை இனங்காணுவதாக வாசிப்பைச் சாத்தியப் படுத்தும் சொல்லாடல்கள் கதைப் பிரதி முழுவதும் காணக்கிடைக்கின்றன. இவன் நாயகியின் இசையில் மகிழ்ச்சியுற்றானில்லை. அவளின் இருப்பு, உலகைச் சோகமயமானதாக அவன் கண்களுக்குக் காட்டுகிறது. அவள் இறந்தவுடன் அதே உலகம் தன் அழகைத் திரும்பப் பெற்றுச் சந்தோஷப்படுவதாக அவன் நினைக்கிறான். இயற்கையின் துயரமும் சந்தோஷமும் நாயகனின் நினைவு என்கிற வகையில் இயற்கையென்பது நாயகனின் குரூர மனோபாவத்தின் குறியீடாகவே கதை வாசிப்பில் அர்த்தம் பெறுகிறது. எனில் இவன் கிட்டத்தட்ட ஒரு கொலையாளி. இசையை, சக உடலை, எதிர்வுகளைத் தன் நினைவுகளின் (புனைவுகள்?) மூலம் சாகடித்து இன்பம் பெறும் வன்முறையாளன் என்னும் அர்த்தமாக்கலுக்கு நம்மை இட்டுச் செல்கிறது. நாயகியின் முடிவை அறிவிக்கும் மருத்துவரும்கூட இந்த நாயகனின் நினைவுகளாக இடம் பெறும் சொல்லாடல்களின் பருண்மை வடிவமெனவே கதைக்குள் அர்த்தப்படுகிறார். கூர்ந்த வாசிப்பில் இந்த டாக்டர் மௌனியேதான் என்பதையும் நாம் வெளிக் கொண்டுவந்துவிட முடியும். எனில் மௌனியின் நாயகன் பரிதாபத்திற்குரியவன் அல்லன்.

'பிரக்ஞைவெளியில்' உள்கட்டமைப்பில் பிரபஞ்ச கானத்தோடு ஒப்புமை கொண்ட இன்னொரு கதை. இங்கு சுசீலா, சேகரனின் மனைவி – இவளும் ஒரு சுசீலா – தன்னுள் சிறைப்பட்டிருப்பதாக (அவளாகத்தான் இருப்பதாக) 'நினைக்கிறாள்'.

ஆனால் இந்த மனைவி கதையில் ஒரு தூலமான பாத்திரமன்று. பிரபஞ்சகானம் கதையில் போலவே இவளும் ஓர் ஆணின் சொல்லாடலாக வெளிப்படும் ஒரு மொழியலகு. இவள் கதைக்குள் வரும் சந்தர்ப்பங்களும் தந்திரமாகத் தவிர்க்கப்பட்டுவிடுகின்றன. இப்படித் தவிர்க்கும் முகமாகத் தொடர்ந்த சொல்லாடல்கள் கதையில் இடம்பெறுகின்றன (இப்படிப்பட்ட சொல்லாடல்களும் மௌனியின் ஆளுமையாகப் பல வாசிப்புகளில் காட்டப்படுகின்றன):

'சுசீலா நிதானத்துடன் "இன்று ஊருக்குப் போகவில்லையா?" என்றாள்.

"நான் இங்கிருப்பது வீட்டிற்குத் தெரியாது" என்றான் சேகர்.'

சுசீலாவின் கேள்வி சேகரன் ஊருக்குப் போகாததன் காரணத்தை வினவுகிறது. பதில் அதற்குச் சம்பந்தமில்லாத ஒன்றாகப் பிரதிக்குள் வந்து விழுகிறது. இக்கேள்விக்கு

நேரடியாகப் பதிலளிக்கும் சொல்லாடல் கதைத் தளத்தில் உருவாக்கப்பட்டிருக்குமேயானால் கதை செயல்தளத்தை நோக்கி முன்னேறியிருந்திருக்கும். சுசீலா தரப்பிலிருந்து மௌனி தப்பித்துக்கொள்ள முடியாத கேள்விகள் தொடர்ந்து உருவாகியிருந்திருக்கும். ஆனால் சேகரனின் பதில் சுசீலாவைக் குழப்பி அவளைச் செயல்படவிடாமல் தடுத்து அவளையும் சேகரனின் கற்பனையில் ஒன்றாக இருக்க நிர்ப்பந்தித்துவிடுகிறது. சேகரன் பேசுவது சுசீலாவுக்கு ஏதோபோல் தோன்றியது என்று முடித்துவிடுகிறார் மௌனி. இந்த ஏதோ என்கிற – பொறுப்பற்ற – வார்த்தைப் பிரயோகம் மௌனியின் கதைகளுக்குள் உண்டாக்கும் பாதக விளைவுகள் குறித்துப் பிரமிள் தன் கட்டுரையில் இன்னும் சற்று விரிவாகச் சொல்லியிருக்கிறார்.

பிரக்ஞைவெளியில் நாயகனின் மரணம் பிரபஞ்சகானம் நாயகியின் மரணத்தைக் காட்டிலும் குரூரமானது. காதல், மனைவி என்கிற மொழித்தள அலகுகள் மோதிக்கொள்ளும் செயல்தளத்தைச் சாதிக்கும்படி தன்னிலையை நிர்ப்பந்திக்கும் சவாலை எதிர்கொள்ளும் சந்தர்ப்பத்தை மௌனி இங்கும் சேகரனைக் கொல்வதன் மூலமாகத் தவறவிட்டுவிடுகிறார். அதாவது காதலியும் மனைவியும் – பிரபஞ்சகானத்தில் மனிதம் x இயற்கை எதிர்வுகள் சந்திக்காமல் போனது போலவே – செயல்தளத்தில் சந்தித்துக்கொள்ளும் வாய்ப்பு முற்றாக மறுக்கப்பட்டுவிடுகிறது. இங்கும் சேகரனின் மரணத்தை முன்னறிவிக்கும் சொல்லாடல்கள் கதை முழுக்கக் கிடைப்பதைக் கூர்ந்த வாசிப்பின் மூலம் கண்டுகொள்ளலாம். சேகரன் குறித்த அலைபாய்தலும் அவன்மீது ஓர் அருவருப்பும் அவனிடமிருந்து தப்பித்துக்கொள்ளும் மனநிலையும் சுசீலாவுக்கு இருப்பது அவன் மரணத்தை நாம் எதிர்பார்க்கும்படி செய்கிறது. பிரபஞ்சகானம் கதையில் டாக்டர் போன்றே இவ்வகைச் சொல்லாடல்களின் பருண்மை வடிவமாகச் சேகரனைக் கொல்லும் வாகனம் பிரதிக்குள் வந்து சேர்கிறது. மேலும் இறந்த சேகரனை சுசீலா திரும்பிப் பார்ப்பதில்லை.

பிரக்ஞைவெளியில், பிரபஞ்சகானம் ஆகிய இரு கதைகளிலுமே மொழிநிலை அலகுகளின் எதிர்வுகள் வெறும் நினைவுகளாகவே/ அரூபங்களாகவே செயல்பட்டுப் பிரதியின் மொழி அலகுகள் செயல்தளத்தை நோக்கி நகர்வதைத் தடுக்கின்றனவென்றால் அழியாச்சுடர், ஏன், நினைவுச்சுழல் முதலிய கதைகளில் இந்த உத்தி வேறு விதமாகக் கையாளப்படுகிறது.

அழியாச்சுடர் கதையின் நாயகன் நாயகியை ஒரு கோவிலில் காண்கிறான். காதல் வேகத்தில் சில வார்த்தைகளை அவளிடம் உதிர்க்கிறான். ஒன்பது வருடங்கள் கழித்து மீண்டும் அவளை அதே கோவிலில் பார்த்துவிட்டுக் குற்ற உணர்வு மனதை உறுத்த

ஊரைவிட்டுப் போய்விடுகிறான். ஏன், நினைவுச்சுழல் ஆகிய கதைகளும் கிட்டத்தட்ட இந்த ரகத்தவையே.

அழியாச்சுடர் இரண்டு பகுதிகளாகப் பிரிக்கப்பட்டிருக்கிறது. பகுதி ஒன்று: அவன் அவளைச் சந்தித்தல். பகுதி இரண்டு: அவன் அவளை மீண்டும் சந்தித்தல். பகுதி இரண்டு கதையின் செயல்தளமாக வேண்டுமானால் பகுதி ஒன்றாகிய மொழித்தளத்தை இதனுடன் இணைக்கும் தன்னிலை பிரதிக்குள் செயல்பட்டாக வேண்டும். இரண்டு பகுதிகளையும் பிரிக்கும் ஒன்பது வருட இடைவெளியென்பது இந்தத் தன்னிலை செயல்பட்டாகவேண்டிய, அல்லது செயல்படக்கூடிய தளமாக இருக்க வாய்ப்புக் கொண்டது. இதைக் கீழ்க்காணும்படி பொறுப்பின்மையுடன் மௌனி உதறித் தள்ளுகிறார்:

“அன்றுமுதல் நான் கோவிலுக்குப் போவதை நிறுத்தி விட்டேன். எதற்காக நின்றேன் என்பது எனக்குத் தெரியாது. சுபாவமாகத்தான் நின்றுவிட்டது என்று ‘நினைத்தேன்’.”

இங்கே கதையின் முதல் பகுதியை இரண்டாம் பகுதியுடன் இணைக்கும் சாத்தியமுள்ள சொல்லாடல்கள் ‘நினைத்தல்’ என்னும் வார்த்தைப் பிரயோகத்தின் மூலம் தவிர்க்கப்பட்டு விடுகின்றன. ஒன்பது வருட இடைவெளி பற்றிய குறிப்பு இரண்டாம் பகுதியைச் செயல்நிலைக்கு முன்னேற்றும் சொல்லாடல்கள் எஃதாலும் நிரப்பப்படாத, மொழிநிலை அலகாகவே பிரதியில் பதிந்து விலகிவிடுகிறது.

“நான் முன்பு அவள் காதுகேட்கச் சொன்னவற்றை நினைத்துக்கொண்டபோது என்னையே வெறுத்துக்கொள்ளாதபடி அவள் புதுத்தோற்றம் ஆறுதல் கொடுத்தது.”

இந்தச் சொல்லாடல்கள் பகுதி ஒன்றின் நாயகி கதைப் பிரதியிலிருந்து தந்திரமாகத் தொலைத்துக்கட்டப்பட்டுவிட்டாள் என்பதை வாசகனுக்கு அதிர்ச்சியூட்டும் விதத்தில் தெரியப் படுத்துகின்றன. இப்போது இரண்டாம்பகுதி முதல் பகுதியின் திரும்ப எழுதுதலாக எந்தவிதமான குற்ற உணர்வுமின்றி வெளிப்படுகிறது. அவள் தோற்றம் குறித்த இன்பமயமான வர்ணனை, கோவில் விக்கிரகங்களின் புருவச்சுழிப்பு, வேண்டுதலின் வசீகரம் இத்யாதி, ஆக, மௌனியின் பிரக்ஞைவெளியில் நாயகனும் நம் வாசிப்பில் குரூரமானவனாகவேதான் தன்னை வெளிப்படுத்திக்கொள்கிறான். முதல் பெண்ணைச் சந்தித்துக் காதல் மொழி பேசிய பிறகு கோவிலுக்குப் போவதை ‘ஏனோ’ மறந்துபோய் ஊரைவிட்டுப் போய்விடுகிறான். கதை துவங்கிய இடத்திலேயே நின்றுவிடுகிறது. எந்தப் பாத்திரமும் நமக்குக் கதை எதையும் சொல்லுவதில்லை. எஞ்சுவது துண்டு துண்டான நினைவுகள் மட்டுமே.

கதையெனும் இலக்கிய வகைமையின் இனவியல்பு பற்றி மௌனி எதையும் அறியாதவரா? கதைப் பிரதியில் அழகியல் அனுபவத்தை மொழி நிலையிலிருந்து முன்னேற்றி அவற்றைப் பாத்திரங்களாக்கும் வித்தையை காஃகா மூலமாக மௌனி கண்டிப்பாக அறிந்திருக்கக்கூடும். மௌனி போர்ஹேயைப் படித்திருக்கிறார். 'இறந்தவனின் கனவுக்குள்ளிருந்து புறப்பட்டு வரும் உடல்' என்பது மாதிரியான – வலுவான – தன்னிலை சார்ந்த அபூர்வமான கற்பனைகளை (மனக்கோட்டை) ஏன் மௌனி வெறும் மொழித்தளத்திலேயே உலவும் தொடக்க நிலை அலகுகளாக விட்டுவிட்டார் என்பது உண்மையிலேயே புரியாததாகத்தான் இருக்கிறது. மௌனி கதைசொல்லத் தெரிந்தவர் என்பதை நமக்குச் சொல்லும் ஒரே கதை என்று 'சாவில் பிறந்த சிருஷ்டி' யைச் சொல்லலாம். மொழித்தளம், செயல்தளம், சொல்லல்தளம் ஆகியவற்றுக்கான நிறைவான உதாரணமாக இந்தக் கதை வளப்படுத்தப்பட்டிருக்கிறது. இந்தக் கதையில்தான் ஆசிரியர் தன்னை நிஜமாகவே மௌனியாக்கிக்கொண்டு பிரதியின் குரல்களை ஒருங்கிணைக்கும் தன்னிலையை வெளிப்படுத்தியிருக்கிறார். எனினும் இந்தக் கதையிலுமேகூட மௌனி தனது வழக்கமான குறுக்கீட்டினால் கதையின் பூடகப் பொருளை வெளிக்கொட்டி வாசிப்பின் சாத்தியங்களைக் கட்டுப்படுத்தும், கீழ்க்காணும் இடம் இருக்கத்தான் செய்கிறது:

"காலையிலிருந்து தன்னைப் பிடித்த சனியன் பல ரூபத்தில் ஆட்டுகிறான். கிழவனாகிக் கணவனாகிறான். ஓடும் ரயிலிலும் தொத்தி ஏறி எதிரில் உட்கார வாலிபம் கொள்கிறான்."

எனினும்கூட சாவில் பிறந்த சிருஷ்டி ஒரு பூரணமான கதையனுபவத்தைக் கொடுக்கவே செய்கிறது. மௌனியின் பிற கதைகளைப் போல இக்கதையின் நாயகியான கௌரி எதையும் 'நினைத்துக்' கொள்வதில்லை. அவள் நினைவு என்கிற மொழி பூடகமாக்கப்பட்டுப் பாத்திரங்களாகப் பரிணாமம் அடைந்திருக்கிறது. கல்யாண வீட்டில் சிரித்துப் பேசிக்கொண்டிருக்கும் தன்னை வார்த்தையால் 'கொன்று' வலுக்கட்டாயமாக ஊருக்குத் திரும்ப ரயிலில் அழைத்துப்போகும் வயதான கணவரை முன்னிறுத்தி கௌரியின் குரலாக மாறிக் கதை யதார்த்தத்தில மௌனி 'சிருஷ்டிக்கும்' பாத்திரங்கள்தான் சாவில் பிறந்த சிருஷ்டி. வாஸ்தவத்தில் கதையின் மேல் தளத்தில் பேசிக்கொண்டிருக்கும் பாத்திரம் சுப்பையர் என்றாலும் குரல் கௌரியினுடையது என்பதை நுணுக்கமான வாசிப்பிற்கு அர்த்தப்படுத்தும் பூடகமான தடயங்கள்தான் சாவில் பிறந்த சிருஷ்டி கதையே. ரயிலேறி இறங்குவதற்குள் கதைப் பிரதியில் இந்த

வகையில் மூன்று பாத்திரங்கள் சிருஷ்டிக்கப்பட்டுவிடுகின்றன. கௌரியை வசைச்சொற்களால் வதைத்த அவள் கணவர் குற்றவுணர்வாலும் சந்தேகத்தாலும் தன் ஆளுமையைத் தொலைத்துவிட்டு அவள்முன் மண்டியிடும் புது மனிதனாகிறார்.

முதியவர் கைளில் வீணாகும் கௌரியின் இளமையை அர்த்தப்படுத்தும் விதமாக ஓர் இளைஞன் திடீரென்று அவள்முன் தோன்றுகிறான். வெகு காலத்திற்கு முன் அவளை மணமுடிக்கவிருந்த இன்னொரு இளைஞனும் (இவன் இன்னும் திருமணம் செய்துகொள்ளவில்லை என்பது சுப்பையர் வார்த்தைகளினூடே சங்கேதமாக வெளிப்படுகிறது) ஒரு மாயத் தோற்றமாகக் கதையினூடே அவளைச் சந்திக்க வந்து மறைகிறான். இந்த மூவரின் பெயருமே சுப்பு (சுப்பையர், சுப்பு, சுப்புணி) என்பது வாசிப்பில் பல அர்த்தச் சாத்தியங்களுக்கு இடம் கொடுக்கிறது என்பதைத்தான் நான் கதைசொல்லியின் தன்னிலை என்று புரிந்துகொள்கிறேன். மௌனியின் பிற கதைகளில் போன்று இவர்கள் பிரதி வெளியில் பாத்திரங்களின் நினைவுகள் என்று சொல்ல எந்த இடத்திலும் தடயம் எதுவும் கிடைப்பதில்லை. கதைக் களத்திற்குள் வராத சுப்புணிகூட சுப்பையர் கண்களில் ஒரு கணம் தூலமாகத் தென்பட்டேதான் மறைகிறான். மௌனி கதைகளில் பொதுவாகக் காணப்படும் – கதை பற்றின பிரக்ஞைக்குள் வாசகன் செல்வதைத் தடுக்கும் – தத்துவ விசாரங்களும் அதைச் சொல்வதற்கென்றே உருவாக்கப் படும் உபன்யாசகர்களும் சாவில் பிறந்த சிருஷ்டியில் எங்குமே காணப்படாதிருக்கிறதென்பது கதை சொல்லல் என்றால் என்ன என்பதை இன்றைய படைப்பாளிகளுக்குச் சொல்லும் தகுதியுள்ளதாக அஃதை ஆக்குகிறது.

ஆக, தன்னிலை வெளிப்பாடு கொண்டு வரக்கூடிய புறவயமான வாசிப்புகளிலிருந்து கதைப் பிரதியைத் தப்புவிப்பது, ஒற்றை வாசிப்பை வாசகன் அறியா வண்ணமாகவே நிர்ப்பந்திப்பது (ஆசிரியர் வற்புறுத்தும் சிந்தனைப் பாதையைச் சார்ந்தே அர்த்தம் கொண்டு வாசிப்பு என்ற பெயரில் பிரதிக்கு வெளியே சஞ்சரிப்பதென்பது பன்முக வாசிப்பாகாது) ஆகிய இவைகளே நினைவுச் சுழல்கள், கற்பனையோட்டங்கள் என்னும் அழகியல் உத்திகளாக மௌனி கதைகளில் வெளிப்படுகின்றன எனலாம். இவற்றிலிருந்து துயரம் மற்றும் அச்சம் தோய்ந்ததாகப் பெறப்படும் அழகியல் உணர்வை இப்படி அறிதல் தளத்திற்கு முன்னேற்றிக் கொள்வதன் மூலம் இக்கட்டுரை மௌனியிடமிருந்து விடுபட்டு நிற்கும் அடுத்த கட்டக் கதைசொல்லலை நிர்ப்பந்திப்பதாகிறது.

2001

மூன்று கதை சொல்லிகள்

(குமார் அம்பாயிரம் சிறுகதைகள்)

மேற்கத்தியர்களளவிற்கு நமக்குச் சரித்திரப் பிரக்ஞை கிடையாது என்பார்கள். சரித்திரப் பிரக்ஞை என்பது அவர்களைப் பொறுத்தவரையில் கடந்த நொடியை உடனே கொன்று அதைப் பாடம் செய்து அருங்காட்சியகத்தில் வைத்துவிட்டு அடுத்த நொடியைப் புதிதாக வாழத் துவங்குவது என்பதாக இருக்கிறது. நமக்கோ சரித்திரம் என்பது நம்முடன் உறங்கி விழித்துக் கூடவே வந்துகொண்டிருக்கும் ஒரு தினசரி வாழ்வாக இருக்கிறது. நாம் எங்கிருந்து அதை, தனியாகப் பிரக்ஞை கொள்வது! இன்று காலையில் நாம் பார்த்த ஒரு திருமண விழா, மகப்பேற்றுச் சடங்கு, சாவின்மீதான கொண்டாட்டங்கள், ஆகியவற்றின் வயது காலாதீதமானதாக இருக்கிறது. எனினும் ஒவ்வொரு நாளும் புத்தம் புதிதாக நிகழ்த்தப்பட்டுக்கொண்டிருக்கிறது. மேலும் ஒரு பிராந்தியச் சரித்திரம் அன்றாட வாழ்முறையாகப் பிரதிகளில் மூன்றாம் உலகத்தவரால் எழுதப்பட்டு விடும்போது அது, மேற்கத்தியர்களின் அங்கீகார மின்றியே, சர்வதேசத் தன்மை பெற்றுவிடுகிறது. இஸ்மைல் காடரேவின் பிரதிகளில் இடம்பெறும் அல்பேனியக் கிராமங்களின் வாழ்வுமுறைச் சித்தரிப்புகளை வாசிக்கும் எவருக்கும் தென் தமிழ்நாட்டு நிலப்பரப்புகளை அவற்றில் அடையாளம் கண்டு ஆச்சரியப்படுவதென்பது தவிர்க்கவியலாததாகவேகூட இருக்குமென்றுதான் தோன்றுகிறது (மார்க்வெஸ்கூட இதில் சற்று விலக்கம்தான்).

அறிவின் எத்தனை வலுவான அடிகளுக்குப் பின்னாலும் நாம் பிடிவாதமாக ஒடுக்கப்பட்ட உலகங்களின் அத்தனை மனங்களுடனும் ரகசியமாகத் தொடர்புகொள்ளும் தொன்மச் சரித்திரங்களை பெரும் பிரயத்தனமின்றியே பேணி வருகிறோம். அவற்றைப் பிரதிகளில் இடம்பெறச் செய்யும் பொறுப்பை திராவிட இயக்கத்தின் உழைப்பு, அதன் நோக்கத்திற்கு மாறாகவே, இயல்பான பரிணாமத்தின் வழியில், முன்னேறிய வகுப்பினரின் தோள்களிலிருந்து மாற்றி மற்றவர்களிடம் அளித்திருக்கிறது. அவ்வகையில் இன்று தமிழ் நிலப்பரப்பிலேயே இதுவரை அறியப்படாத தொன்மங்களும் சரித்திரங்களும் பிரதிகளில், அவை மேலும் உயிர்ப்புடன் இயங்கும்வகையில், காத்திரமாகச் சொல்லப்பட்டு வருகின்றன. இன்று தலித் மற்றும் பெண்கள் என்கிற பதங்களுக்கு ஒடுக்கப்பட்டவர்கள் என்பதைவிட இணைக் கலாச்சாரகர்கள் என்கிற அர்த்தமே சரியாகப் பொருந்துவதாக இருக்கக்கூடும். தங்களுக்கேயான கதைகளின் வழி அவர்கள் ஒடுக்கப்பட்டவர்கள் என்கிற பிரயோகத்திற்குள் ஒளிந்திருக்கும் காயப்பட்ட உணர்வைக் களைந்துகொள்ளும் கட்டத்தை எட்டியிருக்கிறார்கள்.

அதே சமயத்தில் தொன்மங்களின் உணர்விழைகள் சர்வதேசத் தன்மை கொண்டவையென்பதால் அவை தவிர்க்கவியலாமல் முன்னேறிய வகுப்பினரின் தொன்மங்களுடனும் உறவாடவே செய்யும். அதாவது தொன்மங்கள் அவற்றின் இயல்பில் இணைக் கதைகளாகவன்றி ஒருபோதும் எதிர்க் கதைகளாக ஆகவே முடியாது. அவ்வகையில் ஒடுக்கப்பட்டவர்கள் என்கிற பதம் உருவாக்கும் ஒடுக்கியவர்கள் என்கிற எதிர்வை இணைக் கலாச்சாரம் என்கிற பதம் துடைத்தழித்துக்கொண்டிருக்கிறது. இந்த இணைக் கலாச்சாரத்தின் பலத்தில் உலக மயமாதலின் ஆபத்துகளை இந்தியா வரும் காலத்தில் எதிர்கொள்ளக்கூடும். இன்றைய பிரதிப் பரப்புகளின் இயல்பான வளர்ச்சியையொட்டிய அனுமானம் இது.

குமார் அம்பாயிரத்தின் கதைகள் இவ்விதமான இணை கலாச்சாரத்தின் புனைவு ரீதியான வெளிப்பாட்டைக் கொண்டவை தான். நாகரீகத்தின் கறைபடாத, மிகத் தொன்மையான, தங்களுக்கேயான உலகத்தில், அதன் எல்லாவித சுய தேவைப் பூர்த்திகளோடும் வாழ்கிற, விஞ்ஞானத்தின் தர்க்கங்களுக்கு வசப்படாத, ஜனனம் மற்றும் மரணம் முதலான இயற்கை நிகழ்வுகளை அதன் மகத்துவங்களோடும் மர்மங்களோடும் இயல்பாக எதிர்கொள்ளும் மக்களை இந்தக் கதைகள் தங்கள் கதை மாந்தர்களாயும் அவர்களுடைய வாழ்விடத்தைக் கதைநிலப்

பரப்பாயும் எடுத்துக்கொண்டிருக்கின்றன. பிறகு சில விதங்களில் இவை வெளிப்படுத்தப்படுகின்றன:

ஒன்று, காலனிய மற்றும் பெருங்கதையாடல்களின் ஆதிக்கத்திற்கு முந்தைய, மந்திரத் தன்மையதான, சொல்லாடல் களாலும் நுண்ணிய விவரிப்புகளாலும் (குறிப்பாக ன்யாக்குகள் பற்றிய குறிப்புகள்) அந்தப் புனைவு நிலம் கதைகளில் எழுப்பப்படுகிறது. ஈட்டி, ன்யாக் போன்ற இவ்விதமான கதைகளில் கதைசொல்லி இவற்றில் விவரணையாகும் உலகிற்கு வெளியிலிருந்துகொண்டு இவற்றை அவதானிப்பதும் பிறகு இவற்றிலிருந்து வெளியேறிவிடுவதும் நடக்கிறது.

இரண்டு, நடப்பின் அவலங்களைப் பழைய சாபங்களின் விளைவுகளாக, தொல்குடிகளின் கண்ணால் பார்த்துக் கதை சொல்வது. தொல்குடிகளின் நடப்பைப்பற்றிய புரிதல் என்பது கதைவயப்பட்ட உருவகங்களின்மூலமாகவே நிகழ்கிறது என்பதைக் கதைசொல்லி மிகக் கவனத்தோடு நினைவில் கொண்டிருக்கிறார். தேடு, ஃ என்றொரு கதை மற்றும் வழக்கு எண் 235/2020 ஆகியவை இவ்வகைப்பட்ட வெளிப்பாடுகளுக்கு உதாரணமாக இருக்கின்றன. இந்தக் கதைகளில் ஒரு குருடனின் பார்வையிருட்டு அவன்முன் இருக்கும் பிரத்யட்ச உலகின் தாறுமாறான செயல்பாடுகளாக உருவகம் பெறுகிறது, ஜனனம் என்பது அந்தந்த உயிர் வர்க்கங்கள், தராதரங்கள் மற்றும் அவற்றின் பயன்பாடுகள் சார்ந்து வெவ்வேறு வகையான முக்கியத்துவம் பெறுகிறது, நீதியானது ஒரு மட்காத பிணமாக, மலட்டு மேகமாக ஊராரை விரட்டுகிறது (ஒரு நூற்றாண்டுகாலத் தனிமை இதேபோன்ற ஒரு சாவைப் பிரமாதமாக வரைந்து காட்டும்). இந்தக் கதைகள் அத்தனையிலும் கதைசொல்லி, நாகரீக உலகில் வாழ விதிக்கப்பட்டுவிட்ட, ஆனால் மனதளவில், ஒரு பூர்வகுடியினனாகவே இருக்கிறான். அவன் இவ்வுலகைத் தன் பாரம்பரியத்தின் மூலமாகவே புரிந்துகொள்கிறான்.

மேற்சொன்ன இருவகைக் கதைசொல்லலிலும் பின்காலனியப் பிரதியாக்கங்களில் மிக முக்கியமான பங்கு வகிக்கும் மாய யதார்த்தச் சொல்லாடல் என்பது சாதாரணமான இயல்முரண் (*fantasy*) தன்மையுடைய சொல்லாடலிலிருந்து தெளிவான வித்தியாசத்துடன் வெளிப்படுத்தப்பட்டிருக்கிறது. தமிழில் பின்நவீனத்துவக் கதைப் பிரதிகளில் வெகு அபூர்வமாகவே இந்தப் புரிதல் நிகழ்ந்திருக்கிறது என்பதைக் கணக்கிலெடுத்துக்கொள்கிறபோது இது மிகுந்த உவகையையும் ஆறுதலையும் தருகிறது. உதாரணமாக, ஈட்டி கதையில் காலையில் மலையுச்சியில் நிற்கிறவர்களது ஓ ... ஹேய் ... என்கிற குரல்கள்

எதிரொலியின்றிக் காணாமல்போகின்றன. மாலையில் அவர்கள் ஒரு பழங்குடிக் குடியிருப்பில் தொலைவிலிருந்து யாரோ குரல்கொடுக்கும் அதேவிதமான ஒலியை (ஓ . . . ஹேய் . . .) செவியுறுகிறார்கள். ன்யாக் கதையில் தேநீரின் நிறமும் அளவும் அப்படியேயிருக்க சுவை மட்டும் மாயவுருவால் உறிஞ்சிக் குடிக்கப்படுகிறது. இரண்டு கதைகளிலும் மாய யதார்த்தத்தின் அடிப்படையான 'பொதுவானதில் தனதானது *(subjectivity in objectivity)*' என்னும் பண்பு சிறப்பாகச் செயல்பட்டிருக்கிறது. தொலைவிலிருந்து ஒலிக்கும் குரல் அங்கே நிற்பவர்களனைவர் காதுகளிலும் ஒலிக்கிறது, ஆனால் அது யாருடையது என்பது அவரவர்களுடைய 'கேட்கும் திறனைப்' பொறுத்தது. தேநீர் அதன் அளவிலோ நிறத்திலோ அதைக் காணும் இருவர் கண்களிலும் பேதமுறுவதில்லை. ஆனால் சுவை என்பது தனிப்பட்ட அனுபவத்தைக் கோருவது (அந்தத் தேனீரில் சர்க்கரை போடப்பட்டிருக்கலாம், போடப்படாமலுமிருக்கலாம்).

பனம்பூல் ஏந்திய தனிப்பாடல் மற்றும் க்காக்கா ஆகிய இரண்டு கதைகளின், மூன்றாவது வகையிலமைந்த, சொல்லலானது மற்ற இரண்டு வகைகளிலிருந்தும் முற்றிலும் வேறுபட்ட சொல்லாடல்களால் உருவாக்கப்படுகிறது. இந்தச் சொல்லாடலை நான் கடந்த முப்பதாண்டு காலத் தமிழ் இலக்கியப் பரப்பில் நிகழ்ந்த வரலாற்றுக் குழப்பத்தின் எச்சமாகவே புரிந்துகொள்கிறேன்:

கலைக்கான மக்கள், மக்களுக்கான கலைகள் என்கிற பழைய வாதத்தை முப்பது வருடங்களுக்குமுன் அமைப்பியல் 'அனைத்துக் கலைகளும் சந்தேகமில்லாமல் மக்களுக்கான கலைகள்தான், ஆனால் மக்கள் பிரதியின் நேரடிச் செய்தியைப் படிப்பதற்குப் பதிலாக அதன் அழகியலைக் கட்டுடைத்து 'வாசிக்க'க் கற்றுக்கொண்டால் போதும், ஏனெனில் பிரதியின் அழகியல்தான் அதன் செய்தி' என்கிற ரீதியில் ஒரு சமரசத்திற்குக் கொண்டுவந்தது. ரஷ்யாவின் சிதறலுக்குப் பிறகு பலவீனமாகிப்போன மார்க்ஸிய மற்றும் தொழிற்சங்க மனோபாவங்களால் செயல்படுவதற்கான தளம் என்னவாக இருக்கவேண்டும் எனத் தெரியாமல் குழம்பிக் கொண்டிருந்தவர்களும், புதுக்கவிதையைப் பழையவர்கள் ஏற்றுக்கொண்டதைப்போலவே, இதை அரைகுறை மனதோடு ஏற்றுக்கொண்டார்கள். மார்க்ஸியத்தின் ஆணிவேரான வர்க்கம் என்கிற கருத்தாக்கத்தினுள் ஆழமாக ஊடுருவி விரிசல்களை ஏற்படுத்தி அதனுள் ஒளிந்திருந்த மேலும் பல நுண்ணிய அலகுகளை அமைப்பியல் வெளிக்கொணர்ந்தது. சமூகத் தளத்தில் ஏற்கனவே கட்டமைக்கப்பட்ட தொழிற்சங்கங்களைத்

தங்கள் அடையாளங்களாக முன்வைத்துப் போராடியவர்கள் இனித்தான் கட்டமைக்கப்படவேண்டிய 'உதிரிகளை'ப் பொருட்படுத்தியாகவேண்டிய கட்டாயத்திற்கு உள்ளானார்கள் என்பது ஒருபுறமிருக்க, இலக்கியப் பரப்பில், பிரதியினுள் ஒளிந்திருந்த அழகியல் குரல்களைக் கண்டடையும் முயற்சியில் அமைப்பியல், அதுவரை மக்களுக்கானது என்று அறியப்பட்டிருந்த பிரதிகளினுள் செயல்பட்டுக்கொண்டிருந்த, மக்களுக்கெதிரான குரல்களைக் கடைந்து வெளியே எடுத்துப் போட்டு பிரதியைப் பொக்கையாக்கிவிட்டது. காலியான பிரதிப் பரப்பை அதுவரை 'உதிரிகளாக' ஓரங்கட்டப்பட்டிருந்த தலித்துகள், பெண்கள், பழங்குடிகள் மற்றும் திருநங்கைகளின் குரல்கள் தங்களின் அழகியல்களுக்கானதாக ஏற்றுக்கொண்டன.

ஆனால் எந்தவொரு கருத்தாக்கத்தையும் பலவீனப்படுத்தும் 'சனி' அதற்குள்ளாகவே மறைந்திருப்பதைப்போலவே அமைப்பியலின் சனியும் அதற்குள்ளேயே ஒளிந்திருந்தது. அழகியலே பிரதியின் செய்தி என்கிற அதன் அடிப்படைக் கருத்தாக்கம், பிரதியின் அழகியல் என்பது அதன் மொழியலகால் உருவாக்கப்படுவது என்று வளர்ந்து, எனவே மொழியலகுகளான வார்த்தைகள்தான் பிரதியின் அழகியலைக் கட்டமைக்கிறது என்று மேலும் வளர்ந்து, வார்த்தையலகுகளின் இணைப்பைப்பற்றிக் கவலைப்படாமல், அடையாளங்களை உதிர்க்கும் சிதறல்களான வார்த்தைகளால் மட்டுமே பிரதிகளை உருவாக்கும் அழகியல் கலாசாரத்தில் போய் முடிந்தது. மேலும் பிரதி வாசிக்கப்படுவதற்கும் இதுவே ஆதாரமாக அமைந்தது. 'ஈஷிக்கொண்டு' என்றிருந்தால் அது பார்ப்பனியப் பிரதி, 'ஒட்டிக்கொண்டு' என்றிருந்தால் அ–பார்ப்பனியப் பிரதி' என்பதாகவெல்லாம் இது புரிந்துகொள்ளப்பட்டது. (ஆனால் 'ஸ்திரீகள்', என்றெல்லாம் வார்த்தைகள் இடைவிடாமல் இடம்பெறும் பிரதிகளைக்கூட அ–பார்ப்பனப் பிரதியாக ஒத்துக்கொள்ளவும், விநோதமாகத் தயாராயிருந்தார்கள். 'ஆசிரியன்' இறக்கவேயில்லை). 'கட்டுடைத்தலை' உற்சாகமாகத் தமிழுக்கு 'மொழிபெயர்த்துக்' கொடுத்தவர்கள் 1. 'கட்டுடைத்தலின் வரையறைகளும் எல்லைகளும்' என்ன என்பதை அவர்களே பட்டுத் தெரிந்துகொள்ளட்டும் என்று கருதி விட்டுவிட்டதால், 2. மேற்கின் நிலப்பரப்பிலிருந்து தமிழ் நிலப்பரப்பு சாதியம் என்னும் தனித்துவமான அமைப்பினால், பிரத்யேகமான, திருத்தப்பட்ட, கோட்பாடுகளை எதிர்பார்க்கிறது என்பதை அவதானிக்காமல் விட்டுவிட்டதால், ஏற்பட்ட விபத்து இது. அப்போது ஒரு படைப்பை அதன் நேரடி அர்த்தமாக்கலுக்குள்

கொண்டுவருவது அதிகாரச் செயல்பாடு என்கிற கருத்துருவக் காப்பு வளையம் சுற்றியிருந்தது. இந்த வளையம் படைப்பை ஒடுக்கப்பட்டவர்களின் பிரதியாகக் காட்ட வார்த்தைகளைப் படைப்பின் முழுமையிலிருந்து விடுவித்து உதிரி வார்த்தைகளாக இறைத்தால் போதும் என்கிற மனப்பான்மையை உருவாக்கியது. இது விளைவித்த ஆபத்து என்னவென்றால்பிரதியாக்கச் செயல்பாட்டால் படைப்பிலிருந்து' வெளியேற்றப்பட்டு' இருப்பு சார்ந்த நெருக்கடிக்கு உள்ளான மாஜி 'கண்ணியவான்கள்' (இவர்கள் ஒரு தலித்தாகவோ பெண்ணாகவோ தொல்குடியாக வோ திருநங்கையாகவோ இருக்க முடியாதவர்களும் நாங்கள் உங்களை வஞ்சித்தோம் என்று ஒத்துக்கொள்ளும் நேர்மை யில்லாதவர்களுமாக இருந்தார்கள்) குடி, பெண் தரகு, பாலியல் வக்கிரம், நாடோடித் தன்மை, சுயமான கலைத்தன்மையோ ஞானத்தேடலோ அற்ற நிலை, பைத்தியம் போன்ற முதலீட்டியப் பிரச்சினை சார்ந்த வாழ்நிலைச் சீரழிவைத் தங்களுடைய அடையாளங்களாக மாற்றித் தங்களுடைய பிரதிப் பரப்புகளில் இவற்றை முன்னிறுத்தித் தங்களையும் ஒடுக்கப்பட்டவர்களின் பட்டியலில் சேர்த்துக்கொண்டுவிட்டார்கள். ஒடுக்கப்பட்டவர் களாகவே பிறப்பிக்கப்பட்டவர்களின் (தலித்துகள், பெண்கள், தொல்குடிகள், திருநங்கைகள்) விடுதலையை நோக்கிய எழுச்சியும் ஒடுக்கப்பட்டவர்களாகத் தங்களை அறிவித்துக் கொண்ட இதரர்களின் இடம் நோக்கிய முன்னேறலும் ஒன்றாகுமா என்கிற யோசனையெல்லாமின்றி அப்பாவித் தமிழ் இலக்கியவெளி இரு வகைப் பிரதிகளையுமே ஒடுக்கப் பட்டவர்களின் பிரதிகள் என்று ஏற்றுக்கொண்டது. திறமையும் தகுதியும் பாரம்பரியமும் இருந்தும் பிறப்பின் பெயரால் தாழ்வுறுத்தப்பட்ட, சமூக நீரோட்டத்தில் தங்களை இணைத்துக்கொள்ளப் போராடிக்கொண்டிருந்தவர்களின் பிரதிப் பரப்பு வேறு வழியின்றி இவர்களின் அலட்டல்களையும் சேர்த்துச் சுமக்கவேண்டியதாயிற்று. அமைப்பியல் அறிமுகப்படுத்தப்பட்ட காலக்கட்டத்தின் இளம் தலைமுறையினரால் தீவிரமாகப் பயிலப்பட்ட இந்தச் சலுகைப் பட்டியலில் இடம்பெறத் தங்களைச் 'சாதியிறக்கம்' செய்துகொண்ட, தந்திரங்களின் பலாபலன்கள் அதற்கடுத்த இன்றைய, தீவிரமான படைப்பாளிகளாக உருவாகிக்கொண்டிருக்கிற, இளம் தலைமுறையினரின் பிரதிப் பரப்புகளைக் கடுமையான இருத்தலியல் குழப்பத்திற்கும், சுய படைப்பாளுமை மீதான சந்தேகத்திற்கும் ஆளாக்கியிருக்கின்றன. இந்தக் குழப்பம்தான் குமார் அம்பாயிரத்தின் மூன்றாம் வகைக் கதைப் பிரதிகளிலும் செயல்படுவதாயிருக்கிறது. 'நான் யாராய் இருந்து கதை சொல்லவேண்டும்? என் படைப்பாளுமை எதன்மீது குவிமையப்படுத்தப்படவேண்டும்?'

பனம்பூல் ஏந்திய தனிப்பாடல் மற்றும் க்காக்கா ஆகிய இரண்டு கதைகளின் கதைசொல்லி மற்ற இருவகைக் கதைகளின் கதைசொல்லியைப்போல இதுவரை சொல்லப்படாத உலகை மதிப்பவனோ அல்லது அந்த உலகைச் சேர்ந்தவனோ அல்லன், மாறாக அவற்றை, அவற்றின் கதை வடிவிலான புரிதல்களை, எள்ளி நகைக்கும், அவற்றைப் பயன்படுத்திக்கொண்டு அவர்களில் ஒருவனாகத் தன்னைக் கருத இடம்கொடுக்கும், உலகமயமாக்கலுக்குட்பட்ட, மனிதன். இவ்விரண்டு கதைகளிலும் நடப்புகளின்மீதான மூன்றாம் உலகப் புரிதல் என்பது தீவிரமான கேலிக்கும் விமர்சனத்திற்கும் உள்ளாக்கப்படுகிறது. இந்த வகைப் பார்வையின் ஈவிரக்கமற்ற வன்முறையைச் சொல்லுவதற்காக இந்தவிதமான உத்தி கையாளப்பட்டிருக்கலாம் (ஏனென்றால் இந்தத் தொன்மப் பார்வையை எதிர்கொண்டு அவற்றைப் பயன்படுத்திக்கொள்ளும் சந்தைக் கலாச்சாரத்தின் குரூரமும் இணைச் சொல்லாடலாகப் பிரதியில் எழுப்பவேபடுகிறது. உ–ம்: சகுனங்களைக் கிளப்பும் பித்ருக்களைச் சாந்தி செய்யும் சடங்குத் தேவைக்காகக் காகங்கள் சந்தைப்படுத்தப்படுவது). இந்தத் தொகுப்பின் இந்த இரண்டு கதைகளும் இதனாலேயே தனித்துவம் மிக்கவையாயும் தொகுப்பின் லயப் பிசகின்மீது வாசகனைக் குழப்பமடையச் செய்பவையாயும் இருக்கின்றன. ஆனால் வாசகன் இந்தத் தொகுப்பின் மொத்தக் கதைகளின் பின்னணியில் இந்த இரு கதைகளை வைத்து அதைக் குமார் அம்பாயிரம் என்கிற படைப்பாளியின் தனிப்பட்ட குழப்பமாகப் பார்ப்பதானது இவற்றைக் குறைத்து மதிப்பிடும் அபாயத்தில் கொண்டுபோய்ச் சேர்க்கக்கூடியதாகிவிடும். ஏனெனில் இஃது இந்த இரண்டு கதைகளின் தரம் பற்றிய பார்வையன்று, மாறாக எதன் கரம் இவற்றை எழுதுகிறது, அவருடைய இயல்பான சொல்லாடலிலிருந்து அவரைத் திசை திருப்புகிறது, என்பதன்மீதான அனுமானம்.

ஃ என்றொரு கதையில் நிகழும் ஒரு பசுவின் பொய்ப் பிரசவம் 'ராஜன் மகளை' என் நினைவிற்குக் கொண்டுவந்ததென்கிற வகையில் பிரத்யேகமாக என்னைக் கவர்ந்தது.

2011

பிரதேசத்திலிருந்து உலகத்திற்கு

(குணா கவியழகனின் 'அப்பால் ஒரு நிலம்')

போருக்கென்றே பிரத்யேகமாகப் புறக் கவிதைகள் பாடிய தமிழ் மரபில் போர்க்கதை இலக்கியம் சொற்பத்திலும் சொற்பம். 19ம் நூற்றாண்டு வரை, அதாவது இந்திய நிலங்களின் நிர்வாகம் ஆங்கிலேய வாணிகர்களிடமிருந்து ஆங்கிலேய அரசின் வசம் சென்றதுவரை கிழக்கிந்தியக் கம்பெனி தமிழ்ப் பாளையங்களின் ராஜாக்களுடன் நடத்திய யுத்தங்கள் நாட்டுப்புற இலக்கியங்களில் பதிவான அளவிற்குக்கூட படைப்பாக்கம் குறித்த முறையான பயிற்சியும் கவனமும் கொண்ட படைப்பாளிகளின் படைப்புகளில் பதிவாகவில்லை. நாட்டுப்புற இலக்கியங்களில் பதிவானவற்றைக்கூடப் போராட்ட இலக்கியம் என்று சொல்ல முடியுமே தவிர போர் இலக்கியம் என்கிற வகைமையில் சேர்க்க முடியாது. இரண்டிற்கும், அதன் கறாரான அர்த்தத்தில், வித்தியாசம் இருக்கிறது. இருபதாம் நூற்றாண்டின் இரு பெரும் உலகப் போர்கள் பூமிப் பந்தின் மேற்குத் திசையிலிருந்து மட்டுமல்லாமல் நிலநடுக்கோட்டின் மேற்புற நிலப்பகுதிகளிலிருந்தும் கணிசமான அளவிற்கு அந்நூற்றாண்டின் மாபெரும் கதை சொல்லிகளை உருவாக்கி வைத்தது. எனினும் அந்தக் கதைகளின் அடிநாதமாக விளங்கிய மனச்சிதைவு, நம்பிக்கை வறட்சி அவற்றின் காரணமாக உருவாகிய கருத்தியல் மாற்றங்கள்,

புதிய கோட்பாடுகள் மற்றும் இஸங்கள் போன்றவற்றை ஒரு மோஸ்தர் பாணியில் உள்வாங்கிக்கொண்ட அளவிற்கு அவற்றைக் கொண்டு தன்னுடைய சரித்திரத்தை, அதன் பழைய போர்களை மீள்நோக்கில் கண்டு புதிய அர்த்தங்களையும் படிப்பினைகளையும் அவற்றிலிருந்து தோண்டியெடுக்கும் பிரக்ஞையைத் தமிழ்க் கதை இலக்கியம் பெற்றுக்கொள்ளவில்லை. அந்தப் போரில் ஆங்கிலேய அரசின் வேண்டுகோளின்பேரில் சுதந்திரப் போராட்டத் தலைவர்களின் ஆசீர்வாதத்துடன் கலந்துகொண்ட நம்மவர்களின் போர்க்கள அனுபவங்களை இலக்கியமாக்க முடியுமென்கிற யோசனையும் அதற்கு இருந்திருக்கவில்லை. சுதந்திரத்திற்குப் பின்னர் வடமேற்குத் திசையுடனான போர்கள் முடிந்து கதைத் தன்மையுடன் கூடிய காத்திரமான அனுபவங்களுடன் சொந்த ஊர்களுக்குத் திரும்பிய பழைய இராணுவ வீரர்களையும்கூட, தேசிய வாதத்தின்மேல் தமிழ் அரசியல் சூழல் தமிழ்ச் சமூகத்தின் இரத்தத்தில் கலந்துவிட்டிருக்கும் விருப்பும் வெறுப்பும் கலந்த உறவுத் தன்மையின் காரணமாக, கதை நாயகர்களாக்க தமிழ் இலக்கியப் படைப்பாளிகளுக்குத் தோன்றாமல் போய்விட்டது. ஐரோப்பியச் சிந்தனைகளின் தாக்கத்திற்குப் பிறகு ஆதிக்கச் சாதிகளையும் நிலச்சுவான்தார்களையும் அந்நியர்களையும் எதிர்த்து வட இந்தியாவில் எழுந்த பிரபலமான ஆயுதப் போராட்டங்களையும் தமிழ் நிலத்தில் அவற்றின் பிரதிபலிப்புகளையும் ரகுநாதன், இந்திரா பார்த்தசாரதி உள்ளிட்ட மிகச் சொற்பமான படைப்பாளிகள் தங்கள் படைப்புகளில் பதிந்திருந்தாலும் அவற்றையும் போராட்ட இலக்கியம் என்கிற வகைமையிலன்றிப் போர் இலக்கியமாக நம்மால் குறித்துக்கொள்ள இயலாது. ஆக, நமக்குத் தெரியப் போர் இலக்கியம் என்கிற வகைமையில் நல்ல வாசிப்பனுபவத்தைக் கொடுக்கக்கூடிய ஒரு சிறிய புதினத்தைப் பதினாலு நாட்கள் என்கிற தலைப்பில் சுஜாதா எழுதியதற்குமேல் வேறெந்த முயற்சியும் தமிழில் மேற்கொள்ளப்படவில்லையென்றே தெரிகிறது. போர் இலக்கியம் கடவுள் புண்ணியத்தில் தமிழ்நாட்டில் தோன்றாமலே இருக்கட்டும் என்று மனம் ஒரு பக்கம் வேண்டிக்கொண்டாலும்கூட வாய்ப்புகளைத் தவறவிட்டுவிட்ட குற்றவுணர்வு மனதை மெலிதாக நெருடத்தான் செய்கிறது. ஒன்றரை தசாப்தங்களாகத் தன் மடியிலிருந்து மாவீரர்களை ஈன்றெடுத்துக்கொண்டிருந்த ஈழ மண் இப்போது இந்த உறுத்தலை ஆறுதல்படுத்தும்விதமாகப் போர் இலக்கியங்களைத் தரத் தொடங்கியிருக்கிறது. குணா கவியழகனே சொல்வதுபோல படைப்பாக்கத்தின்போது மனம் அகத்தில் மோதுண்டு படைப்பாளியை நிலைகுலைய வைக்கும்

போர் சூழ்ந்த வாழ்வின் ஓர்மை பொங்குவிக்கும் உணர்வோத நிலையிலிருந்து விடுபட்டுப் படைப்பை ஓர் உளசிகிச்சைக்கான மார்க்கமாக மாற்றிக்கொள்ளும் நிதான நிலைக்குக் கொஞ்சம் கொஞ்சமாக அது திரும்பிக்கொண்டிருக்கிறது. கூடவே ஈழத் தமிழ்ப் படைப்புகளிலிருந்து நிறைய பெற்றுக்கொள்ளவும் கற்றுக்கொள்ளவும் இதுவரையிலான இஸங்களின் போதாமையைக் கண்டுகொள்ளவும் அல்லது கீழ்த்திசைக்கேயான தனித்துவமிக்க சமூக வாழ்வியல் மற்றும் இலக்கியக் கோட்பாடுகளையும் சொல்லல் முறைகளையும் உருவாக்கிக்கொள்ளவும் தமிழகமும் அதன் படைப்பாளிகளும் காத்திருக்கின்றனர். இவ்விதமான சரித்திர மற்றும் சமகாலச் சூழல் பற்றிய ஓரளவிற்கான புரிதலோடுதான் குணா கவியழகனின் அப்பால் ஒரு நிலம் புதினத்தை நாம் வாசிக்கத் துவங்குகிறோம்.

அப்பால் ஒரு நிலத்தின் கதை நிகழும் வருடம் 1998. அந்த வருடத்தின் செப்டம்பர் மாதக் கடைசி வாரத்தில் புலிகளுக்கும் இலங்கை இராணுவத்திற்கும் இடையே கிளிநொச்சிக்காக நடந்த சமருக்குச் சில மாதங்களுக்கு அல்லது சில வாரங்களுக்கு முன்னான சில சம்பவங்களை இது கதையாக விவரிக்கிறது. புலிகளின் தரப்பில் இந்தக் கிளிநொச்சி மீட்பு நடவடிக்கைக்கு ஓயாத அலைகள்–II என்று பெயரிடப்பட்டிருந்தது. ஈழப் போரின் ஒரு திருப்புமுனையாக அமைந்த சமர் என்று குணா கவியழகன் தன் முன்னுரையில் குறிப்பிடும் இந்தச் சண்டையின் முன்தேவையான எதிரி இராணுவத் தளங்களின் அமைப்பு பற்றிய அறிதலும் அதற்கான முயற்சிகளுமே அப்பால் ஒரு நிலத்தின் மையக் கருவாகியிருக்கிறது. இந்த அமைப்பைத் தெரிந்து சொல்லும் பொறுப்பை இயக்கத் தலைமையின் ஆணையின்பேரில் ஏற்றுக்கொண்ட அதன் வேவு நடவடிக்கைக் குழுவின் செயல்பாடுகள் நாவலில் விரிவாக விவரிக்கப்படுகின்றன. கிளிநொச்சியைக் கைப்பற்றித் தளம் அமைத்திருக்கும் இலங்கை இராணுவத்தின் காப்பரணுக்குள் நுழைந்து இந்த உயிராபத்தான சாகஸச் செயலில் ஈடுபட வீரன், மணி என்கிற இரண்டு இளைஞர்கள் பணியிலமர்த்தப்படுகிறார்கள். இவர்களின் அறிமுகம், குணவியல்புகள், குடும்பப் பின்னணி, காதல் இவற்றோடு இராணுவ எல்லைக்குள் பதினாலு நாட்கள் (ஆமாம் இந்த நாவலின் மைய நிகழ்வான வேவு நடவடிக்கையும் சுஜாதாவின் புதினத்தைப் போலவே பதினாலு நாட்களில்தான் நடைபெறுகிறது) இவர்களுடைய சாகஸப் பயணம் பற்றிய விவரிப்பும் தனித்துவமிக்க வாசிப்பனுபவத்தைத் தரும் புதினமாக விரிகிறது. அதிலும் நூலின் கடைசி அறுபத்தைந்து பக்கங்கள் ஒரு தேர்ந்த திரைக்கதையின் லாவகத்தோடு வாசகனை

இருக்கை நுனிக்குக் கொண்டுவந்து நிறுத்தும் சுவாரஸ்யத்தைக் கொண்டிலங்குகின்றன.

இந்தக் கட்டுரையின் துவக்கத்தில் போர் இலக்கியம் என்கிற வகைமைக்கு ஒரு கறாரான வரையறுப்புகள் உண்டு என்று சொன்னோம். அப்பால் ஒரு நிலம் புதினத்தை ஒரு போர் இலக்கிய வகைமைக்கு உதாரணமாகச் சொல்லக்கூடிய அளவில் அஃது அவ்வகைமையின் பின்வரும் லட்சணங்களைப் பூர்த்தி செய்கிறது: 1. புதினத்தில் போர் ஓர் அழிவு என்பதான பார்வையோ அதன் பாழியல்பு குறித்த விமர்சனங்களோ எங்குமே முன்வைக்கப்படுவதில்லை. கதை போரைக் கொண்டாடுகிறது. அதன் விஞ்ஞானத்தைக் கரை கடந்த உற்சாகத்தோடு விரித்துரைக்கிறது. ஒரு வெற்றி தோல்விக்கான விளையாட்டைப்போலத்தான் போர்க்களத்தின் சாகஸங்கள் சாவுக்குத் தயாராக இருக்கிறவர்களால் பகிர்ந்துகொள்ளப்படுகின்றன. 2. எந்தத் தரப்பினருடைய பார்வையிலிருந்து கதை சொல்லப்படுகிறதோ அவர்களின் எதிரிகள்மேல் கதை எந்தப் புகாரையும் முன்வைக்காமலேயே அவர்களுடனான சமரை முன்னெடுத்துச் செல்கிறது. புதினத்திற்கு வெளியே கதை நிகழும் வரலாற்றுச் சூழலை நினைவுபடுத்தி வாசகர்களின் இரக்கத்தையோ ஆதரவையோ இரந்து பெறும் முனைப்புடன் நியாய அநியாய வாதப் பிரதிவாதங்கள் எதையும் யாரும் கதையில் பேசிக்கொள்வதில்லை. கழுத்தில் கட்டிய சயனைட் குப்பிகளோடு வேவுக்குச் செல்வது தங்களுக்கிடப்பட்ட பணி என்பதற்குமேல் ஓர் அங்குலம்கூட அதன் தத்துவார்த்தப் பின்புலங்களைப் பக்கம் பக்கமாக அலசும் பாத்திரங்கள் கதையில் கிடையாது. 3. சமரின் இறுதி இலட்சியம் குறித்த கனவுகள் பாத்திரங்கள் யாரிடமும் இல்லை. அவர்கள் அன்றன்று வாழ்கிறார்கள். அன்றைய தினத்தை, அன்றைய உணவை, அன்றைய காதலை, அன்றைய வலியை, நட்பை, துரோகத்தை அன்றே ருசிக்கிறார்கள். நாளை என்பது தங்களுக்குக் கிடையாது என்கிற ஓர்மை அவர்களுக்கு எப்போதும் இருக்கிறது. எனவே இறவாப்புகழ் என்கிற பிதற்றல்களைப் பற்றியோ அல்லது தொலைவிலெங்கோ தன் பிரதிபலிப்பைக் காட்டித் தலைமைக்கு நம்பிக்கையூட்டிக்கொண்டிருக்கும் இன விடுதலையென்கிற பேரொளியைப்பற்றியோ அனாவசியமாகக் கவலைப்பட்டு உடலையோ மனதையோ அவர்கள் வருத்திக்கொள்வதில்லை. வேவுத் தளத்தில் தலைமையால் அழைக்கப்படும்வரையிலான அவர்கள் வாழ்வு குதூகலமும் கேலியும் கிண்டலும் வயிறு முட்டச் சாப்பாடும் சில்லரைத் திருட்டுத்தனங்களுமாகப் பொங்கிப் பிரவகித்துக்கொண்டிருக்கிறது. வேவு நடவடிக்கையின்போதும்

அது தொடர்கிறது. இறுதிவரை மரணாபத்தான பணியென்கிற அதன் தகுதி மணியால் நிர்தாட்சண்யமாக மறுக்கப்படுகிறது. அதன் தீவிரத்தன்மை மட்டுப்படுத்தப்பட்டுக்கொண்டேயிருக்கிறது. ஒரு போரை அதன் பிரதேசத் தன்மையிலிருந்து விலக்கி ஓர் உலகப்பொதுமையான நிகழ்வாக முன்னேற்றும் இந்தக் காரணிகள்தான் அப்பால் ஒரு நிலத்தைப் பூரணமான போர் இலக்கியமாகச் சமைக்கின்றன. குணா கவியழகன் தானும் இதைத் தன் முன்னுரையில் சொல்கிறார்: "எங்கெல்லாம் ஒரு தலைமுறை தாண்டியும் போர் நிகழ்கிறதோ அங்கெல்லாம் போர்நிலம் என்கிற புதிய வகைமாதிரி உருவாகிவிடுகிறது. அதன் வாழ்வும் இயல்பும் மனப்பாங்கும் மற்றதிலிருந்தும் வேறாகிறது. ஈழப்புள்ளியிலிருந்து உலகப் பொதுமை நோக்கி இந்த அனுபவத்தை விரிக்க முடியும்."

அப்பால் ஒரு நிலத்தின் கதையுலகம் அதற்குள் சுழலும் மூன்று வெவ்வேறு உலகங்களின் தொகுப்பாகக் கட்டமைக்கப் பட்டிருக்கிறது. ஒன்று, எந்த நேரத்திலும் துவக்கையும் கையெறி குண்டையும் எடுத்துக்கொண்டு சயனைட் குப்பிகளையும் கழுத்தில் மாட்டிக்கொண்டு களத்திலிறங்கத் தயாராக இருக்கும் சமரின் முன்னணிப் படைவீரர்கள் (கதையில் வேவுக் குழுவினர்). இவர்கள்தான் கதையில் 'செயல்படுகிற' உயிர்கள். இரண்டாவது, இந்த வேவுக் குழுவினரை வழிநடத்துவதும் அவர்களுக்கு ஆணையிடுவதுமான பொறுப்பிலிருக்கும் தளபதிகள், தலைமை மற்றும் அதிகாரிகள். இவர்களுடைய உலகம் உள்ளரசியலால் கனத்துக்கொண்டிருப்பது; தன்னுடைய அதிகார இழப்புக் குறித்த கவலையால் பதற்றமுறுவது; அவசரமாகவும் சுயநலத்துடனும் முடிவெடுப்பது. கிட்டத்தட்ட இந்த உலகிற்கு நிகரான மூன்றாவதான உலகம் வேவுக்காரர்களுடைய குடும்பங்கள். இவை அம்மாக்கள், சகோதரிகள், காதலிகள் ஆகியோரால் உருவாகித் தங்களுடைய தனிப்பட்ட எதிர்காலத்திற்காக இயக்கத்தைவிட்டு வெளியேற அவர்களை வற்புறுத்துவதாகக் கதைப்போக்கில் வளர்கின்றன. மீண்டும் இங்கே நினைவுபடுத்திக்கொள்ள வேண்டியது என்னவென்றால் இந்தத் தனித்தனி உலகங்களின் நியாய வாதங்களை நிரூபிப்பது கதையின் நோக்கமல்ல. அது கதையின் நோக்கமானால் போர் இலக்கியம் என்கிற இதன் வகைமை சிதைந்து போய்விடும் அபாயத்தை இஃது எதிர்கொள்ள வேண்டியிருக்கும். அதிகாரிகள் மற்றும் சொந்தங்களாலான இரண்டு உலகங்களும் வேவுக்காரர்களின் உலகத்தைச் சார்ந்திருப்பவையாயும் தங்களின் நோக்கத்திற்கேற்ப மட்டுமல்லாமல் தங்களின் வழிகாட்டுதலின்படியும் அவர்கள் இயங்க வேண்டுமென்று எதிர்பார்ப்பவைகளாயும் இருக்க

வேவுக்காரர்களின் உலகமோ இந்த இரண்டு தளைகளிலிருந்தும் தங்களை விடுவித்துக்கொண்டு சாவை நோக்கிய தங்களது முடிவற்ற விளையாட்டைத் தங்கள் போக்கிலேயே நிகழ்த்தத் துடிப்பது அவ்விதமே நிகழ்த்தி எதிரி இராணுவத்தோடு கூடவே தங்களைச் சேர்ந்த மற்ற இரு குழுவினரையுமே நிரந்தரப் பதற்றத்திற்குள்ளாக்குவது ஆகிய செயல்களில் இன்பம் காணுவதாகச் சமைக்கப்படுகிறது. ஒருவகையில் புதினத்தின் மையப் பாத்திரங்களான மணி, வீரன் என்கிற இரண்டு வேவுப்படை வீரர்களின் இந்த மீறலும் அதனால் அவர்கள் பெறும் இன்பமும்தான் கதையாக விரிவதாக இருக்கிறது. குறிப்பாக மணி. மணி எந்த நியதிக்குள்ளும் அடங்காதவனாக இருக்கிறான். நல்ல உணவுக்காகச் சில்லரைத் திருட்டுகளை நடத்துகிறான் அல்லது ஊக்குவிக்கிறான், இரட்டை அர்த்தம் தொனிக்கும் உரையாடல்களைச் சரளமாகப் பேசுகிறான், ஒரு போராளியாகத் தன்னைத் திருமணம் செய்துகொள்ள முடியாது என்று நிபந்தனை விதிக்கும் காதலியை ஒரே வார்த்தையில் வெட்டிவிடுகிறான், ஆமியின் காவலரண்களுக்குள் நுழைய இராப்பகலாக மண்டையை உடைத்துக்கொண்டு தளபதிரோமியோ போடும் திட்டத்தைச் சுத்தமாக அலட்சியம் செய்துவிட்டுத் தான் உருவாக்கிக்கொண்ட வழியில் உள்ளே நுழைந்து பார்க்கிறான், தலைமை நிலையத்திற்கு அவ்வப்போது தகவல் அனுப்பவேண்டுமென்கிற பூர்வாங்க ஆணையை அலட்சியம் செய்கிறான், இவ்வளவு ஏன், ஆமிக்காரர்கள் சுற்றிவளைத்துக்கொண்டிருக்கும் வேளையில் நனைந்து இற்றுப்போன சாப்பாட்டுப் பொட்டலத்தைக் கைவிட்டதற்காக வீரனைக் கேலி செய்து சிரித்துக் கொண்டிருக்கிறான், இந்தச் சிரிப்பின் வழியே தன்னை நெருங்கும் மரணத்தின் நியதியையும் அலட்சியம் செய்து அதை அவமானப்படுத்திக்கொண்டேயிருக்கிறான், இறுதியில் ரட்சையாகக் காதலி அருளினியால் கடவுள் நம்பிக்கையற்ற தன் கழுத்தில் கட்டப்பட்ட சிலுவைக் கயிற்றை அஃதால் தான் காப்பாற்றப்பட்டுவிடுவோமோ என்கிற அச்சத்தினாலேயேகூட மரணப்பொறிக்குள் மாட்டிக்கொண்ட வேளையில் கழற்றி எறிகிறான், உடனே அதைத் திரும்ப எடுத்துத் தன் நண்பனின் கழுத்தில் கட்டிவிடுகிறான், அற்புதமான சமையல்காரனாக, நல்ல மருத்துவனாக, தேர்ந்த வேவுக்காரனாக, எந்தச் சமயத்திலும் நகைச்சுவையுணர்வை விட்டுக்கொடுக்காதவனாக அவன் இருப்பதற்கு அவனுடைய இந்த மீறும் குணமே பின்னணியிலிருந்து அவனைச்செயல்படுத்துகிறது. வீரனுக்கும் இந்த வகையிலான குணாம்சம் கதையின் போக்கில் கூடி வந்திருக்கவேண்டியதுதான். ஆனால் கதையின் பாதி வரையில் வீரனுக்கு அளிக்கப்பட்டு வரும் முக்கியத்துவமும் அவனுடைய குணவியல்பின்

வளர்ச்சியும் திடீரென மணியின் முன்னிலைப்படுத்தலால் சிதைந்துவிடுகிறது. வீரன் தன்னுடைய தனித்துவத்தை மணிக்கு விட்டுக்கொடுத்துவிட்டுப் பயந்த ஆட்டுக்குட்டியைப்போல அவன் பின்னே அலையவேண்டியதாகிவிடுகிறது. கதையில் இஃது ஒரு பலவீனமான அம்சமாக இருக்கிறது. என்றாலும் முன்பகுதியில் விவரிக்கப்படும் வீரனின் குணவியல்புகளைக்கொண்டு அவன் இவ்வாறாகத்தான் இருந்திருக்க முடியும் அல்லது இருந்திருக்க வேண்டும் என்கிற கற்பனையில் நம் மனம் நம்பிக்கை கொள்வதைத் தவிர்க்க முடியவில்லை.

நின்றதும் இருந்ததை உணர்த்தும் சுவர்க்கோழியின் சத்தத்தைப்போல மணியை ஓர் அதிமனிதனாகப் பிரதியின் பக்கங்களில் மெல்ல மெல்லக் கட்டியெழுப்பும் இந்த மீறல் குணம் கதையின் உச்சக்கட்டத்தில் ஒரேயொரு கணம் அவன் தடுமாறிக் காதலின் பலவீனத்திற்குள், அதன் மீறவியலா விதிக்குள் விழுந்துவிடுகிறபோதுதான் வாசகப் பிரக்ஞையில் பிரம்மாண்டமாக எழுந்து வியாபிக்கிறது. அல்லது அதை இப்படிச் சொல்லலாம், கதை முழுவதும் காட்சிப் படிமங்களாக இடம் பெறும் அவனுடைய துணிவும் விளையாட்டுத்தனமும் மீறல் குணமும் அந்தப் புள்ளியிலிருந்து அவன் விலகும் ஒரேயொரு தவிர்க்கவியலாத கணத்தில் தங்களுடைய முழு அர்த்தத்தையும் பெற்றுவிடுகின்றன. கதை முழுவதிலும் சர்வ அலட்சியத்துடனும் கிட்டத்தட்ட இல்லவே இல்லை போலவும் காட்டப்படும் பெண் என்கிற ஆகிருதியின் இருப்பு தன் முழு வீச்சுடன் பொங்கி மணி பொருட்படுத்தியேயிராத அந்த இறவாப் புகழுக்குரிய தருணத்தை அவனருகே நகர்த்திக்கொண்டு வந்துவிடுகிறது. அது மட்டுமல்ல ஒரே நேர்கோட்டில் சீராகச் செல்வதாயும் புலிகள் தரப்புக் கதையாயும் பாவனை காட்டிக்கொண்டிருக்கும் குணா கவியழகனின் கதை சொல்லலுக்கும் சட்டென்று கண்ணாடிப் பிம்பத்தின் இரட்டைத் தன்மையைக் கொடுத்துவிடுகிறது. தப்பிப்பதற்கான கைக்குண்டுடன் காவலரணை நெருங்கும் மணி அங்கே காண்பது கையில் ஒரு பெண்ணின் புகைப்படத்துடன் எதையோ எழுதியபடி உட்கார்ந்திருக்கும் ஒரு பகைவனை. இந்தக் காட்சி அவனுக்கு அவனுடைய காதலியின் ஞாபகத்தைக் கிளறி விட்டுவிடுகிறது. அருளினியின் புகைப்படத்தை அவனும் தன்னிடம் வைத்திருக்கிறான். அங்கே அந்த இருளில் அவன் பார்ப்பது தன்னுடைய கண்ணாடிப் பிம்பத்தை. தன்னுடைய காதலியின் புகைப்படத்தைப் பார்த்தபடி தான் உட்கார்ந்திருப்பதை. இந்த இறுதிக் காட்சி அதுவரையில் வாசகரின் பிரக்ஞைக்குள் பதிவாகியிருந்த ஒரு சிங்கள இராணுவத்திற்கெதிரான விடுதலைப் புலிகளின் சமர் பற்றிய கதை என்கிற பிம்பத்தைச்

சட்டென்று அழித்து அதை குணா கவியழகனின் முன்னுரையில் நாம் வாசிக்கும் உலகப் பொதுமையான ஒரு போராக மாற்றிவிடுகிறது. மணியும் வீரனும் தப்பும் வழியில் யார் யாரையெல்லாம் குண்டெறிந்து கொன்றார்களோ அந்தச் சிங்களப் பகைவன் ஒவ்வொருவனும் தனக்கென்றொரு காதலியும் தாயும் சகோதரியும் கொண்ட மணியும் வீரனுமாகவே நம் கண்முன்னே உருக்கொண்டு விடுகிறார்கள். சாவதொன்றே வாழ்ந்ததன் அர்த்தம் என்கிற மனோபாவத்துடன் சாவை நையாண்டி செய்து விளையாடும் மணி முதன்முறையாக வாழ்வதன் அழகை உணர்ந்துகொண்டுவிடுகிறான். எதிரி என்கிற பதம் அர்த்தமிழந்து நிற்கிறது. எறிவதற்காகக் கையில் வைத்திருந்த குண்டை எறியாமலேயே திரும்பி எதிரிகளிடம் மாட்டிக்கொள்ளத் தன் நண்பனோடு சேர்த்துத் தன்னையும் அனுமதித்துக்கொண்டுவிடுகிறான். இந்த ஒரு கணத் தடுமாற்றத்திற்காக அவன் தன்னைத்தானே நொந்துகொள்வதும் அந்தப் பிரமையிலிருந்து விடுபடப் பாடுபாடுவதும் நம்மைப் பொறுத்தவரையில் இரண்டாம்பட்சம்தான். வடிவ முழுமை பெறுவதற்கு ஒரேயொரு இடையூறாக வாசகப் பிரக்ஞையைத் தாக்கிக்கொண்டிருந்த புலிகள் இலங்கைப் படை என்கிற வரலாற்று இருமையுணர்வை ஒரே படிமத்தில் அடித்து நொறுக்கிவிடுவதன் மூலமாகப் புதினம் போர் இலக்கியமாக உருவாகிவிடுகிறது. குணா கவியழகன் ஒத்துக்கொள்வதுபோல நாவலின் இறுதி நிலையின் உச்சத்தைப் பதறும் மனதின் காரணமாகப் பூரணமாகத் தொட முடியாதபடி கதையின் முடிவு அவரைக் கைவிட்டிருக்கிறதுதான். ஆமி சுட்டுக்கொண்டேயிருக்கிறது, வேவுக்காரர்கள் காத்துக்கொண்டேயிருக்கிறார்கள், மீட்புப் படையினர் தயாராகிக்கொண்டேயிருக்கிறார்கள், இரவு நீண்டுகொண்டேயிருக்கிறது. இப்படிக் கதை நிகழ்ந்து கொண்டிருக்கையிலேயே புதினம் முடிவடைந்துவிடுகிறது. இதைப் பலதள அர்த்த இடையீடுகளுக்கு இட்டுச் செல்லும் குறியீட்டு முடிப்பாகவும் எடுத்துக்கொள்ள முடியாது. கதை சொல்லியால் அதற்குமேல் சொல்ல முடியவில்லையென்பது நிதர்சனமாகவே தெரிகிறது. ஆனால் அது கதையை முடித்தல் என்கிற வழமையான வடிவத்திற்குப் பதிலாக இயன்றவரை எழுதுதல் என்கிறவொரு புது வகையான வடிவத்தை ஒத்துக்கொள்ளும் மனநிலையையும் திருப்தியையும் நமக்கு அளிக்கத்தான் செய்கிறது என்பதையும் ஒத்துக்கொண்டுதானாக வேண்டும். கதை தன் மிகுதிப் பகுதிகளோடு வாசகரை வரலாற்றின் வசம் கையளித்துவிட்டுத் தன்னை முடித்துக்கொள்கிறது. அல்லது கதை சொல்லல் என்கிற அற்புதமான மனமருத்துவத்தின் வழியே ஒரு மின்னல்

வெளிச்சமாகத் தான் கண்டடைந்த தரிசனத்தை வரலாற்றின் ஆடம்பரமான ஒளிப்பெருக்கு வெளிறச் செய்துவிடுமென்றுகூட அது நனவிலியில் பயந்திருக்கலாம்.

கூடுதலாக ஒரேயொரு பத்தியை இந்தப் புதினத்தில் வெளிப்படும் தகவல்களைப்பற்றிச் சொல்ல நீட்டிக்கொள்ளுவோம். போர் பற்றிய இந்தக் கதையில் ஆயுதங்கள், கண்காணிப்புக் கருவிகள், பாதுகாப்புக் கருவிகள், இவற்றின் பயன்பாடுகள் குறித்த நீண்ட விவரணைகள், உடைகளுடைய நிறங்களின் நோக்கம், உண்ணுமளவிற்குப் பசியோடிருத்தலெனும் பயிற்சியின் தேவை, சூழலுக்கேற்ப மலஜலம் கழிப்பதில்கூடக் கடைப்பிடிக்க வேண்டிய தொழில் நுணுக்கம் (ஒரு சாதாரண வாழ்நிலையில் நினைத்தே பார்க்க முடியாத கழிக்கும் முறை அது), தாகத்தைத் தணிக்கச் சொல்லப்படும் அதிர்ச்சியூட்டும் யோசனைகள் ஆகியவை இடம் பெறுவதை ஓர் ஆச்சரியமாகக் கொள்ள முடியாது. ஆனால் இந்தத் தகவல்களுக்கு இணையான விதத்தில் சமையல், மருத்துவம், கட்டிடம் கட்டுதல், நிர்வாகம் செய்தல் ஆகிய, போருக்கு வெளியிலான ஆக்கப்பூர்வமான கலைகளைப் பற்றிய விவரணைகளில் கதை சொல்லி கையாளும் ரசனையோடிழைந்த நுணுக்கங்கள்தான் நம்மை மிகுந்த ஆச்சரியம் கொள்ள வைக்கின்றன. புதினத்தின் இறுதியில் கதை ஒரு கண்ணாடியின் வடிவத்தைக் கைக்கொள்ளும் தருணத்தில் இந்தத் தகவல்களை சமரில் இறந்துபோகும் ஒவ்வொரு மனிதனுடைய பின்னணியாகவும் இணைத்துக்கொள்ளப் போதுமான தாக்கத்தை நமக்குக் கொடுக்கின்றன. மொத்தக் கதையின் முன்பகுதியாக எழுபத்தைந்து விழுக்காட்டை எடுத்துக்கொள்ளும், மேலோட்டமான வாசிப்பில் தேவையில்லாத நீட்டல்களாகப் படும் இந்தத் தகவல்கள் மீதமிருக்கும் இருபத்தைந்து விழுக்காட்டுக் கதையில் வானிலை, சூழல், மணம், காலடித் தடங்கள், தொலைவு, அருகாமை, பூச்சிகள், உண்பதற்குகந்த செடிகள், நிலவு எழுதல் மற்றும் விழுதலில் காணப்படும் ஒரு சமச்சீரான இடைவெளி ஆகிய இவை ஒவ்வொன்றையும் தன்னுடைய வேவுச் சூழலில் எப்படிப் பயன்படுத்திக்கொள்ள வேண்டுமென்கிற அறிவை உடையவனாக மணி வெளிப்படுவதற்குப் பலமான ஒரு பின்னணியையும் அமைத்துக்கொடுக்கின்றன. வெறுமே பக்கங்களின் பெருக்கமாக ஒரு தமிழ்நாட்டு வாசகருக்கு இவை படக்கூடுமென்றால் அதற்கு ஒரே காரணம் இவை இடம்பெறும் கதைச் சூழல் மிகுந்த திரைப்படத்தனமாக, அதிலும் இரண்டாம், மூன்றாந்தரத் திரைப்படங்களில் இடம்பெறும் தன்மையதாக இருப்பதாக மட்டுமே இருக்க முடியும். சமர்க் களத்தில் நடைபெறும் நிகழ்வுகளில் காணக்கிடைக்கும் அழுத்தத்தையும்

மனம் பதற வைக்கும் தனித்துவமான கணங்களையும் காதலிலும் தாய்மையிலும் தனிப்பட்ட வெற்றி தோல்விகளிலும் நம்மால் காண முடியவில்லையென்பது ஒரு குறைதான். இந்தக் குறை நாவலின் எழுபத்தைந்து விழுக்காட்டுப் பக்கங்களை வெற்றுத் தாள்களாக உணரச் செய்தால் அதற்கு வாசகரைக் குற்றம் சொல்லவும் முடியாதுதான். ஆனால் இந்த, நாவல் எழுதுதல் என்கிற தொழில் நுணுக்கம் சார்ந்த அம்சத்தில் நாம் காணும் குறைகளை ஒதுக்கிவிட்டு அதனடியில் செயல்படும் கதை சொல்லும் மனதை, அஃதாவது இன்னும் எழுத்து வடிவம் பெறாத உணர்வோதங்களைக் கட்டிக் காத்துக்கொண்டிருக்கும் கனத்த மனதை, அடையாளம் காண முடிந்தால் இரண்டு கூர்மையான பகுதிகளாகப் பிளந்திருக்கும் புதினத்தை ஒன்றையொன்று அர்த்த இடையீடு செய்யும் ஒரே பகுதியின் இரட்டைத் தோற்றங்களாக வாசித்து இன்பம் காண்பது சாத்தியமானதே.

2016

உயிர்கள் நிலங்கள் பிரதிகள் மற்றும் பெண்கள்

(ஜி. முருகன் சிறுகதைகள்)

"பிரபஞ்சத்தின் மிகப் பெரிய சாபம்தானே நாமெல்லாம்? மனிதனில்லாத பிரபஞ்சம் களங்கமற்றதல்லவா?" – (இழப்பு)

ஜீ. முருகனுடைய 51 கதைகளைக் கட்டமைக்கும் ஓர் உத்தேசக் காரணிப் பட்டியல் கீழ்க்காணும்படி:

1. *புறா, குரங்கு, கிளி, பாம்பு, மான், எலி, பூனை, காண்டாமிருகம், புழு, ஆடு, கழுதை, சிங்கம் மற்றும் சில்லரையாக ஆங்காங்கே சிறு சிறு பூச்சிகள், பறவைகள் இதர. இவை இடம் பெறாத அல்லது இடம் பெற வாய்ப்பில்லாத கதைகளில் வெள்ளம், புயல், சிறுதெய்வக் கோவில்கள், அல்லது புராதனக் கடிகாரம், ஊஞ்சல், கிணறு போன்றவை. இவை நகரம் கிராமம் என்கிற குறியீட்டுப் பின்புலமெல்லாம் இல்லாமல் இரண்டிலுமே பொதுவாக முன்வைக்கப்படுகின்றன.*

2. *பெரும்பான்மைக் கதைகளில் நகரப் பின்புலம் (தன் பெரும்பாலான கதைகள் கிராமத்தை அடிப்படையாகக் கொண்டவை என்று கல்குதிரை (26) நேர்காணலில் முருகன் சொல்கிறார். ஆனால் 51 கதைகளில் 16 கதைகள் மட்டுமே நேரடியாகக் கிராமத்தில்*

நடப்பவை. அதாவது கிராமம் சார்ந்த சூழலையும் அதற்கே பொருந்தக்கூடிய கதைக்களத்தையும் கொண்டவை).

3. இந்தத் தொகுப்பில் மாய யதார்த்தக் கதைகளும் தொல்கதைகளும் அற்புதக் கதைகளும் நீதிக்கதைகளும் இடம் பெற்றிருக்கின்றன.

4. முருகனின் கதைப் பெண்கள் அதிகப் பாலியல் வேட்கை உடையவர்களாயும் அதன் பொருட்டு வரையறுக்கப்பட்ட உறவுகளை மீறிய தொடர்புகளில் ஈடுபடுகிறவர்களாயும் இருக்கிறார்கள். ஆண்களுக்கும் இந்த வேட்கை இருந்தாலும் அவர்கள் அதை வெளிப்படுத்தும் தைரியம் அற்றவர்களாயும் தயங்கி வெளியேறிவிடுகிறவர்களாயும் இருக்கிறார்கள்.

மேற்கண்ட இந்த நான்கு காரணிகளையும் எந்தச் சிந்தனைச் சரடு இணைத்து முருகனின் சிருஷ்டிபரமாக வெளிப்படுத்துகிறது என்கிற தேடல் அவருடைய கதைகளைப் புரிந்துகொள்ள ஓரளவு உதவி செய்யலாம். முதலில் (1) முருகனுடைய கதைகளில் மனித மையப் பிரபஞ்சம் என்பது மனிதனல்லாத பிற உயிர்களின் இருப்பால் தொடர்ந்து கேள்விக்கு உட்படுத்தப்படுவதாயும் சில கதைகளில் (குளோப், மாயக்கிளிகள், நாய்) கேலி செய்யப்படுவதாயும் இருக்கிறது. சூழல் குறித்த அதீத கவனம் அல்லது கவலை கதைகளின் நனவிலியில் அவை அனைத்தின் பொதுத் தொனியாக அவற்றை இணைக்கும் வண்ணம் ஓடிக்கொண்டே இருக்கிறது. இவற்றைத் தற்செயலான கதை நிகழ்வு என்றோ, மனித இயல்பின் உருவகங்களாக பழைய நீதிக் கதைகள் மீதான பார்வையிலோ அல்லது கிராமம் x நகரம் என்கிற இருமை வடிவத்திலோ அர்த்தப்படுத்திக்கொள்வதைக் காட்டிலும் அதிகமானதும் ஆழமானதுமான பொருள்கோடலை அவை வாசகரிடம் வேண்டி நிற்கின்றன. ஏனென்றால் இந்த விலங்குகள் யாவும் (குளோப் மற்றும் புத்தரின் தொப்பி தவிர்த்து, ஆனால் அவற்றையும்கூட முழுதாகத் தவிர்க்க வேண்டியதில்லை. அவற்றில் அவ்விலங்குகளின் செயல்பாடுகள் அவற்றின் இயற்கையை நியாயப்படுத்துவதாகவேதான் வெளிப்படுகின்றன) தத்தமக்கே உரிய இயல்பு கெடாமல் பிரபஞ்சத்தில் தங்கள் இருப்பிற்கான நியாயத்தை, உரிமையை, நிலத்திலும் இலக்கியப் பிரதிகளிலும் மனிதனின் ஆக்கிரமிப்பை முன்னிறுத்திச் சுட்டிக்காட்டுவனவாகவே கதைகளில் வெளிப்படுகின்றன. இவை வாசகருக்கு நீதி மொழியாக எதையும் சொல்ல வேண்டியதில்லை. ஆனால் புறா என்பது மருந்தாயும் குரங்கு என்பது உபத்திரவமாயும் மான் என்பது விருந்தாயும் கிளி திருட்டுத்தனமாயும் பாம்பு பகையாயும்

கழுதை சுயஇன்பத்திற்கான கருவியாயும் மனிதனால் சுய அடையாளங்கள் அழிக்கப்படுவனவாக முருகனின் கதைகளில் முன்வைக்கப்படும்போது வாசக மனம் அனிச்சையாகவே பதற்றத்திற்குள்ளாகிறது. ஒரு பிணம் தின்னும் புழுவிற்குக்கூட இந்தப் பிரபஞ்சத்தில் அது பிறந்து வளர்வதற்கான காரணமும் தேவையும் உரிமையும் இயற்கைச் சுழற்சியில் இருக்கிறதுதானே. எனில் இவைகளற்ற கதைகளில் அழிவைக் கொண்டுவரும் இயற்கைச் சீற்றங்களையும் கோபக்கார தெய்வங்களையும் இயக்கம் நின்றுபோன பழைய பொருட்களையும் முருகன் வைப்பதை எதேச்சை நிகழ்வாக எடுத்துக்கொள்ள முடிவதில்லை. இதன் இன்னொரு பகுதியாக மனிதனால் அழிக்கப்பட்டுவரும் பிற உயிரினங்களின் வேறு வழியற்ற அத்துமீறலை முருகனின் சில கதைகள் (குளோப், குரங்குகளின் வருகை, மாயக்கிளிகள், நாய், காண்டாமிருகம், புழு, சாம்பல் நிறத் தேவதை (ஒரு மனிதக் காதலியின் இடத்திற்குள் ஊடுருவுகிறது), புத்தரின் தொப்பி, கானகம் கலையத் தொடங்கியது) படம் பிடிப்பதையும் கணக்கில் எடுத்துக்கொள்ள வேண்டும்.

முருகனின் கதைகளில் விலங்குகள் பறவைகளின் இருப்பை இப்படிப் புரிந்துகொள்வது (2) மற்றொரு காரணியாகிய நகரச் சூழலின் இடத்தை அர்த்தப்படுத்திக்கொள்ள உதவும். ஏனென்றால் பிரபஞ்சத்தில் பிற உயிர்களின் இருப்பு மீதான முருகனின் கதைத்துவ அக்கறைதான் கிராமங்களின் இருப்புக் குறித்தான பிரக்ஞையாக அடுத்த கட்டத்திற்கு வளர்கிறது. முருகனின் கதைகள் கிராமத்துச் சூழலை யதார்த்த வாதக் கதைப் பாணியில் ஒரு புகைப்படப் பிரதியைப்போல சித்தரிக்கும் தன்மை கொண்டவையல்ல. அதில் தனக்கு விருப்பமோ ஈடுபாடோ நம்பிக்கையோ இல்லை என்று முருகனும் தன் நேர்காணலில் சொல்கிறார். அவர் தன் கதைக் கிராமங்களை ஒரு விசேஷமான இடத்தில், நிலையில் வைக்கிறார். அதாவது அவருடைய பெரும்பாலான கதைகளில் இடம் பெறும் நகரச் சூழலின் நனவிலிக்குள்ளோ அல்லது ஞாபகங்களிலோ அல்லது உணர்விலோ அவருடைய கிராமங்கள் உள்பொதிந்து வைக்கப்படுகின்றன. இதில் முக்கியமாக வாசகர் நினைவில் இருத்திக்கொள்ள வேண்டியது என்னவென்றால் இப்படி இன்மையாக இடம்பெறும் கிராமங்கள் முருகன் கதைகளில் ஒருபோதும் நகரத்தின் இருப்புக்கு எதிர்வாக வைக்கப்படுவதில்லை என்பதுதான் (இரண்டாவது மரணம் மற்றும் வழித்துணை ஆகியவை இரு அழகான உதாரணங்கள்). அஃதாவது இந்தக் கிராமங்கள் நகரத்தின் பாழ்த் தன்மையை விமர்சிப்பதற்காகவோ அல்லது தங்களுடைய உன்னதத்தை

விதந்தோதிக்கொள்வதற்காகவோ கதைகளில் இடம் பெறுவதில்லை. சொல்லப்போனால் கிராமம் என்பது ஓர் உன்னதமான நில வெளி என்கிற பிரமையெல்லாம் முருகனின் கதைப் பிரக்ஞையில் இல்லவும் இல்லை. அவை மனிதன் தவிர்த்த பிற உயிர்கள் கதைவெளியில் தங்கள் இருப்பை வாசகருக்கு நினைவுபடுத்தும், மற்றும் அதன் வழியே அதற்கான உரிமையை மௌனமாகப் பிரகடனப்படுத்தும் அளவிற்கே தங்களை வெளிப்படுத்திக்கொள்கின்றன. அதே சமயத்தில் இவை நினைவுகளிலும் உணர்வுகளிலும் மீளும் தருணங்களில் இதற்கு ஆட்படும் கதாபாத்திரங்கள் பதற்றத்திற்கு ஆளாகிறார்கள் என்கிற வகையில் அவை மனிதனால் அழிக்கப்படும் அந்தப் பிற உயிர்களைப் போலவே ஒரு வகையான தவிர்க்கவியலாத அத்துமீறலை நிகழ்த்தும் பண்பைக் கொண்டுவிடுகின்றன. அஃதாவது ஆக்கிரமிப்பிற்கெதிரான அத்துமீறல் எனலாம்.

(3) காலனிய நவீனத்துவ ஆதிக்கக் காலத்தில் மனிதனையும் அவனுடைய விஞ்ஞான அறிவையும் மட்டுமே முன்னிறுத்திப் பேசிக்கொண்டிருந்த யதார்த்தவாதக் கதை சொல்லலால் விளிம்பு நிலைக்குத் தள்ளப்பட்ட கீழைத் தேயங்களின் மரபான கதைசொல்லல் பாணியை இருபதாம் நூற்றாண்டின் இறுதிக் கால் பகுதியில் மீட்டெடுக்கத் தொடங்கிய வரலாறு நமக்குத் தெரியாததன்று. இந்த மாற்றுக் கதை சொல்லல் தன்னியல்பிலேயே மனித மையப் பிரபஞ்சத்தைக் கேள்விக்குள்ளாக்கும் திறனை உள்ளடக்கியதென்பதால் முருகனின் 51 கதைகளில் 21 கதைகள் யதார்த்தவாதப் பாணியிலும் மீதம் 30 கதைகள் மாற்றுக் கதைப் பாணியிலும் இருப்பது ஆச்சரியத்தை ஏற்படுத்துவதாக இருப்பதில்லை. முருகனின் மாய யதார்த்தக் கதை சொல்லல் பாணி என்பது யோவா குமேரிஸ் ரோஸாவின் நதியின் மூன்றாம் கரை சிறுகதையால் பாதிக்கப்பட்டதைப்போல ஒருவிதமான கதைத்துவக் குழப்பத்தை அடிப்படையாகக் கொண்டு இயங்குவது (இரண்டாவது மரணம், ஆற்றோடு போனவன், சாயல், சத்திரம்). மேலும் இவரின் இந்தவகைக் கதைகள் ஒரேமாதிரியான கதைப் பின்னலையும் கொண்டவை. பிற பாணிக் கதைகளைப் பொறுத்தவரை அதில் அவை எவ்வளவு தூரம் கதையாக வெற்றி பெற்றிருக்கின்றன என்பது தனியாக விவாதிக்கப்பட வேண்டிய விஷயம். ஆனால் யதார்த்தவாதக் கதை சொல்லலினூடே இவற்றின் இருப்பும் அவற்றினுள் மரபான கதை வடிவப் பிரக்ஞையின் ஊடுருவலும்தான் மேலே விவரித்த இரண்டு காரணிகளின் நீட்சியாக இந்தக் கதைகளின் செய்தி என்று வாசகர் நிச்சயமாக எடுத்துக்கொள்ள முடியும்.

(4) கூர்ந்து கவனித்தால் நேரடியாகவும் மறைந்தும் பாலியல் வேட்கையின் பல பரிமாணங்கள் விரவிக் கிடக்கும் முருகனின் கதைகளில் அதன் அடிப்படை என்று சொல்லப்பட்டிருக்கிற காதல் என்கிற மனம் சார்ந்த வஸ்து இல்லவே இல்லை என்பதை வாசகர்கள் ஆச்சரியத்துடன் கண்டுபிடிக்க முடியும். பாலியல் வேட்கையை இயல்பூக்கம் என்றும் காதலை மனித இனக் கலாச்சார வளர்ச்சியின் விளைபொருள் (*product*) என்றும் வைத்துக்கொண்டால் முன்னதை உடலுக்கும் பின்னதை மனதிற்கும் இணை வைக்க முடியும். எனில் உடலை இயற்கையின் சிருஷ்டி என்றும் மனதைச் சமூகத்தின் கண்டுபிடிப்பு என்றும் பொருள்கொள்ள, முருகனின் கதைகள் ஏன் இயல்பாகவே காம வயப்படுமளவிற்குக் காதல் வயப்படுவதில்லையென்பது விளங்கும். காமம், குறிப்பாகப் பெண்களின் காமம், இங்கே பிரபஞ்சத்தில் மனிதனைத் தவிர்த்த ஏனைய உயிர்களின் இருப்பினுடைய குறியீடாகவே கதைகளின் போக்கில் வளர்ச்சியுறுகிறது. எனவேதான் காமம் மனித விதிகளுக்குள் அடங்காத இயற்கை வழியில் தன்னை வெளிப்படுத்திக்கொள்ள விழைகிறது. முருகன் கதைகளில் கணவன் மனைவிக்கிடையேயான ஒழுங்கமைக்கப்பட்ட காமம் ஒன்றைத் தவிர்த்து (அப்படி அபூர்வமாக நிகழும் ஒரேயொரு இணையும் விபத்தில் அடிபட்டு அற்பாயுசில் போய்விடுகிறது (சாயல்)) மற்றபடி ஒருதலைக் காமம், பலர்மேல் காமம், சுயகாமம், கள்ளத் தொடர்பு, விலைக் காமம், காலம் கடந்த காமம் என மணவிதிகளுக்கு அப்பாற்பட்டு சாத்தியமுள்ள அத்தனை வகைகளுக்கும் மாதிரிகள் கிடைக்கின்றன. ஆனால் கூர்ந்த அவதானிப்புள்ள வாசகனுக்கு இவை உண்மையில் குறிப்பது காமத்தை அல்ல (அல்லது இவற்றின் நோக்கம் இன்பம் துய்த்தல் அல்ல) என்பதும், மனம் என்கிற அதிகாரத்தால் கட்டப்பட்ட அமைப்பானது உடல்மேல் (இதை மனம் என்கிற வஸ்து வளர்ச்சியுறாத, வெறும் உடல்களாகவே அலையும் ஆறறிவிற்குக் குறைந்த உயிர்கள் என்று எடுத்துக்கொள்ள வேண்டும்) நிகழ்த்தும் ஆக்கிரமிப்பின்மீதான கலகம் என்பதும் புரிந்துகொள்ள முடியாதது அன்று. புழக்கடைக் காமம் ஏன் முருகன் கதைகளில் பெரும்பாலும் பெண்களாலேயே நிகழ்த்தப்படுகின்றன என்பதையும் நாம் இவ்விதமான அணுகுமுறையில் விளங்கிக்கொள்ள வேண்டியிருக்கிறது. மனித மையப் பிரபஞ்சத்தினுள் பிற உயிர்களின் இருப்பு, நகரத்திற்குள் கிராமத்தின் இருப்பு, யதார்த்த வாதப் பெரும் பிரதிப் பரப்பிற்குள் மரபான கதை சொல்லலின் இருப்பு ஆகியவற்றைப் போலவே ஆண்களின் உலகில் பெண்களின் இருப்பும் பௌதீக ரீதியாக விளிம்பு நிலைக்கும் கருத்தியல் ரீதியாகக் கற்பனை நிலைக்கும்

பிரதி ரீதியாக மாய யதார்த்தத்திற்கும் நகர்வதாக இருக்கிறது. மனிதக் குடியிருப்புகளுக்குள் மிருகங்களின் ஊடுருவலை முருகன் என்ன விதமான மனநிலையில் சொல்கிறாரோ அதேவிதமான மனநிலையில்தான் இடம், கிழத்தி, உருமாற்றம், மாயக்கிளிகள் முதலான கதைகளின் பெண் பாத்திரங்களையும் கையாள்கிறார். அதே சமயத்தில் இவள் மனித இருப்பின் இரக்கமின்மையால் காடுகளுக்குள் துரத்தப்படும், கொலையுணப்படும், மருந்தாக்கப் படும், அனாதையாக்கப்படும் உயிர்களையும் நிலங்களையும் பிரதிகளையும் போலன்றி மனதின் இருப்புக்குப் புகலிடம் தரும் அதே அறிவின் தந்திரத்தைப் பயன்படுத்தித் தன் உடலின் இருப்பை வஞ்சகமாகத் தக்க வைத்துக்கொள்கிறாள். இதனால்தான் ஊருக்குள் ஊடுருவும் விலங்குகளைத் திரும்பக் காட்டிற்குள் மனிதனால் விரட்ட முடிவதைப்போல ஆணால் பெண்களைத் திரும்ப அவர்களுடைய ஸ்திதியில் நிறுத்தி வைக்க முடிவதில்லை. அங்கே அவன் பெரும் தோல்வியைச் சந்திக்க நேர்கிறது. முருகனின் கதைகளில் பெண்கள் மிருக இச்சையோடு அதற்கான மிருக யத்தனமும் பிடிபடும் சூழல் வரும்போது மிருக பலமும் இயல்பூக்கமுள்ள தந்திரமும் மிருக உலகின் தார்மீக நியதியும் கொண்டவர்களாக இருக்கிறார்கள். இங்கே கலாச்சாரக் கட்டமைப்புகளான அன்பு, காதல், விசுவாசம், நேர்மை போன்ற அடிமை உணர்வுகளுக்கு ஏது இடம்.

2016

நல்ல வாசகரும் ஒரு புதினமும்

ஒரு நல்ல வாசகர் நிச்சயமாக ஒரு சிறந்த புதினத்தைக் காட்டிலும் அதிகமாகவே விஷயங்களையும் கதைகளையும் தெரிந்து வைத்திருக்கிறார். அவருக்கு அந்தப் புதினம் தன்னில் நிகழ்த்தியிருப்பதைவிடக் கூடுதலான நிகழ்வுகளில் பரிச்சயம் இருக்கிறது. எழுதிக் கொண்டிருக்கும் புதினத்திலேயே கவனம் முழுவதையும் குவித்து வாசிப்பின் எல்லைகளை அதையொட்டிச் சுருக்கிக்கொண்டாக வேண்டிய, நாவலாசிரியனுக்குரிய நிர்ப்பந்தம் ஏதும் அவருக்கு இல்லை. அவர் சுதந்திரமாக, தான் விரும்பிய எவற்றையும், தன் கண்ணில்படும் எதையும், தன்னைப் புத்துணர்வு கொள்ளச் செய்யும் எல்லாவற்றையும் வாசித்துத் தீர்க்கிறார். வாசிப்பின் சாராம்சங்களைத் தன்னுள் சேகரித்துத் தன்னை வளப்படுத்திக்கொள்கிறார். நிச்சயமாகவே அவர் ஒரு புதினத்தைக் கையிலெடுக்கும்போது அது எதைக் குறித்துப் பேசவிருக்கிறதோ அதைக் குறித்து வேறு பல கதைசொல்லிகளும் சிந்தனையாளர்களும் என்ன சொல்லியிருக்கிறார்கள் என்பதை ஏற்கனெவே அறிந்தவராகவேதான் அதை வாசிக்கத் தொடங்குகிறார். ஒரு நல்ல வாசகருக்குப் புதிதாக எதையாவது தன்னால் சொல்லிவிட முடியுமா என்கிற கவலையுடனும் பெரும் சந்தேகத்துடனும்தான் நாவலாசிரியர் தன் கதைப் பிரதியை அவர்முன் சமர்ப்பிக்கிறார். எழுதும் விரல்கள் தனக்கும் வாசிக்கும் விழிகள் எதிராளிக்கும்

வாய்த்திருப்பது மிகத் தற்செயலான விஷயம்தானென்றும் எந்த நேரத்திலும் அஃது இடம் மாறிவிட எல்லாச் சாத்தியங்களும் இருக்கவே செய்கின்றன என்பதும் அவருக்குத் தெரியும்.

ஒரு புதினம் உள்ளூர ஒரு நடுக்கத்துடனேயே (சமயங்களில் அஃது அந்தப் பிரதிக்குக் கொஞ்சம் கூடுதல் அழகைக்கொடுக்கக்கூடச் செய்கிறது) ஒரு நல்ல வாசகரின் கைகளைச் சென்றடைகிறது என்பது எந்த அளவிற்கு உண்மையோ அந்த அளவிற்கு ஒரு நல்ல வாசகர் ஒரு மகத்தான புதினத்தை நடுக்கத்துடன் கைகளில் வாங்கிக்கொள்கிறார் என்பது ஒரு தாய் தன்னை அதட்டும் குழந்தையிடம் அஞ்சுவதைப் போல பாசாங்காக இருக்கிறது. அவருக்கு அந்தப் புதினம் சொல்லப்போவது என்ன என்கிற ஆர்வம் இருக்கிறதேயன்றித் தன் பரந்த வாசிப்பின் பெருஞ்சுமை பூராவற்றையும் அதன்மேல் சுமத்தி அதை நசுக்கிவிடும் அபிப்பிராயம் எதுவும், கதைசொல்லி அஞ்சியதைப்போல, இருப்பதில்லை. ஆசிரியரின் பெயரோ அவருடைய முந்தைய படைப்புகளில் அவர் நிகழ்த்திய சாதனைகளோ அல்லது அடைந்திருக்கக்கூடிய தோல்விகளோ அது அல்லது அவரைக் குறித்துப் பிறர் சொன்ன அபிப்பிராயங்களோ இவற்றில் எதுவுமே ஒரு நல்ல வாசகரிடம் சுட்டிகளாகவன்றி சிபாரிசுகளாகப் பயன்படுவது இல்லை. அவர் அந்த நாவல் பிரதியை வாசிப்பிற்காகத் தேர்வதற்கு ஒரே காரணம் அஃது உள்ளே பேசுவதாகப் பின்னட்டையில் குறிப்பிடப்பட்டிருக்கிற விஷயத்தில் அவருக்கு ஏற்கனவே கொஞ்சம் ஈடுபாடு இருக்கிறது, அல்லது அந்தக் குறிப்பு அவரைப் புதிதாக அந்த விஷயத்தின்பால் ஈர்த்திருக்கிறது என்பதற்குமேல் எதுவும் இல்லை. ஒரு நல்ல வாசகரின் புதினத்துடனான உரையாடல் மௌனத்திலிருந்துதான் துவங்குகிறது என்று பிரதிகர்த்தா நிச்சயமாக நம்பலாம். அது வேறு யாருடனோவான உரையாடலின் தொடர்ச்சி அல்லவே அல்ல. புதினத்தை வாசிக்கும்போதும் ஒரு நல்ல வாசகர் அதைக் குறுக்கே வெட்டிப் பேசுவதில்லை. அவர் அது சொல்வதை அமைதியாகக் கேட்டுக்கொள்கிறார். அதை முழுவதுமாகப் பேச அனுமதிக்கிறார். அதற்கு உதவியாகக் கதையின் முதல் வாக்கியத்தையே அதனுடைய செய்தியென்று தீர்ப்பெழுதி நண்பர்களுக்குத் தெரியப்படுத்திவிடத் துடிக்கும் தன் முகநூல் இத்யாதித் தவிப்பைத் தற்காலிகமாகத் துண்டித்து வைத்துக்கொள்கிறார். புதினம் தன்னை முழுவதுமாக ஊடுருவ அனுமதிக்கிறார். தன்னுடைய மிக மெலிதான ஒரு இடைக் கேள்வியும்கூட நிரந்தரமாகவே அது தன் வாயை அடைத்துக்கொள்ளச் செய்துவிடும் என்பதை அறிந்திருக்கும்

அவர் மிகப் பரந்த மனதோடும் மிகச் சிரமத்தோடும் தன்னைக் கட்டுப்படுத்திக்கொண்டு அது பேசுவதற்குத் தன் முழு ஒத்துழைப்பையும் தருகிறார். பேசி முடிக்கப் பொறுமையாகக் காத்திருக்கிறார். ஒரு புதினம் ஒரு நல்ல வாசகரை இவ்விதமாக அடைகிறது, ஆக்கிரமிக்கிறது; இயங்குகிறது; உள்ளும் புறமுமாகத் தாக்குகிறது; பிறகு ஒரு வழியாக ஓய்ந்து முடிகிறது; மௌனமாகிறது; நிறைவடையும்போது பலவீனமாக இருப்பது மட்டுமல்ல, தன் இயல்பு பலவீனமானது என்பதைப் பிரக்ஞைப்பூர்வமாக உணர்ந்ததாயும் இருக்கிறது. அது தன் கடைசிப் பக்கத்தை வெறித்துப் பார்த்துக்கொண்டிருக்கும் நல்ல வாசகரின் முகத்தைப் பார்த்து அவர் பேசுவதைக் கேட்பதற்காக ஏங்கத் துவங்கிவிட்டிருக்கிறது. கதைசொல்லியின் கற்பனையின் உச்சம் என்று தன்னைப்பற்றிப் பீற்றிக்கொண்டிருந்த அது தன் கடைசிப் பக்கத்திலிருந்து இனி தான் துவங்கவிருக்கும் ஒரு சிந்திக்கும் செயல்பாட்டின் பிரம்மாண்டத்தை முன்னூகித்து அஞ்சுகிறது. தன் பிறப்பின்மீதும் தன்னைப் படைத்தவன்மீதும் சந்தேகமும் கோபமும் சற்று வெறுப்புமேகூடக் கொள்கிறது. பிறக்க இன்னும் சற்று தாமதித்திருக்கலாமோ என்றுகூட எண்ணி அரற்றிக்கொள்கிறது. நல்ல வாசகரின் தீர்ப்பை எதிர்பார்த்துக் காத்துக்கொண்டிருக்கிறது.

ஆனால் தன்மீதான தீர்ப்பை எதிர்பார்த்துக் காத்திருக்கும் புதினப் பிரதிக்கு எதையும் சொல்வதற்கு ஒரு நல்ல வாசகருக்கு அதை மூடி வைத்த பிறகும் எதுவும் இருப்பதில்லை. சற்று முன்புவரை அவர் அது பேசியதைக் கேட்டுக்கொண்டிருந்தார். இப்போது அதன் எதிரொலியைத் திரும்பக் கேட்டுக்கொண்டிருக்கிறார் என்பதற்குமேல் கூடுதலான, நம்பிக்கையூட்டக்கூடிய அசைவு எதையுமே அவர் அந்தப் புதினப் பிரதியின்முன் வெளிப்படுத்துவதில்லை. நல்ல வாசகர் படைப்புடன் தான் முயங்கியதை, அந்த அனுபவத்தை நிதானமாகத் தன் அன்றாடத்தினூடே அசைபோடுகிறார். அஃது அவரை அற்புதமான பல இடங்களுக்குக் கூட்டிச் சென்றிருக்கிறது என்பது உண்மைதான். அஃது ஒரு நீண்ட பயணம். இடங்களைப் பொறுத்து கலவையான உணர்வுகளை அந்த நல்ல வாசகர் அனுபவித்திருக்கிறார். அவை பல. ஓர் இடம் அவரைப் பரவசப்படுத்தியிருக்கிறது; ஓர் இடம் அவரைச் சலிப்பிற்குள்ளாக்கியிருக்கிறது; ஓர் இடத்தில் அவர் முகப்புத்தகத்தை உடனே அணுகுமளவிற்குக் கோபமடைந்திருக்கிறார்; சில இடங்களில் அது குழப்பமாகப் பேசுவதை உணர்ந்து பரிதாபப்பட்டிருக்கிறார்; வேறு சில இடங்களில் தான் பேசுவதைப் புரிந்துகொள்ள அவர் இன்னும

வளர வேண்டுமென்றும் அதையும் தன் மூலமாகவேதான்அவர் நிகழ்த்திக்கொள்ள வேண்டுமென்றும் அந்தப் புதினம் முழங்குவதை இதழோரத்தில் கேலிப் புன்னகையோடு பொறுத்துக்கொண்டிருக்கிறார். ஆம், சந்தேகமில்லாமல் அஃது ஒரு நீண்ட பயணம்தான். அனுபவங்களும் பல திறத்தவைதான். பயணத்தின் முடிவில் அவை யாவும் அவருடைய நினைவில் அழியாச் சுவடுகளாக எஞ்சப் போகின்றன. எஞ்சிய நாட்களில் அவர் அவற்றைத் தன் மனதிலிருந்து மீட்டெடுத்துச் சுவைக்கக் கூடும். சுவைக்கட்டும்.

ஆனால் பயணம் குறித்த ஒட்டு மொத்தமான அவருடைய அபிப்பிராயம் என்ன? சிதறல்களான அனுபவங்களைத் திரட்டிச் செய்யப்பட்ட ஒரு புனைவாக்கத்தின் முழுமை குறித்த அவருடைய இறுதித் தீர்ப்பு என்ன? அதனுடைய சமூகப் பயன்பாடு குறித்துச் சொல்வதற்கு அவருக்கு என்ன இருக்கிறது? கதைசொல்லியுடன் அவர் இனி என்னவிதமான உரையாடலை மேற்கொள்ளப் போகிறார்? அதை எதிர்பார்த்துக் காத்திருக்கிறதே அது. உண்மையில் அது குறித்துத்தான் ஒரு நல்ல வாசகரும் சிந்தித்துக்கொண்டிருக்கிறார். சிதறல்களான அனுபவங்கள் சிந்தனைத் தளத்திலேயே தங்குமென்பதையும் முழுமைதான் செயலாக இறுதி வடிவம் கொள்ளும் என்பதையும் அவரும் அறிந்துதான் இருக்கிறார். எனவே ஒரு கதைப் பிரதியில் முழுமை என்பது கிடையாதென்றோ சிதறல்கள்தான் அதன் செய்தியென்றோ தனக்குத்தானே சொல்லிக்கொண்டு திருப்தியடைந்துவிட அவரும் தயாராக இல்லைதான். அவர் தானும் பதிலுக்கு அந்தக் கதைசொல்லிக்கு ஏதாவதொன்றைச் சொல்லிவிடவேதான் அவாவுகிறார். அதன் வழியே தான் அடைந்த அனுபவங்களை மீள்பார்வை செய்கிறார். அவற்றில் ஏதோ ஒன்று மற்ற அனுபவங்களைவிடக் கூடுதலாகத் தன்னைத் தாக்கி அலைக்கழித்திருப்பதை நினைவு கூர்கிறார். அல்லது அது குறித்த தொடர்ச்சியான சிந்தனையில் அந்த எஞ்சி நிற்கும் அனுபவமேதான் பலப்பல அனுபவச் சிதறல்களாக மாறிக் கதைசொல்லலின் அழகியலாகப் பக்கங்கள் முழுவதிலும் இறைந்து கிடக்கிறதோ என்றும் சந்தேகம் கொள்ளத் துவங்குகிறார். புனைவினூடான பயணத்தின் இறுதியில் ஒரு கோபம் அல்லது வருத்தம் அல்லது உவகை அல்லது அருவருப்பு அல்லது சலிப்பு அல்லது வலி என்று ஏதோ ஒன்று, ஒரு கசடாகத் தன் மனதில் மற்ற அனுபவங்களை மேவியும் தன்னை வெளிக்காட்டிக் கொள்ளாமல் மறைந்தும் நிற்கிறதே, என்ன அது? ஆக ஒரு நல்ல வாசகர் தன் வாசிப்பின் முடிவில் தேடத் துவங்குவது அந்த மறைபொருளைத்தான்.

எனவே அவர் மீண்டும் கதையினூடே தன் பயணத்தை மேற்கொள்ளத் தொடங்குகிறார். இது திரும்பக் கதையை வாசித்தலாக இருக்கலாம். அல்லது தீவிரமாக அதன் பக்கங்களை அசைபோடுவதாயும் இருக்கலாம். ஆனால் பெரும்பாலும் ஒரு நல்ல வாசகர் தன் நோக்கத்திற்காகப் புதினப் பிரதியைத் திரும்ப வாசித்துப் பார்க்கவே விருப்பம் கொள்கிறார். ஆனால் முதன்முறை பயணப்பட்ட அதே பழைய வழியில் அன்று. இந்த முறை அவர் அந்தப் புதினம் சொல்லும் கதை குறித்து அவ்வளவாக அலட்டிக்கொள்வதில்லை. அல்லது அதைப் பொருட்படுத்துவதேயில்லை என்றுகூடச் சொல்லிவிடலாம். அதை இரண்டு பக்கங்களில் கதைச் சுருக்கமாகக்கூட வாசித்துவிட முடியும்தான். கதையல்ல அந்த மறைந்து நிற்கும் அனுபவம். ஓர் இரண்டு பக்கக் கதையைப் பல நூறு பக்கப் புதினமாக மாற்றும் கதைசொல்லியின் கற்பனை, புதினத்தின் கதையல்லாத பிற அம்சங்கள், அது பாத்திரங்களின் உருவாக்கமாக இருக்கலாம், சூழல் பற்றிய விவரணையாக இருக்கலாம், கதை நிகழும் காலக்கட்டமாக, கதைக்களமாக இருக்கலாம், கதையைப் பிரித்துப் பிரித்துப் புதினம் முழுக்க விரவி வரும்படி நிகழ்வுகளினிடையே போதுமான இடைவெளியை உண்டாக்குவதற்காகக் கதைசொல்லி உருவாக்கிச் செல்லும் உப கதைகளாக இருக்கலாம், முடிவை ஒத்திப் போடுவதற்காகத் தொடர்ந்து அவர் உருவாக்கிக்கொண்டேயிருக்கும் மர்ம முடிச்சுகளாக இருக்கலாம். இவற்றில் ஏதோ ஒன்றில் அல்லது இவற்றை உருவாக்கும் அடிப்படைக் கட்டமைப்பில் ஒளிந்திருக்கிறது அந்த மறையுணர்வு. ஒரு கதைசொல்லியைவிட அதிகம் வாசித்திருப்பவரும் அதே சமயத்தில் சுயப் பிரதாபங்களால் புதினப் பிரதியை வீழ்த்திவிடுவதற்காகவே அதை அணுகும் உத்தேசமெதுவுமில்லாத பெருந்தன்மையான குணம் கொண்டவருமான ஒரு நல்ல வாசகர் ஒரு கதையைப் புதினமாக உருப்பெருக்குவது கதைசொல்லியின் புறத்தே செயல்பட்டு அவருடைய தன்னிலையைக் கட்டமைக்கும் சமூகம் எனவும் கதை என்பதோ தன் தனித்துவத்தால் சமூகத்தைக் கட்டமைக்க அவாவும் ஒரு தனிமனிதனுடைய யத்தனம் அல்லது தவிப்பு எனவும் அறிந்திருக்கிறார். எனில் கதைசொல்லல் என்பது தன்னைக் கட்டமைக்க முன்னும் ஒரு சூழலைத் தான் விரும்பும் லட்சியச் சூழலாகத் தன்னால் கட்டமைத்துவிட முடியுமா என்பதை முயன்று பார்க்க விரும்பும் ஒவ்வொரு தனிமனிதனுடைய செயல் ரீதியான வெளிப்பாடேயன்றி வேறென்ன? எனில் இந்தத் துவந்தத்தில் கதைசொல்லி வென்றானா அல்லது குறைந்த பட்சப் பாதிப்பையாவது புதினத்தில் நிகழ்த்த அவனால் முடிந்ததா அல்லது அதற்கான எத்தனமாவது அவன்

புதினத்தில் நடந்திருக்கிறதா என்று பரிவோடு பார்த்து அதை அவனுக்குச் சொல்வதன்றோ ஒரு நேர்மையான வாசிப்பின் நோக்கமாக இருக்கும் என நினைக்கிறார் ஒரு நல்ல வாசகர்.

தன்னைப் புளகாங்கிதப்படுத்திக்கொண்டிருந்த கதை வெளியில் உண்மையில் நிகழ்ந்துகொண்டிருப்பது சுவாரஸ்யமான கதைசொல்லல் அன்று, மாறாக அஃது ஒரு சமூகத்திற்கும் தனி மனிதனுக்குமிடையிலான ஜீவமரணப் போராட்டம் என்கிற இவ்விதமான புரிதல் ஒரு நல்ல வாசகரின் பிரக்ஞையில் உறைத்ததுமே அவருடைய மறுவாசிப்பின் தன்மை மாறித்தான் போகிறது. அவர் நாம் முன்பே சொன்னதைப்போல கதையை ஒரு மிட்டாயைச் சுவைப்பதைப்போல சுவைத்துச் சப்புக்கொட்டிக்கொண்டிருப்பதை விட்டுவிட்டு இரண்டு பக்கங்களில் அதைச் சொல்லவிடாமல் கதைசொல்லியைக் கணிசமான காலவெளியில் பல நூறு பக்கங்களுக்கு விரட்டிக் கொண்டேயிருந்த அந்த, அழகியல் என்று சொல்லப்படுகிற, கதையின் சூழல் எது என்பதைக் கண்டுபிடித்து அதைக் கதைசொல்லிக்குத் தெரியப்படுத்திவிடும் புனிதப் பணியில் தன்னை ஈடுபடுத்திக்கொள்கிறார். கதையின் நடுவே செயல்படும் அந்தச் சூழல் எது? சாதியமா? இன வாதமா? தேசிய வாதமா? ஆண் மையமா? பெண்ணியமா? மத வாதமா? நிலப் பற்றா? கட்சி வெறியா? வர்க்கச் சார்பா? ஞானத் தேட்டமா? குடும்ப அமைப்பின்மீதான நம்பிக்கையா? எது அது? அதுதான் அந்தப் புதினத்தின் சாராம்சமாய்த் தன்னுள் வந்திறங்கிய அனுபவ முழுமை. அந்த நல்ல வாசகருக்கு இப்போது புதினப் பரப்பில் எதைத் தேட வேண்டுமென்கிற வெளிச்சமும் கிடைத்துவிட்டது. அவர் கடுமையாக உழைக்கத் தொடங்கிவிட்டார். அதுவரையில் புதினத்தின் பக்கங்களில் கரைந்து மறைந்துகொண்டிருந்த அவருடைய தேடலுக்கான தரவுகள் இப்போது ஆங்காங்கேயிருந்து அவரைப் பார்த்துக் கண் சிமிட்டவும் தொடங்கிவிட்டன. சிதறிக் கிடக்கும் அவற்றை அந்த நல்ல வாசகர் ஒன்றாகச் சேகரித்துக் கோவையாக்கி அந்தத் தொகுப்பைப் புதினத்தின் அழகியலாகக் கட்டமைக்கும் ஆழத்திற்கு மேலும் ஊடுருவிச் செல்கிறார். அந்தப் புதினப் பிரதியிலிருந்து மட்டுமன்றி அதற்கு வெளியில் பிற புனைவுகளிலிருந்தும் அ-புனைவுகளிலிருந்தும் தன் கண்டுபிடிப்பை நியாயப்படுத்தும் தரவுகள் அவருக்குத் தேவைப்படுகின்றன. அவர் அயர்ந்து போகாமல் அவற்றினூடும் பயணிக்கிறார். ஆழத்திற்குச் செல்லச் செல்லத் தன் பார்வை வலுப்படும் நிச்சயம் குறித்தும் படைப்பாளிக்குச் சொல்ல இப்போது தனக்கும் சில இருக்கிறது என்கிற நம்பிக்கையும் அவரைப் பரவசத்திலாழ்த்துகிறது. புதினத்தின் ஒவ்வொரு

பக்கத்தையும் நுணுகி வாசிக்கிறார். உலக இலக்கியங்களின் பக்கங்களோடு அவற்றை ஒப்பிட்டு அதன் இடத்தை (தகுதியை அல்ல) ஆராய்கிறார். அதன் கதையைத் தவிர்த்துப் பிற யாவற்றையும்தான். எது அந்தப் புதினத்தைப் பல நூறு பக்கங்களுக்கு விரியச் செய்கிறது? அவருக்கு உதவப் பல ஆய்வு முறைகள் எழுதப்பட்டிருக்கின்றன. அவர் மிகுந்த சிரத்தையோடு அவற்றைக் கிரகித்துச் சிலவற்றை அந்தப் புதினப் பிரதியோடு இணைக்கிறார். சிலவற்றை விலக்குகிறார். வார்த்தைக் காட்டின் நடுவில் மறைந்திருந்து தன்னைத் தாக்கும் அந்த இறுதி உணர்வு என்ன என்பதை அறியும் பயணத்தினூடே ஒரு நல்ல வாசிப்பு என்பதன் மெய்யான அர்த்தம் கதையிலிருந்து பெற்ற கதையனுபவத்திற்கப்பால் மேலதிக அனுபவமாக அவரை இவ்விதம் வந்தடைகிறது. பிரதியின் வார்த்தைகளைப் பிடித்துக்கொண்டு நாவலாசிரியர் தன் கதைக்காக மேற்கொண்ட கள ஆய்வுகளுக்குள்ளும் தனிப்பட்ட குடும்பச் சூழல்களுக்குள்ளும் தானும் பின்னோக்கிச் சென்று பார்ப்பதல்ல அந்த வாசிப்பின் தன்மையும் நோக்கமும். மாறாகப் பலப்பல களங்கள், வாழ்முறைகள், நூல் பிரதிகள் இவற்றினிடையே ஒரு குறிப்பிட்ட களம், மனிதர் வாழ்முறை, நூல்கள் இவற்றை நோக்கி அந்தக் கதைசொல்லியைச் செலுத்திய, அவருடைய அழகியல் பார்வை எதை நோக்கிக் குவிந்தது என்பதை ஆராய்வதே அதன் இலட்சியம். சரியாகச் சொல்ல வேண்டுமானால் ஏற்கனவே எழுதப்பட்டுவிட்ட ஒரு புதினத்தின்மேல் அதை எழுதியவரின் உழைப்புக்கு இணையான உழைப்பைச் செலுத்தி அந்தக் கதையைத் தானும் எழுதிப் பார்ப்பதன்று ஒரு நல்ல வாசகரின் பணி. மாறாக அந்தப் பிரதியை ஒரு நிமித்தமாகக் கொண்டு தனக்கான வேறொரு பிரதியைப் புதிதாகப் படைத்துக்கொள்ளும் எத்தனம்தான் அது. அதன் பொருள் அந்த வாசிப்பு அந்தப் பிரதிக்கு எதிரானதாகத்தான் எப்போதும் இருக்கும் என்பதும் அன்று. தன் ஆளுமையின் வெளிப்பாடான கதை என்பது மறுவாசிப்பில் ஒரு நல்ல வாசகரின் ஞாபகத்திலிருந்து தொலைந்து போயிருப்பது குறித்து பிரதிகர்த்தா அச்சப்பட வேண்டிய அவசியமுமில்லை. ஒரு நல்ல வாசகர் அந்தக் கதைசொல்லியின் சமூகத்துடனான ஜீவமரணப் போராட்டத்தை முன்னிறுத்தி அவர் மீது எப்போதும் பரிவு கொண்டவராகவேதான் இருக்கிறார். அவர் செய்ய முனைவதெல்லாம் பக்கங்களின் பெருக்கம் குறித்த ஓர்மையை பிரதிகர்த்தாவின் பிரக்ஞையில் பதிய வைப்பது மட்டுமே என்பதை அவர் கண்டிப்பாக நம்பலாம். அல்லது அந்தப் பல நூறு பக்கங்களையும் எப்படிக் கதைகளாலேயே நிரப்புவது, அதாவது அழகியல் என்பதைக் கதைசொல்லலைத் தள்ளிப்

போடுவதாக இல்லாமல் கதைகளாகவே மாற்றும் தந்திரத்தைச் சொல்லித் தருவது.

ஒரு நல்ல வாசகர் ஒரு புதினத்தை இவ்விதமாகத்தான், இந்த நோக்கத்தோடுதான் வாசிக்கிறார். இறுதியில் அவர் தன் கடும் உழைப்பில் வெற்றியும் காண்கிறார். அவர் இப்போது தன் கையில் அந்தப் புதினப் பிரதியை வைத்திருக்கிறார். அஃது அந்தக் கதைசொல்லலை முன்வைத்துத்தான் எழுதப்பட்டது. ஆனால் அது தூலமாகச் சொல்லும் எதுவுமே, அதன் கதை மாந்தர்கள் களம் சூழல் எதுவுமே, அந்த நல்ல வாசகரின் பிரதியில் காணக் கிடைப்பதில்லை. அது ஒரு மாயாஜாலம்போலத்தான் நிகழ்ந்திருக்கிறது. அவர் தன் தொண்டையைக் கனைத்துக்கொண்டு பிரதிகர்த்தாவிடம் இப்போது சொல்லவிருக்கிறார்: "உங்கள் புதினம் உண்மையில் பேசுவது நீங்கள் சொல்வதாக நினைத்துக்கொண்டிருக்கும் உங்கள் கதையை அன்று, இதைத்தான் பேசிக்கொண்டிருக்கிறோம் என்பதை நீங்களே அறியாத, அறிந்துகொள்ளவியலாத, ஆனால் ஒரு நல்ல வாசிப்பிற்குள் பிடிபட்டுவிடக்கூடிய வேறொரு 'இதைத்' தான்."

ஆனால் ஒரு நல்ல வாசகர் தன் கண்டுபிடிப்போடு பிரதிகர்த்தாவை நோக்கித் தன் வாயைத் திறக்கும் சமயத்தில் மன்னிக்க வேண்டும் என்றொரு குரல் அவரைத் தன் ஸ்திதியிலிருந்து நகர்த்துகிறது. அவர் தன்னை நகரச் சொன்னவரை நோக்கி அவர் யாரென்று உசாவுகிறார். அந்த இன்னொருவர் தன்னை இவ்விதம் அறிமுகப்படுத்திக்கொள்கிறார்: "நான் இந்தப் புதினத்திற்கான ஒரு நல்ல வாசகர், எனக்கு ஒரு நல்ல வாசிப்பனுபவத்தை ஈந்த இந்தக் கதைசொல்லிக்குப் பிரதியுபகாரமாகச் சிலவற்றைச் சொல்ல வந்திருக்கிறேன்."

"ஆச்சரியம். நானும் ஒரு நல்ல வாசகர்தான். நானும் இதே காரணத்திற்காகத்தான் இவ்விடம் வந்திருக்கிறேன். உங்களைச் சந்தித்ததில் மெத்த மகிழ்ச்சி."

"ரொம்ப நல்லதாய்ப் போயிற்று. எனில் நாம் இருவரும் சேர்ந்தே கதைசொல்லியிடம் அவருடைய கதையை ஒரு புதினமாக விரிப்பது அவருடைய சாதியம் சார்ந்த மனப்பதிவுகள்தான் என்பதைச் சொல்லிப் புரியச் செய்வோம்."

நம்முடைய பழைய நல்ல வாசகர் முகத்தில் குழப்பம் படர்கிறது. "செய்யலாம்தான். ஆனால் அவருடையது ஒரு ஆண்மைய வாதப் பிரதியாயிற்றே. அதில் எங்கே சாதியம் வருகிறது" என்று கேட்கிறார் அவர்.

பா. வெங்கடேசன்

“சாதியத்திற்கும் ஆண்மையத்திற்கும் ஓர் ஆராயத்தக்கத் தொடர்பு இருக்கிறது என்று சொல்லலாம்தான். ஆனால் ஆண் மையத்தைப் பிரதிநிதித்துவப்படுத்தும் சொல்லாடல்கள் அந்தப் புதினத்தில் எங்கேயுமே கிடையாதே. அவை யாவும் சாதியம் குறித்த குறியீடுகள் மட்டுமேதானல்லவா நண்பரே?”

“மன்னிக்கவும். நீங்கள் புதினத்தைத் தவறாகப் பிரதிப்படுத்தி யிருக்கிறீர்கள். அது ஓர் ஆண்மைய வாதப் பிரதிதான்.”

“இல்லை. அது ஒரு கறாரான சாதியப் பிரதி.”

“நீங்கள் இருவருமே புதினத்தைத் தவறாக வாசித்திருக்கிறீர்கள் நண்பர்களே. அதில் நிரம்பிக் கிடப்பது வர்க்கப் பார்வை. அதற்குச் சாதியமும் பாலியமும் கிடையவே கிடையாது. நன்றாக மறுபடி ஒருமுறை வாசித்துப் பாருங்கள்.”

இரண்டு நல்ல வாசகர்களும் குரல் வந்த திசையை நோக்கித் திரும்புகிறார்கள். அங்கே நின்றுகொண்டிருக்கிறார் மற்றுமொரு நல்ல வாசகர். அது மட்டுமல்ல, அவருடைய தலைக்குப் பின்னே இப்போது இன்னும் பல தலைகள் வரிசையில் நின்றுகொண்டிருக்கும் காட்சியும் அவர்களுடைய கண்களில் துலங்குகிறது. சந்தேகமில்லாமல் அவர்களத்தனை பேருமே நல்ல வாசகர்கள்தான். அவர்கள் தங்களுடைய குதிகால்களில் எழும்பித் தங்கள் பிரதிகளை அடுத்தவருடையதைவிட நன்றாகத் தெரியும்படி உயர்த்திப் பிடிக்கிறார்கள். அவர்களுடைய குரல்கள் உரத்து ஒலிக்கின்றன. ஒன்று கலந்து குழம்புகின்றன. விட்டுக்கொடுக்காமல் பேசுகின்றன. அந்தக் குரலில் எதுவுமே பொய்யில்லை. அனைத்தும் உண்மைகள்தான். அனைத்துமே நல்ல வாசிப்புகள்தான். உண்மை என்பது ஒற்றைப் பரிமாணம் உடையதன்று என்கின்றன புதிய அளவுகோல்கள். “நாவலாசிரியர் என்ன சொல்கிறாரென்கிற கவலை உங்களுக்கெதற்கு? நீங்கள் அதிலிருந்து என்ன பெற்றுக்கொண்டீர்கள் என்பதுதான் முக்கியம். உங்கள் அனுபவம்தான் உண்மை. அதைக் கையிலெடுத்துக் கொண்டு திரும்பிச் செல்லுங்கள்” என்று அறிவுரைக்கிறது பின்நவீனத்துவம்.

“அப்படியானால் இந்தக் கதைசொல்லி யாரென்பதை, இந்தப் புதினம் எந்த மரபின் வழிவந்த அழகியலால் கட்டமைக்கப்பட்டது என்பதை, அவருக்குத் தெரியப்படுத்த வேண்டாமா?” என்று கேட்கிறார்கள் அந்த நல்ல வாசகர்கள்.

“தேவையில்லை. அந்தப் பிரதியிலிருந்து நீங்கள் தெரிந்துகொண்டதெல்லாம் நீங்கள் யாராக இருந்து இதை

வாசித்திருக்கிறீர்கள், உங்கள் வாசிப்பின்மேல் எந்த அழகியலின் கண்ணாடி வந்து பொருந்தி அந்த நிறத்தில் அந்தப் புதினத்தைக் காட்டியிருக்கிறது என்பதைத்தான்." என்று பதில் சொல்கிறது பின்நவீனத்துவம்.

"பின் இந்தப் புதினப் பிரதி என்னதான் சொல்கிறது?"

"எதையும் இல்லை. அது இருக்கிறது, அவ்வளவுதான்."

"பின், கதையை மறந்துவிடுங்கள். ஆசிரியர் இறந்து விட்டாரென்று முழங்கித்தானே இந்த நூற்றாண்டைத் துவங்கினோம்." என்று பரிதாபமாக வினவுகிறார்கள் அந்த நல்ல வாசகர்கள்.

"ஆசிரியர் இறந்துவிட்டாரென்று துவங்கிய எல்லா முழக்கங்களுமே துரதிர்ஷ்டவசமாக அவர் எல்லாமாக இருக்கிறாரென்றுதான் முடிகின்றன. என்ன செய்வது" என்கிறது பின் – பின்நவீனத்துவம்.

(24.07.2016 அன்று சித்தன்னவாசல் பூங்கா வெளியில் தஞ்சை 'எழுத்தாளி' இலக்கிய அமைப்பால் ஏற்பாடு செய்யப்பட்டிருந்த தாண்டவராயன் கதை மீதான வாசகர் உரையாடல் நிகழ்ச்சிக்காக எழுதப்பட்டு வாசிக்கப்பட்ட கட்டுரை.)

2016

மூன்று நகரங்களின் கதை

(கோணங்கியின் 'த')

கோணங்கியின் சமீபத்திய நாவலின் தலைப்பான த என்பது உத்தேசமாக தஞ்சாவூர், தனுஷ்கோடி மற்றும் தயாக் பட்டினம் என்கிற மூன்று நகரங்களைக் குறிப்பதாக அமைந்த அவற்றின் முதலெழுத்து. த இசை, த அணங்கு, த விருட்சம், த ஆமை, த ஆறு, த நாயனம், த நடனம் என்று கோணங்கி பலப்பல இடங்களில் மாற்றி மாற்றிச் சொல்லிக்கொண்டே போகிறவைகளை இந்த மூன்று நகரங்களின் பின்னணியில் இருத்திப் புரிந்துகொள்வது ஓரளவிற்குத் திருப்தியான வாசிப்பைத் தருகிறது. இந்த மூன்று பட்டணங்களில் தயாக் பட்டணம் ஆழிச் சீற்றத்தில் அகப்பட்டுக் கடலடியில் புதைந்தே போய்விட்ட ஒரு மிகத் தொன்மையான நகரம். தனுஷ்கோடி புயலால் தாக்கப்பட்டு ஒரு பேரழிவின் சாட்சியாகக் கரையில் பார்வைக்கு எஞ்சி நிற்கும் நகரம். தஞ்சாவூரைப் பொறுத்தவரை அந்தப் பட்டணத்தின் கதையோடு கோணங்கி 1970கள் வரை அதன் தலைநகரமாயிருந்த நாகப்பட்டினத்தின் கதையையும் இணைத்துக்கொண்டு அதற்கும் ஒரு கடற்கரை நகரமென்கிற படிமத்தைக் கதையில் கொடுக்க முயற்சித்திருக்கிறார் (தஞ்சை மாவட்டம் என்பதாக). அந்த வகையில் மூன்றாவது த இன்னும் முதலிரு பட்டணங்களின் துரதிர்ஷ்டத்திற்கு ஆளாகாத ஆனால் அந்த அபாயத்தின் விளிம்பில் நிற்கும் ஒரு நகரம். அல்லது இப்படிச் சொல்லலாம்: த என்பது கடலில் மூழ்கிய நகரம், கடலில் மிதக்கும் நகரம், கடற்கரையில் இருக்கும் நகரம் ஆகிய மூன்று நகரங்களின் கதை.

தயாக்குப் பட்டணம் அந்நிலத்தின் பூர்வகுடிகளின் பெயரால் அழைக்கப்படுகிறது. அவர்களுடைய பூர்வீகத் தோற்றம், அவர்களுடைய மீன்தன்மை, கடல் தேவதையான யேயாவின் சாபத்தால் கடல் தயாக்குகளாயும் நிலத் தயாக்குகளாயும் பிரிந்து கடலோடிகளாயும் கடற்கொள்ளைக்காரர்களாயும், கன்னக்கோல் திருடர்களாயும் மாறுதல், அவர்களுடைய த அணங்குத் தெய்வம், திசைச்சொற்கள் நிரவி வரும் அவர்களுடைய வினோதமான காஸாது மொழி, கபாலங்களைச் சேகரிக்கும் பழக்கம், ஐரோப்பியர்களின் கடல்வழிப் பயணங்களுக்குப் பிறகு கிறித்தவத்திற்கு மதமாற்றம் செய்யப்படுதல் உள்ளிட்ட தயாக்குகளுடைய கலை கலாச்சார வரலாறு பல அத்தியாயங்களுக்குத் தொடர்ந்து காலனிய ஆட்சியில் அடக்கப்பட்டு வித்தைக் கூடாரங்களில் பிழைப்பு நடத்துதல் மற்றும் தனுஷ்கோடிக் கடற்கரையில் உப்பு விடுதி நடத்துதலில் முடிவிற்கு வருகிறது.

நாவலின் இரண்டாவது த வான தனுஷ்கோடி அங்கு வந்து சேரும் அகதிகளாலும் அந்தநிலம் புயலில் அழிந்த கதையாலும் அடையாளப்படுத்தப்படுகிறது. இது பொதுவாகவே கோணங்கியின் கதைப் பிரதிகளில் அதிகம் காணப்படும் ஒரு பகுதி. த வில் இந்த முறை இலங்கை அகதிகளோடு பர்மா அகதிகளும் சேர்ந்துகொள்கிறார்கள். பர்மா அகதிகளின் வழியே (தினகரன், கேப்டன் வீரபத்ரன்) தயாக்குகளின் வரலாறுக்குச் செல்வதைப்போல இலங்கைப் போராளிகள் மற்றும் அகதிகளின் வழி (ஒற்றைக்கண் ஆசான், தனு மற்றும் அவள் தகப்பன் எல்லாளன்) இலங்கையின் அரக்கர் குலத்திற்கும் கதை நீள்கிறது. அரக்கர் குலம் திராவிட வேர் கொண்டது என்கிற பார்வையில் இராவணன், சூர்ப்பனகை, கும்பகர்ணன் ஆகியோருடைய கதைகள் மறுவாசிப்புக்கு உட்படுத்தப்படுகின்றன. இராவணனின் பிரியத்திற்குரிய ராகமான தோடியை நாவல் தொடும்போது தமிழனுடைய இசை மரபை விவரிக்கும் அத்தியாயங்களை விரிப்பதற்கும் வளமான இசை மற்றும் நடனக் கலைஞர்களை உருவாக்கிய த வின் மூன்றாவது நிலமான தஞ்சாவூரை நோக்கிப் பஞ்சம் பிழைக்க நகர்ந்து செல்லும் நெல்லைச் சீமையின் கரிசல்வாசிகளோடு நாவலும் நகர்வதற்கு ஒரு முகாந்திரமும் கிடைத்துவிடுகிறது (அல்லது பின்னதிலிருந்து முன்னதற்கு).

தஞ்சாவூரைப் பொறுத்தவரையில் த அங்கே இரண்டு விதமான கதை சொல்லல்களாகப் பிரிகிறது. ஒன்று, தஞ்சையின் ஒரு பகுதியாயிருந்த நாகப்பட்டினத்தில் முன்பு செழித்திருந்த நாகர் இனத்தவர்களுடைய பூர்வகதை, பௌத்த மடாலயங்களின் செழிப்பு, பெண் துறவிகளின் தனிமைப் பாடுகள், அவர்கள்

கூந்தலை மழித்துக்கொள்ளல், நாகர் இளவரசி கிளிமாந்தா, சுலுக் இனத்தவர்களுடைய கலப்பால் நிலாக் கால இரவுகளில் நாகர்களடையும் தாவர உருமாற்றம், நொச்சியர்களுடனான உறவால் மூன்றாம் பாலினம் உருவாதல் (அந்த வழித்தோன்றலான, சரபோவின் ஆட்சிக்காலத்தில் அரண்மனைப்பணி செய்யும் திருநங்கை எரிதா வாழப்பிடிக்காமல் கள்ளத் துப்பாக்கியால் தன்னைச் சுட்டுத் தற்கொலை செய்துகொள்கிறாள்), அவர்களுடைய தாவரவியல் அறிவு, அலிகளாக மாற்றும் மருத்துவமுறை, கந்தமானத பர்வதத்தில் ஆர்யா நாகா சமர் மற்றும் தமிழ் பௌத்த சமணக் காப்பியக் காட்சிகள் ஆகியவை இணைந்த பழைய வரலாறு. மற்றொன்று தஞ்சாவூர் ஜில்லா முழுவதும் பரவிக் கிடக்கும் பல்வேறு கிராமங்கள், கோவில்கள், குகைகள், நதிக்கரைகளில் கோணங்கி நேரடியாகவே அலைந்து திரிந்து சேகரித்த அதன் இயல், இசை, நாடக, சித்திரச் செழிப்பு (வீணை தனம்மாள், தஞ்சை பாலசரஸ்வதியின் வாழ்க்கை வரலாறுகள், சரஸ்வதிமகால் பற்றிய விவரணைகள், சித்தன்னவாசல் விஜயம், கோரக்கச் சித்தர் கோவிலுக்குச் சென்று வந்தது, வள்ளலார் பற்றிய சிந்தனைகள் இத்யாதி) விவசாயம், சமகால வாழ்க்கை முறை (பழைய சதிர், நாயன, கலம்காரி, கூத்துக் கலைஞர்களின் இன்றைய நிலை) காவிரியின் பரிதாப நிலை ஆகியவை குறித்த, கிட்டத்தட்ட பயணக் குறிப்புகள் என்று சொல்லத்தக்கதான விவரிப்புகள் (உண்மையில் கோணங்கியின் ஆகிருதியும் அவதானிப்பும் மொழியும் பிரமிக்கத்தக்க அளவில் வெளிப்பட்டிருக்கும் பகுதிகள் தஞ்சை மண் குறித்த இந்தப் பகுதிகளில் நிரம்பி வழிகின்றன).

கோணங்கியின் கதை உலகத்தை அடைய அவருடைய மொழி என்கிற நெருப்பு வளையத்தைத் தாண்ட வேண்டியிருக்கிறது. தீக்காயங்களை விரும்பத் தொடங்குவதுதான் அதைத் தாண்டும் ஒரே வழியாயும் இருக்கிறது ("நீ மரமாக மாறாவிடில் கிளிகளைப் பிடிக்க முடியாது" – பிதிரா). உண்மையில் என்ன நடக்கிறதென்றால் கோணங்கியை வாசிக்கத் தொடங்கும் வாசகன் முதல் நூறு பக்கங்கள்வரை அவருடைய பிரசித்தமான வாக்கியப் பிழைகளை ஒரு மானசீக எழுதுகோலால் அடிக்கோடிட்டுத் திருத்திக்கொண்டே வருகிறான். ஒரு எல்லைக்குப் பிறகு அதன் பெருக்கம் அடிக்கோடிடும் வேலையை அசாத்தியமாக்கிவிட எழுதுகோலைக் கீழே வைத்துவிடுகிறான். மேலும் கொஞ்சம் பக்கங்கள் கடந்த பிறகு இந்தச் சொல்முறையில் பரிச்சயமும் புரிதலும் உண்டானதுபோல் இருக்க, பாதி நாவலைக் கடந்த சமயங்களில் அதன்பால் லேசான ஈர்ப்பும்கூட ஏற்படத் தொடங்கிவிடுகிறது. நாவலின்

இறுதி அத்தியாயங்களை எட்டும்போதோ அவற்றைத் திருத்த முனைவதென்பதே அபத்தம் என்றும் குற்றம் என்றும் தோன்றவாரம்பித்துவிடுகிறது. உதாரணமாக நாவலிலிருந்து ஒரு வாக்கியத்தை எடுத்துக்கொள்வோம். அதன் விளக்கம் இதுதான்: 'கல்கத்தா விடுதியிலிருந்து நான் மீண்டும் பயணம் செய்யும் மனநிலையில் இருக்கிறேன். ஆனால் என்ன செய்வதென்று குழப்பமாக இருக்கிறது. வடகிழக்கு ரயில்கள் அறையைக் கடந்துகொண்டிருக்கின்றன. அவை நிலக்கரி ரயில்கள். நிலக்கரி இருட்டின் நிறமாய் இருக்கிறது. அறையினுள்ளும் என்னுள்ளும் மண்டியிருக்கும் சூழலை நிறமும் அலைவும் பிரதிபலிக்கிறது'. இதைக் கோணங்கி சொல்லும் விதத்தைப் பாருங்கள்: "எனது பதேர் பிரதர்ஸ் விடுதி 111 வது அறையில் இருந்து வடகிழக்கு ரயில்களைப் பார்க்கலாம். அவை நிலக்கரியின் இருட்டோடு மூழ்கியிருந்தது." (பக்: 46). புறவுலகம் அகவுலகைப் பிரதிபலிக்கும் விதத்தை இதைவிட அழகாக இலக்கண சுத்தமான ஒரு வாக்கிய அமைப்பால் கொடுத்துவிட முடியுமா. இந்த விதமாகவே மேலும் கொஞ்சம் மாதிரிகள்:

"குருதி அலறியது உடையெங்கும்". (பக்: 163)

"தனுஷ்கோடியை நோக்கி புகைவண்டியில் இலங்கைக்குப் போகும் சுதேசிகளும் நாடகக்காரர்களும் முடிவடையும் இடத்தில் இறங்கினார்கள்". (பக்: 236)

"கடலில் கண்ட வெகுகாலம் இருக்கும் யேயா அவள்தானோ". (பக்: 548)

"மச்சுச்செட்டி பேத்தி நீலா. தூக்கிப்போய் காணாத்தாலி கட்டி எத்தனையோ கப்பல்காரர்கள் ஆசைப்பட அவள் கழுத்து மச்சம் சீர்மை". (பக்: 614)

"எடுத்த பூவில் நீலம் படர்கிறாள்". (பக்: 616)

மொழிக்கு அடுத்ததாக கோணங்கியின் பிரதியில் நாம் சந்திக்கும் அழகு, கதைகளை அவர் கோர்க்கும் விதம். த நாவல் ஒன்றையொன்று ஊடுருவிச்செல்லும், தொலைந்தவையும் இருப்பனவாயுமுள்ள சில பழம்ஏடுகளின் வழியே த நகரங்களின் தொன்மம், வரலாறு, நிகழ்காலம் ஆகியவற்றை விரிவாகச் சொல்லிச் செல்கிறது. ஆனால் மேலே நாம் தனித்தனியே விவரித்ததைப்போல அத்தனை எளிதாக, துலாம்பரமாகத் தெரியும்வண்ணம் அததற்கான பிரிவுகளில் சமர்த்தாக இயங்கி அல்ல. ஒரு பகுதியின் நீட்சி ஓர் உணர்வின் அல்லது ஒரு பாத்திரத்தின் அல்லது ஒரு இனத்தின் அல்லது ஒரு பாடலின்

அல்லது ஒரு பழங்கதை அல்லது இதிகாசம் அல்லது புராணத்தின் வழியே பிறிதொரு பகுதிக்குள்ளும் இயங்கிக்கொண்டேயிருக்கிறது. இப்படி இயங்குவதற்கு வசதியாகக் கோணங்கி தன் நாவலைப் பிரதிகளின் பிரதியாக வடிவமைத்துக் கொள்கிறார். நிஜ உலகங்கள் கற்பனை நூல்களின் வழியே புலப்படுகின்றன. நாவலின் பல அத்தியாயங்கள் சரபோஜி மன்னரின் அரண்மனைக்கு விஜயம் செய்யும் கும்பெனி சர்வேயரான ஜான் டேனியல் முணாரே அங்கு விளக்கேற்றுபவளாக வேலை செய்யும் நெடுங்கால் ஸூசினியின் வழிகாட்டுதலில் உள்நுழைந்து பார்க்கும் சரஸ்வதி மகால் நூலகத்தின் ஏழடுக்குக் கட்டிடத்தின் ஒவ்வொரு அடுக்கிலும் இறைந்து கிடக்கின்றன. அதேபோல தயாக்குகளைப் பற்றிய விபரங்கள் தனுஷ்கோடி உப்பு விடுதிக்கு மகளுடனும் சுடப்பட்ட மகனின் மானசீகப் பிரேதத்துடனும் வருகை தரும் எல்லாளன் என்கிற ஈழத் தமிழரின் கைப்பெட்டியிலிருந்து கண்டுபிடிக்கப்படும் தாவர அபிதானம் என்கிற நூலிலிருந்து விரிகிறது. இந்த நூலை எழுதும் ரங்கூன் காவல்துறையால் சுடப்பட்ட கேப்டன் வீரபத்ரனைப் பற்றிய குறிப்புகளுடன் எழுதி வைத்திருக்கும், பின்னாளில் சொந்த ஊரில் சுயசாதிக்காரர்களால் குத்திக் கொலை செய்யப்படும் தினகரன் பத்திரிக்கையின் ஆசிரியரான தினகரனையும் தாவர அபிதானத்தையும் சேர்த்து ஒற்றைக்கண் ஆசானும் தனுவும் வாசிக்கிறார்கள். இதே தயாக்குகளைப் பற்றிய நூல் சரபோஜியின் மனோரா தூபியிலும் காணக் கிடைக்கிறது. கடல் தயாக்குகளின், கண்களால் காணவியலாத, இசை வடிவமாயிருக்கிற, கடற்களவு நூல் அகராதியின் வழியே பயிலப்படுவது வேறொரு கதை. ஒல்லாந்து இளவரசி பாலத்தீனா தன் சிநேகிதர் ரெனி தெகார்த்தேயுடன் சேர்ந்து நாகர்களின் மருத்துவ அறிவு குறித்த ஹர்தூஸ் நிகாபெர்ட்டன்ஸிஸ் எழுதுகிறாள். இந்த பாலத்தீனாவை நாய் கடித்து அகிச் சத்திரத்தில் அவளுக்கு மருத்துவம் பார்க்கும் மார்க்வெஸ்தனமான அத்தியாயம் முணாரேயால் ஏற்கெனேவே வாசிக்கப்பட்டுக்கொண்டிருக்கிறது. மதனகாமராஜன் கதைப் பாணியில் இதுவரைக்கும் இது என்று ஓர் அத்தியாயம் நிறுத்தப்படும்போது அப்படி போதும் என்று சொல்லிவிட்டு வெளியே வருபவனின் கதை வேறொரு புத்தகத்திலிருந்து வாசிக்கப்பட்டுக்கொண்டிருக்கிறது. தமிழுக்கு இதுவொன்றும் புதிய முறை கதைசொல்லல் அல்லவென்றாலும் கோணங்கியின் பிரத்யேகமான கதை மொழியின் வழியே இவை நிகழ்த்தப்படும்போது வாசிப்பின் நூதனமான அனுபவம் சாத்தியமாகிறது. த வுக்காக கோணங்கி மேற்கொண்டிருக்கும் உழைப்பு இன்னொரு குறிப்பிடப்பட வேண்டிய அம்சம். வரைகலைத் தொழில்நுட்பம் *(Graphics* technology) கலைத் துறைகளை ஆக்டோபஸ்ஸைப்போல ஆக்கிரமித்துக்கொண்டிருக்கும் இந்தக் காலக்கட்டத்தில் அதற்குத் தீனி போடவென்றே கலைஞர்களும் புராதனப் பிரம்மாண்டங்களை மீள்படைப்புச் செய்யும் ஆவேசத்திலிருக்கிற நிலையில் கோணங்கி தேடிச் செல்லும் பழைய ஏடுகளும் புனைவுகளும் தகவல்களும் (தயாக்குகள், பாலசரஸ்வதி, சித்தார்த்தன் துறவறத்திற்கான புதிய காரணம், சம்பாபதிப் பறவையின் அருள் விளையாட்டுகள் இத்யாதி) அவர் கைகளுக்கு மட்டுமே அகப்படக்கூடியவை அல்லதான் என்றாலும் அவற்றைத் தன்னுடைய ஆக்கமாகப் பிரதிப்படுத்துவதற்கு அவர் எடுத்துக்கொள்கிற யத்தனமும் நுணுகி நுணுகிச் செல்கிற அவருடைய விவரணைகளும் சற்றும் எதிர்பாராத புள்ளிகளில் நிகழ்வுகளை இணைப்பதும் இணைய தளங்களின் எந்திரத் தகவல் துப்பிகளால் தொட்டுவிடவியலாத தனித்துவம் கொண்டவை. கோணங்கி தகவல்களை நேரடியாக விசாரணை செய்கிறார். அவற்றை ஒரு படைப்பாளிக்கே உரிய கர்வத்துடன் சிதைத்து ஏராளமான பிறவற்றுடன் இணைத்துப் புத்தம்புதிய படிமமாகத் திரும்பத் திரட்டுகிறார் (தஞ்சை சரஸ்வதி மகாலின் மனோரா – பேபல் கோபுர இணைப்பு).

கோணங்கியின் எழுத்து தானியங்கி அன்று. அவர் அதை முழுப் பிரக்ஞையுடனேயேதான் செய்கிறார். புரியும் எழுத்து என்பது பழக்கம் உருவாக்கும் மந்தத்தன்மை மற்றும் அலட்சியத்தின் முறையீடு என்பது அவருடைய படைப்பாக்கம் சார்ந்த கருத்தாக இருக்கிறது ("கதாபாத்திரங்களின் உருவாக்கத்தைக் கலைப்பதன்மூலம் நிகழ்ச்சிகளின் தொடர்ச்சி திட்டவட்டமாக அறுக்கப்படுகிறது. கதைத் தொடர்ச்சி சம்பவங்களின் அடுத்தடுத்த தொடர்ச்சி அன்று" (பக்: 505)). அதில் உண்மை இல்லாமலும் இல்லை. அவர் நாவல்களின் எதிர்பாராத சொற்சேர்க்கைகளும் வினை, திணை, பால், ஒருமை-பன்மைகளைப்பற்றிக் கவலைப்படாத வாக்கிய அமைப்பும் எது பாத்திரம் எது படிமம் என்று பிரித்தறிய முடியாமல் விளிம்புகளில் கரைந்துவிடும் உருவகங்களும் ("அகர நிரல்படி அச்சுப் பேய் குடியேறிவிட்ட சரஸ்மகால் நூலகத்தில் காலம் குறிப்பிட முடியாத பெஞ்சுகளில் சீகன்பால்குவும் சுவாட்ஸ் அய்யரும் பெஸ்கியும் லகுவாய் அமர்ந்திருக்கிறர்கள். அவர்தம் கரங்களில் வட்டமாகச் சுற்றிய கண் ஏடுகள். அடிமர வழிமுறைப்படி எகர ஒகரக் குற்றெழுத்துக்களும் வேறுபாடின்றி ஓலைகளில் நோக்கிய பெஸ்கி குற்றெழுத்தின்மீது புள்ளியிட்டும் நெட்டெழுத்தின்மீது புள்ளியிடாமலும் எழுதும் தூரியை மேஜைமேல் வைத்தார்" (பக்: 180). வாசகனை ஒவ்வொரு கணமும்

விழிப்புடனும் வாசிப்பை உயிர்ப்புடனும் வைத்திருக்கிறது. த உள்பட கோணங்கியின் படைப்புகள் பெரும்பாலும் நிலம் சார்ந்தவை. இடம் சார்ந்தவை என்றும் சொல்லலாம். ஆனால் தூல இருப்பால் மட்டுமின்றி ஒரே சமயத்தில் நினைவுகளாலும் உணர்வுகளாலும் நம்மைத் தாக்குகிறது என்கிற ஓர்மையுடன்தான் இடங்கள் அவர் படைப்புகளில் வெளிப்படுகின்றன. இடம் என்பது கதைசொல்லி அதில் கால் பதிக்கும் நேரத்தில் பல்வேறு நினைவுகளையும் உணர்வுகளையும் எழுப்புகிறது என்பதற்கு மாறாகக் கோணங்கியின் இடங்கள் தூல இருப்பைக் காலத்திற்குள் கரைத்துவிடும் நீர்ம குணம் கொண்டவையாக இருக்கின்றன. அவருடைய பிரதிகளில் இடங்கள் நினைவுகளை எழுப்புவதில்லை, நினைவுகளே இடங்களாக உருக்கொள்கின்றன. கோணங்கி தன் கதைசொல்லல் தூல உருக்களை உணர்தலெனும் விடுதலைக் காற்று உட்புகுவதற்கான வழிகளற்ற கான்கிரீட் கட்டிடங்களைப்போல கட்டியெழுப்பிவிடுமோவென்கிற அச்சத்தில் அவற்றை மொழிக்குள் கரைத்துக்கொண்டேயிருக்கிறார். அந்த வகையில் அவருடைய கதைசொல்லும் முறை கதைசொல்லும் நோக்கத்துடன் இயைந்து செல்வதாயும் தன்னை நியாயப்படுத்திக்கொள்வதாயும் இருக்கிறது. ஒருவேளை நன்றாகத் தமிழ் படிக்கத் தெரிந்த ஒரு எதிர்கால வரைகலையியல் மாணவன் யாராவது கோணங்கியை வாசித்தால் அவன் ஒருவகையில் கோணங்கியின் கதைசொல்லல் கணிணி யுகத்தின் கண்டுபிடிப்பான மெய்நிகர் யதார்த்தத்தின் (virtual reality) பிரதி வடிவமாக இருப்பதைக் கண்டுபிடிக்கக்கூடும். அவருடைய படைப்புகள் ultra modern விஞ்ஞானக் கதைகளின் விளிம்பில் நின்றுகொண்டிருக்கின்றன என்று சொன்னால் மிகையாகாது. இது Post modern என்கிற அர்த்தத்தில் சொல்லப்படுவதன்று. Science fiction என்கிற அர்த்தத்தில் சொல்லப்படுகிறது. கோணங்கி தமிழ் மொழி வரலாற்றினுடைய அடுத்த யுகத்தின் நுழைவாயிலில் நின்றபடி தன் வாசகனுக்காகக் காத்துக்கொண்டிருக்கிறார். தொடர்ந்த தீவிர வாசிப்பும் வாசிப்பின்மீதான ஆர்வமும் அக்கறையும் இலக்கியத்தின்மீதான அர்ப்பணிப்பு உணர்வும் கொண்ட அந்த வாசகனுக்குக் கோணங்கியின் பிரதிகள் வசப்படக்கூடியவை மட்டுமல்ல, காத்திரமான விமர்சனங்களுக்கு ஆட்படக்கூடிய அசட்டுத்தனமும் எளிமையும் கொண்டவையும்கூட.

(த வைப் பொறுத்தவரையில் தனிப்பட்ட வாசிப்பனுபவத்தின் வழியே அதனுள் நுழைவதற்குச் சில உபாயங்களை அதை வாசிக்க விரும்புபவர்களுக்காக இங்கே தர முடியுமென்று தோன்றுகிறது. மதுரை வரலாறு, தற்கால மதுரை எழுத்தாளர்கள், அழகர்கோவில் என்று கலவையான துண்டுதுண்டான விவரணைகளை

உள்ளடக்கிய அத்தியாயம் 29, பாரதியின் பாண்டிச்சேரி சிறைவாசம் மற்றும் கஞ்சாப் பழக்கம் பற்றிய குறிப்புகள் கொண்ட அத்தியாயம் 30, வள்ளலார் பற்றிய குறிப்புகளால் நிரப்பப்படும் அத்தியாயம் 38 மற்றும் ஆஷ் கொலையும் தற்காலக் கவிதை நிலவரமும் சொல்லப்படும் அத்தியாயம் 39 ஆகிய பகுதிகளை முதலில் அவர்கள் படித்துப் பார்க்கலாம். இந்தப் பகுதிகள் நமக்கு நன்றாகத் தெரிந்த ஆளுமைகள் மற்றும் வரலாற்றுச் சம்பவங்களைக் கதைக்களனாகக் கொண்டவை. புரிதலுக்கு எளிதாக வசப்பட்டுவிடக்கூடியவை. கூடவே இந்தப் பகுதிகளைக் கோணங்கி எப்படிக் கையாள்கிறாரென்பதையும் நம்மால் புரிந்துகொள்ள முடியும். இந்த அத்தியாயங்களை த நாவலினுடைய மொழியின் மாதிரிகளாகப் படித்துவிட்டு மற்ற அத்தியாயங்களுக்கு வரும்போது தன்னியல்பாகவே அவற்றில் எதைப் பொருட்படுத்தவேண்டும் எதைப் பொருட்படுத்த வேண்டாமென்பதும் கதையின் ஓட்டம் என்னவென்பதும் ஒரு பழக்கமாகப் புத்தியில் படிந்துவிடுகிறது. வள்ளலாருடன் தஸ்தாயெவ்ஸ்கி எந்த அடிப்படையில் இணைக்கப்படுகிறார் என்பது குறித்த புரிதலானது மிதிலையை மார்க்கோபோலோ சந்திக்குமிடத்தையும் தயாக்குகளின் கடற்களவு அகராதியை எழுத சாமர்செட்மாம் மதுரை உடுப்பி விடுதியில் தங்கும் அத்தியாயத்தையும் மிரண்டுபோகாமல் எளிதாகக் கடந்துவிட உதவுகிறது. அதேபோல் "பிஸ்டலைக் கதர் துண்டால் துடைத்தது குளத்தங்கரை அரசமரம்" (பக்:311) என்கிற, நமக்கு ஏற்கனெவே பரிச்சயமான ஒரு நிகழ்வின் புதிய படிமத்தை எவ்வளவு தூரம் பொருட்படுத்த வேண்டுமென்கிற ஓர்மை நமக்குள் உருவாகிறபோது அக்பரின் அரசவை ஓவியன் இனாயத்கானை மகாவம்சத்து யட்சிணி குவேனி ராமாயண அரக்கனான ராவணனுடைய மது வகைகளை அருந்த அழைக்கும் சூட்சுமத்தை (பக்: 482) அல்லது காமிக்ஸ் பாத்திரமான மந்திரவாதி மாண்ட்ரேக்கின் இடையீட்டை (பக்: 492) பதற்றமின்றிக் கடந்துசெல்ல உதவுகிறது. இதேபோல பாலசரஸ்வதி சம்பந்தப்பட்ட பகுதிகளுக்கு ஒரு தடவை விக்கிப்பீடியாவைப் படித்துவிட்டுத் திரும்பினால் கோணங்கியினுடைய மொழி பிட்டைப்போலப் பொலபொலவென்று தன் இறுக்கத்தை உதிர்த்துக்கொள்வதைக் கண்கூடாகவே பார்க்க முடியும். சித்தார்த்தன் துறவறம் அம்பேத்கரின் 'புத்தாவும் அவருடைய தம்மாவும்' நூலின் அது சம்பந்தப்பட்ட பகுதியின் அலங்கரிக்கப் பட்ட வடிவம். வாசகனுடைய தரப்பிலிருந்து இவை மிகச் சிறிய முயற்சிகள்தான். பெரிய நூல்களை இதற்காகத் தேடிப் போகவேண்டிய அவசியம்கூட இல்லை (விருப்பம் சார்ந்தது).).

இனி நாவல் என்று பொதுவாகப் புரிந்துகொள்ளப்படும் வடிவத்தின் தரப்பிலிருந்து கோணங்கியின் கதைசொல்லல் முறை குறித்து:

கோணங்கியின் எழுத்து பொதுவாகவே கதை என்கிற வடிவத்தைவிட கவிதையின் வடிவத்தைத்தான் அதிகம் சுவீகரித்துக்கொள்வதாக ஒரு பேச்சு உண்டு. அஃது உண்மை தான். கோணங்கியின் எழுத்து (அது கதையானாலும் சரி, கட்டுரைகளானாலும் சரி, தலையங்கமானாலும் சரி) 1. மிகத் தனிப்பட்ட, கிட்டத்தட்ட ஒரு நாட்குறிப்பைப்போன்ற, துண்டுதுண்டான, ஒரு குறிப்பிட்ட இடம் அல்லது கால வெளியில் நின்றுகொண்டிருக்கையில் உணர்வெழுச்சியால் திடீர்திடீரென்று தோன்றும் படிமங்களால் உருவாவது. 2. பொருள்கோடலைப்பற்றிக் கவலையுறாத வாக்கிய அமைப்புகளைக் கொண்டிருப்பது 3. கதையின் தர்க்கத் தொடர்ச்சிக்காக மொழியைப் பயன்படுத்துவதைவிட அதிகமாக அதன் இசைமைப் பண்பிற்காகப் பயன்படுத்துவது (துரதிர்ஷ்ட வசமாக இது பல சமயங்களில் அதீத அக்கறையால் திகட்டி அபசுரமாகச் சிதைந்துவிடுகிறது ("என் உறவில் உனக்கு நாளும்பொழுதெல்லாம் பித்தாக மாறிவிடும்" (பக்: 288), "உன்னை விலகி அந்நியப்பட்டிருக்க என்னால் இயலாது" (பக்: 288),) 4. பிரதி முழுக்கவும் உணர்வெழுச்சிகள்தான் உருவகங்களாக எழுகின்றனவேயன்றி கதைமாந்தர் என்று யாரும் கிடையாது 5. அப்படி வரும் கற்பனை / நிஜப் பாத்திரங்களும் நிகழ்வைச் 'சொல்வனவேயன்றி' அதில் 'பங்குபெறுபவை அல்ல' (உதாரணமாக: நாவலில் கொலை செய்யப்படும் தினகரன் அல்ல நாவலின் கதாபாத்திரம். அவர் ஒரு Reference அவ்வளவுதான். அவர் தயாக்குகளைப்பற்றி தன் நண்பர் வீரபத்ரனின் நாட்குறிப்புகளை எடுத்தெழுதும் பகுதிதான் நாவல். தினகரனுக்கு அங்கே கதை சொல்வதைத் தவிர வேறு வேலை எதுவும் கிடையாது இவர் கொலையாகும் கதை என்பது கோணங்கியின் தனிக் கதையேயன்றி, நாவலின் கதை அன்று (இதைப் பின்னால் விளக்குவோம்). இவை யாவும் கவிதைக்குரிய பொதுப்பண்புகள். ஒரு கதை கவித்துவமாக எழுதப்படுவது வேறு, கவிதையாகவே எழுதப்படுவது வேறு. சரமேகோவை இவ்வகை நிகழ்கண எழுத்திற்கு மாதிரியாகக் கொள்ள முடியும்தான். ஆனால் அவர் தன் கதைகளுக்குள் வைக்கும் தொடர்ச்சியைக் கோணங்கி கையாள்வதில்லையென்பதால் பின்னவருடையது தனித்துவம் பெறுகிறது.

அல்லது கோணங்கியினுடையது ஒரு பிரம்மாண்டமான பயணக் குறிப்பு என்பதாக வாசகன் உணர்வதிலும் தவறேதும்

இருக்க முடியாது. அப்படியானால் உலக இலக்கிய வரலாற்றிலேயே இவ்விதமாக எழுதப்பட்ட முதல் பயண இலக்கியம் இதுவாகத்தான் இருக்க முடியும். கோணங்கி பிரதிகளினூடாகவும் நிலங்களினூடாகவும் மனிதர்களினூடாகவும் நிகழும் தன் அலைச்சலைத்தான் அந்நேரத்திய உணர்வுகளால் நாவலாக உருமாற்றுகிறாரேயன்றி கதை வழிப்பட்ட தொடர்ச்சியான கற்பனைகளினாலும் அதனால் சிருஷ்டியாகும் நிகழ்வுகளாலும் அல்ல. கோணங்கியின் பார்வை வழியே நிலங்களினூடு எந்த ஒரு மனிதனும் மேற்கொள்ளும் பயணம் நிச்சயமாகத் தரிசனம் தரிசனம் என்று வாய் ஓயாமல் இணைய இலக்கியப் பிரதிகளில் கூவி விற்கப்பட்டுக்கொண்டிருக்கும் அனுபவத்தை அவனுக்குக் கண்கூடாகச் சித்திக்கச் செய்ய வல்லது. அதிலும் நமக்குச் சந்தேகமில்லைதான்.

ஆனால் தன்னுடைய பிரதியின் முகப்பில் நாவல் என்று கோணங்கி தலைப்பிடுவாரேயானால் அது குறித்த சில சந்தேகங்கள் வாசகனுக்குள் எழுவது தவிர்க்க முடியாததாகிவிடுகிறது:

த நாவலின் முக்கால் பகுதியை நாகர்கள், தயாக்குகள் என்கிற இரண்டு பழங்குடியினத்தவர்கள் பங்கிட்டுக்கொள்கிறார்கள் (மீதமிருக்கிற கால் பகுதியில் நாற்பது சதவீதத்தைப் பர்மா, இலங்கைத் தமிழ் அகதிகளுக்கும் அறுபது சதவீதத்தைத் தனக்குமாகக் கோணங்கி பிரித்துக்கொள்கிறார்). இப்படிக் கிட்டத்தட்ட நாவலே அவர்களைப்பற்றித்தான் என்று சொல்லும்வண்ணம் அதன் பக்கங்களை ஆக்கிரமித்திருக்கிற, ஆரியப் படையெடுப்பிற்குமுன் இந்தியா முழுவதும் பரந்து செழித்திருந்த ஒரேயினம் என்கிற அளவில் முக்கியத்துவம் பெறும் நாகர்கள் மற்றும் பன்னிரெண்டாம் நூற்றாண்டுக்குமுன் இந்தோனேஷியத் தீவுகளில் ராஜாங்கம் அமைத்துச் செழித்திருந்த அந்நிலத்தின் ஆதிகுடிகளான தயாக்குகள் இவர்களைப்பற்றிய கோணங்கியின் கதை எந்த அளவிற்கு அவர்களைப்பற்றிய வரலாற்றுடன் இயைந்து போகிறது என்பது கேள்விக்குறியாகவே இருக்கிறது. இரண்டில் நாகர்களைப் பொறுத்தவரையில் தமிழகத்தில் திராவிடப் பிரக்ஞையின் எழுச்சி அம்பேத்கருடைய கருத்துக்களுடன் இணைந்து வளம் பெற்ற பிறகு அவர்கள் குறித்த ஓர்மை பரவலாகியிருப்பதால் அது குறித்து இங்கே விஸ்தாரமாகப் பேச வேண்டியதில்லை. பிறிதொன்றான தயாக்குகளின் கதையைப் பொறுத்தவரை அவர்களுடைய கபாலச் சேகரிப்புக் கலாச்சாரத்தைத் தவிர வேறு எந்த அம்சத்திலும் நிஜமான தயாக்குகளை நம் வாசிப்பிற்கு எட்டியவரை அவர்கள் பிரதிபலிக்கவேயில்லை (கடல் தயாக்குகள் நிலத் தயாக்குகள் என்கிற அவர்களுடைய

நிஜப் பிரிவு ஒரு பெயர்ச்சொல் என்பதற்குமேல் கதையில் இயக்கம் கொள்ளவுமில்லை). பழங்குடிகளின் வாழ்வை அழகியலாக்கும் ஆர்வத்தில் கோணங்கி வரலாற்றிலிருந்து வெகுதூரம் விலகி வந்துவிட்டதைப்போல் தோன்றுகிறது. “கற்பனையும் உள்ளுணர்வும் இன்னும் கண்டுபிடிக்க முடியாத வரலாற்றின் தடயங்களை இட்டு நிரப்பும்” என்பார் மக்ஸிம் கார்க்கி. ஒரு படைப்பாளியினுடைய கற்பனை வரலாற்றின் மௌனங்களுக்கும் இடைவெளிகளுக்கும் நடுவில் அமிழ்ந்து போயிருக்கும் இணை நிஜங்களைத் தனக்குக் கிடைக்கும் பலவீனமான ஆதாரங்களை வைத்தேனும் வெளிக்கொணர்வதற்கு உபயோகப்பட வேண்டுமேயல்லாது வரலாற்றைத் திரித்து ஆதாரமற்ற ஒரு வரலாற்றைத் தன் கற்பனையின் வழியே உருவாக்குவதற்கு அவனுக்குச் சுதந்திரம் இருக்கிறதா என்பது ஒரு கேள்விதான். கோணங்கிதான் இதற்குப் பதில் கூறவேண்டும். நாகப்பட்டினத்தில் கன்னி மேரி செய்ததாகக் கூறப்படும் லீலைகளை பௌத்தக் கடவுளின் உருவகமாக வரும் சம்பாபதிப் பறவை செய்ததாகத் தயங்காமல் கதை சொல்வது சில சமயம் நம்மை வெருட்டத்தான் செய்கிறது. ஒரு நிஜமான சரித்திரத்தை உருவகமாகச் சொல்வதற்கும் நேரடியாகச் சொல்வதற்கும் மெத்த வித்தியாசங்கள் உண்டு அல்லவா. தமிழில் அதற்கான நல்ல உதாரணங்கள் தமிழவனின் நாவல்களிலேயே இருக்கின்றனவே.

இரண்டாவதாக: பொதுவாக நாவல் என்கிற வடிவம் சிறுகதை கவிதை என்கிற மற்ற இலக்கிய வகைமைகளால் சொல்ல முடியாத ஒன்றைச் சொல்ல விழைகிறது என்பதுதான் அதன் இருப்பிற்குரிய காரணம் இல்லையா. நாவலின் தனித்துவம் என்பது தன்னுடைய பரந்த வெளியில் நிறுவனமயப்பட்டுவிட்ட தத்துவங்களையும் கோட்பாடுகளையும் விஞ்ஞானத்தையும் குறித்த விவாதங்களை நிகழ்த்துவது. நிகழ்த்துவது என்றால் ஆசிரியர் சொற்பொழிவாற்றுவது அன்று. கதை நிகழ்வுகளின் வழியே விவாதப் புள்ளிகளை வாசகன் மனதில் எழுப்புவது. இதற்கு நாவலுக்குள் ‘செயல்படும்‘ கதாபாத்திரங்கள் தேவைப்படுகிறார்கள். எதிரும்புதிருமான எல்லாவற்றின் பிரதிநிதிகளாகவும் செயல்படும் இந்தக் கதாபாத்திரங்களின் வழியாக இறுகிப்போன உலகப் பார்வைகளின்மீது ஆசிரியர் மையத்தகர்ப்பு வேலைகளைச் செய்கிறார் என்று சொல்லலாம். பாத்திரங்கள் யாவருக்குமே பேசுவதற்குச் சம வாய்ப்புக் கொடுப்பதன்மூலம் மையம் தகர்க்கப்பட்டு இயங்குதளம் சமனிலைப் படுத்தப்படுகிறது. கோணங்கி பின்நவீனத்துவ மையத் தகர்ப்பு என்பது ஒழுங்கைக் குலைத்தல் மட்டுமே என்பதாயும் கதாபாத்திரங்களை உருவாக்குவதென்பதே நவீனத்துவ

யதார்த்தவாதக் கதைசொல்லல் மட்டும்தான் என்பதாயும் எடுத்துக்கொள்கிறாரோ என்கிற சந்தேகம் அவருடைய நாவலைப் (நாவல்களை) படிக்கும்போது ஏற்படுகிறது (பார்க்க: முன் சொல்லப்பட்ட பாத்திர உருவாக்கம் குறித்த உதாரணம்). வலிந்து திணிக்கப்பட்ட, சிறுபிள்ளைத்தனமான (குழந்தைமைத்தனமான அன்று) அற்புதங்கள், தேவையற்ற மாயாஜாலங்கள் ..! மையத்தைத் தகர்ப்பது என்றால் ஒரு புள்ளியின்மீது ஒற்றைப் பார்வையின் வன்முறையை மறுத்துப் பல பார்வைகளின் பிரதிநிதித்துவத்தை முன்வைப்பது என்பதுதான் பொருளாக இருக்க முடியும். இதற்கு முதலில் விவாதப் புள்ளி என்று ஒன்று இருந்தாக வேண்டும். அது மையம் அல்ல. கோணங்கியின் கதைகளில் அப்படி ஒரு புள்ளி இருக்கிறதா என்பதுதான் நம் சந்தேகம். ஒரு நாவலாசிரியனுடைய முதல் வேலையே தனித்துவமிக்க இந்தப் புள்ளியைக் கண்டடைவதுதான். பிறகு தன்னாலேயே நாவல் அதன்மீது படிந்து விவாதங்களை எழுப்பத் தொடங்கிவிடும். இந்தப் புள்ளி புதிய விவாதப் பொருளாகக்கூட இருக்க வேண்டியதில்லை. ஏற்கனவே விவாதிக்கப்பட்டுக்கொண்டிருக்கும் முக்கியத்துவமிக்க புள்ளியின்மீதான நாவலாசிரியனுடைய பிரத்யேகமான பார்வை, அந்தப் பார்வை அதுவரையிலான பிற பார்வைகளுடன் மோதும் செயல் இவைதான் பொதுவாக நாவலாவதாகப் பொதுவான கதை வாசிப்பு புலப்படுத்தியிருக்கிறது. கோணங்கியின் படைப்பில் இது நிகழ்கிறதாயென்றால் இல்லை. த நாவலைப் பொறுத்தவரையில் அவர் எடுத்துக்கொள்ளும் ஈழப்பிரச்சினை, இந்தியப் பழங்குடிகள், உலகமயமாக்கம், பெண்ணியம், கலை இலக்கியம், ஒடுக்கப்பட்டவர்களின் பாடுகள், உள்ளூர்க் கலாச்சார அழிவு உள்ளிட்ட எந்தப் புள்ளியுமே பிரதியின் வழியாகப் புதியதொரு விவாதத்தையோ வெளிச்சத்தையோ பெறவில்லை. அவை யாவும் எண்பதுகளில் தொடங்கி பலரால் பேசப்பட்டுக்கொண்டிருந்தவற்றின் வழிமொழிதல்களாகவே இருக்கின்றன. ஏழ்மையின்மீது உணர்ச்சிவசப்பட்ட கவித்துவமான பார்வை இருக்கிறதேயன்றி அவற்றைக் களைவதற்கான விவாதங்களை, விமர்சனங்களை முன்னெடுக்கும் துணிச்சல் த வில் இல்லை. சுருக்கமாகச் சொல்லவேண்டுமானால் த வின் அரசியல் பிரதி என்பது பொதுப்புத்தி சார்ந்தது என்பதைத் தாண்டி ஒரு படைப்பாளியினுடைய பிரத்யேகமான பிரக்ஞையாகப் பரிணமிக்கவில்லை.

மூன்றாவதாக, கோணங்கியின் நாவல் உருவாகும் கதை சொல்லல் முறை குறித்த புரிதல் பற்றியது: பொதுவாகக் கதை சொல்லல் என்பது மூன்று அடுக்குகளைக் கொண்டதாய் இருக்கிறது. கீழே பாத்திரங்கள், அவற்றுக்குமேலே பிரதிப்

பரப்பில் அவர்களை நிகழ்த்தும் கதைசொல்லி, பிறகு இவர்கள் அனைவரையும் பிரதியாக்கும் ஆசிரியர் என்கிற தூல உரு. ஆசிரியருக்கும் கதைசொல்லிக்கும் உள்ள முக்கியமான வித்தியாசம் என்னவென்றால் கதைசொல்லிக்குத் தெரிவதெல்லாம் ஆசிரியருக்குத் தெரிந்திருக்கலாம், ஆனால் ஆசிரியருக்குத் தெரிந்தவையெல்லாம் கதைசொல்லிக்குத் தெரிந்திருக்க வேண்டிய அவசியமில்லை. காரணம் கதைசொல்லி கதை நிகழும் காலக்கட்டத்தில் கதாபாத்திரங்களோடு உடனிருக்கிறவன். ஆசிரியர் அவர்களைக் கணிணியில் தட்டச்சு செய்யும் காலக்கட்டத்தில் இருக்கிறவர். பன்னிரெண்டாம் நூற்றாண்டின் கதையொன்றைச் சொல்லத் தொடங்கும் கதைசொல்லிக்கு நிச்சயமாகச் செல்லிடப்பேசியைப்பற்றித் தெரிந்திருக்க வாய்ப்பேயில்லை. ஸரமேகோ இப்படிக் கதைசொல்லி நாம் கேட்டிருக்கிறோம்தான். ஆனால் அதை ஒரு முன்னுதாரணமாக வைத்துக் கோணங்கியைப் பேச முடியாது. காரணம் முன்னவருக்குப் படைப்பு மனநிலைக்கும் படைப்புச் செயலுக்கும் உள்ள வித்தியாசம் நன்கு தெரியும். அவருடைய கதைகளில் ஆசிரியர், பாத்திரங்கள் என்கிற இரண்டு நிலைதான் உண்டு என்றாலும் ஆசிரியருடைய (ஸரமேகோவினுடைய) இடையீடு ஒரு மின்வெட்டைப்போல நிகழ்ந்து முடிந்துவிடும் பணிவைத் தன் இயல்பாகக் கொண்டது. ஆனால் கோணங்கியினுடையது அப்படியானதன்று. நாவலின் ஒவ்வொரு வரியிலும் அவருடைய அந்தக் கணத்தினுடைய தற்பிரக்ஞையின் இடையீடு நிகழ்ந்துகொண்டேயிருக்கிறது (பாலசரஸ்வதியின் சதிர் அடவுக்கு ஹரப்பாவின் நடனப் பெண் சிற்பம் ஓர் உவமையாக மட்டும் இருப்பதில்லை, அது லோத்தல் கிராமத்திற்குக் கோணங்கி பயணம் செய்ததுவரை நீண்டு வாசகனைக் குழப்புகிறது ('கதை நிகழும் களம் தஞ்சாவூர், தஞ்சாவூரில் திடீரென்று லோத்தல் எங்கே வந்தது, அல்லது அப்படி ஒரு (கோணங்கிக்கு மட்டுமே தெரிந்த) கிராமம் தஞ்சாவூரில் இருக்கிறதா')). படைப்பு மனநிலை என்பது ஒரே சமயத்தில் பல திசைகளில் தன் பாய்ச்சலை நிகழ்த்திக்கொண்டிருப்பது. இந்த மனநிலையை அதன் வீர்யம் குறையாமல் பிரக்ஞையின் கட்டுப்பாட்டிற்குள் கொண்டுவரும் சாதகத்தை மேற்கொள்ளும்போதுதான் படைப்புச் செயல் உருவாகிறது. ஜேம்ஸ் ஜாய்ஸ், நகுலன், லாசரா போன்ற உதாரணங்களெல்லாம் தங்கள் நாவல்களில் நிகழ்த்தும் நினைவோடைச் சாகஸங்கள் கதைசொல்லியின் பார்வையிலிருந்து நிகழக்கூடியவை. அங்கே படைப்புச் செயல்பாடு ஆசிரியரின் முழுக் கட்டுப்பாட்டிற்குள்தான் இருக்கிறது. ஆனால் கோணங்கி நிகழ்த்தும் பாய்ச்சல் கதைசொல்லியினுடையது

அன்று, கோணங்கியினுடையதேதான் என்பதால் கதையெழுதும் கணத்தில் அவருடைய தனிப்பட்ட வாழ்வில் நிகழும் பயணங்களும் மங்கல அமங்கல நிகழ்வுகளும் அவை குறித்த நினைவோட்டங்களும்கூட நாவலின் பங்கங்களுக்குள், கதையின் அங்கங்களாக மாற்றம் பெறாமல் கச்சாவாகவே, புகுந்துகொண்டுவிடுகின்றன. த நாவலில் இத்தகைய பகுதிகள் சில இடங்களில் குறிப்புகளாயும் (தங்கையின் இறப்புப் பற்றிய குறிப்பு பக்: 506), சில இடங்களில் நவீன இலக்கியப் பிரக்ஞையாயும் (வாஞ்சிநாதன் கதையில் கண்டராதித்தனின் கவிதை மேற்கோள் மற்றும் அதே பகுதிகளில் தற்காலக் கவிதைகள் குறித்த திடீர் பிரசங்கம் பக்: 312), சில இடங்களில் நாவல் எழுத்து பற்றிய மிக நீண்ட பிரஸ்தாபங்களாயும் (பக்: 505 உள்ளிட்ட பல பகுதிகள்), சில பயணக்குறிப்புகள் தனி அத்தியாயங்களாயும் (அத்: 13–கோரக்கசித்தர் கோவில் பயணம், அத்: 81–சித்தன்னவாசல் பயணம், அத்: 82 – சரஸ்வதி மகால் அரண்மனைப் பயணம் இத்யாதி) இடம் பெறுகின்றன. இதோடுகூட நாவலின் கதைப் போக்கோடு சம்பந்தப்படாத சில தனிக்கதைகளும் நாவலின் அத்தியாயங்களாக இணைந்திருக்கின்றன. சித்தார்த்தன் துறவறக் கதை, ஆஷ் துரை கொலைக் கதை, பாலசரஸ்வதியின் கதை, வள்ளலார் கதை ஆகியவற்றை இந்தப் பட்டியலில் சேர்க்கலாம். இணையவில்லை என்பதை எப்படிச் சொல்கிறோமென்றால் இவை நாவலின் பாத்திரங்கள் யாதொன்றுக்கும் நிகழ்பவையல்ல, பாத்திரங்கள் எதாலும் சொல்லப்படுபவையல்ல, இவற்றின் வழியே நாவல் பயணிப்பதுமில்லை, சில பெயர்க் குறிப்புகளின் குறுக்கு மறுக்கான நிரவலுக்கு அதிகமாக இவற்றின் பாத்திரங்கள் கதைப்போக்கில் எந்த இடையீட்டையும் செய்வதில்லை என்கிற அடிப்படையில். இவை தவிர அத்தியாயங்களின் நோக்கத்தையும் முக்கியத்துவத்தையும் நீர்த்துப்போகச் செய்யும் அதிகப்படியான நீட்சிகளும் அதீதமான கற்பனைகளும் தனிக் கணக்கு (அத்: 29). சந்தேகமில்லாமல் இவை யாவுமே கோணங்கியின் மயக்கும் மொழியில் அமைந்த மிக அழகான பகுதிகள் என்பதையும் கணக்கிலெடுத்துக்கொண்டேதான் இது சொல்லப்படுகிறது. வாசிப்பின் போக்கில் கோணங்கிக்கு நாவலைவிட நாவல் எழுதும் செயல்பாடுதான் முக்கியமானதாகத் தோன்றுகிறது என்பதான உணர்வு எழுவதைத் தவிர்க்க முடிவதில்லை. இதையெல்லாம் சொல்லும்போது பின்நவீனத்துவ நாவல் வடிவம் பல கதைகளின் கூட்டிணைவால் உருவாகும் ஒன்று என்றும், ஒரு நாவல் இன்ன வடிவத்தில்தான் இருக்கவேண்டும் என்று சொல்வதற்கு விமர்சகனுக்கு யார் அதிகாரம் கொடுத்தது என்றும் சிலர் கேட்கவிருப்பதையும் எதிர்பார்க்கத்தான் வேண்டியிருக்கிறது.

ஆனால் ஒரு சிறுகதைத் தொகுப்பை நாம் ஏன் நாவல் என்று அழைப்பதில்லை, அல்லது பலப்பல கதைகளின் பின்னலால் ஆன ஒரு நாவலை நாம் ஏன் சிறுகதைத் தொகுப்பு என்று சொல்வதில்லை என்கிற கேள்விகளுக்கு நாம் சரியான பதில் வைத்துக்கொண்டுதான் மரபான கதைசொல்லலின் விதிகளை மீறுகிறோமா? பிரதியில் இடம்பெறும் கதைகளின் தன்மைதான் அவை ஒரு பிரதியில் இடம் பெறுவதற்கான முகாந்திரம். ஒரு கதை தன்னைச் சிறுகதை என்று அழைத்துக்கொள்கிறபோது பெறுகிற சுதந்திரத்தில் சிலவற்றை ஒரு நாவலின் கிளைக்கதை என்று சொல்லிக்கொள்ளும்போது இழந்துதான் ஆக வேண்டியிருக்கிறது. உண்மையில் அஃது இழப்பும் அன்று. அது தனக்கு முன்னும் பின்னும் இடம்பெறுகிற கதைகளோடு தன்னுடைய தனித்தன்மையை விட்டுக்கொடுக்காமல் இயைந்து செல்லவேண்டியிருக்கிறது. அல்லாவிடில் அதை ஏன் நாவல் என்றழைக்கவேண்டும். மேலும் அப்படி இயைந்து செல்லும் பண்பு அற்ற கதைகள் ஒரு நாவலில் இடம்பெறும்போது அவை சிறுகதை, நாவல் என்கிற இரண்டு வடிவங்களுமே ஒருசேர அழிந்துவிடும் அபாயகரமான முனைக்கு அவற்றைக் கொண்டுவந்து நிறுத்திவிடாதா? அஃது ஒருவிதத்தில் படைப்பாளியின் வன்முறையும் சுயநலமும் ஆகாதா? இதுதான் ஓர் இலக்கிய வாசகனாக என்னுடைய தாழ்மையான கேள்வி. அல்லது பின்நவீனத்துவ இலக்கியத்தில் கவிதை மற்றும் சிறுகதை வடிவங்களுக்கு இடம் இல்லை, நாவல் மட்டும்தான் அதன் அடையாளம் என்று அறிவித்துவிடப்போகிறோமா.

இறுதியாக, மொழியின்மேல் கோணங்கிக்கு இருக்கும் அதீதமான காதல் அதைப் பறக்கவிடாமல் சிறைப்படுத்திவிடும் முரண்நகை. அவருடைய உருவக மொழி மிகச் சாதாரண நிகழ்வுகளைக்கூட ஓர் அதிசயமாகக் காட்ட முனையும்போது, அது நமக்குத் தெரிந்தும்விடுகிறபோது, ஏற்படுகிற சலிப்பு கோணங்கியை வாசிப்பதற்கு எதிரான மனநிலையைத் தூண்டிவிட்டுவிடும் அபாயம் இருக்கிறது. த நாவலின் பக்கம் 654ல் விவரிக்கப்படும் ஒரு காட்சியைப் பாருங்கள்:

“சிறிய கடற்காக்கை புன்னைமேல் கால் வைத்துக் களிமுள்ளி மண்டிய புற்றுச் செடிகளில் முட்களை எதிர்த்துப் பூத்த நீலநிறப் பூக்கள் இரவிலும் நீலமாய்த் தோன்றச் சாய்த்துப் பார்த்தது. கடல் குட்டைகளில் தப்பி வந்த சிப்பியொன்று காக்கையிடம் சிக்கி உடைபட உள்சவ்வுத் தசை கிழித்து ஊண் உறிஞ்ச உமரிச்செடி அசைவது கண்டு அந்தப் பக்கம் திரும்பிக் கொத்தியது சிப்பி உடலை. மண்டிக் கிடக்கும் களிமுள்ளிப்

பூக்களின் நீலவாசனைக்கிடையில் அதிபத்தன் போவது கண்டு ஏளனமாய்க் கரைந்த வேளை சிப்பி உயிர் கீழே விழுந்ததும் மௌத்திகதாமம் சுடர்ந்து நழுவிச் சரியும் அவ்வினாடியில் இவன் நெகழி விளிம்பில் பட்டுத் தெறித்தது. ஆழிப் பரப்பு கலங்குமாறு பேரலைகள் இன்று இடி முழங்கும் கடலைச் சார்ந்து நுண்மணல்மேடு கரைய வீடும் புகை வெளுத்த மண் அலை வந்து சிப்பியை உருட்டிவர ஆழ்கடல் சிப்பி என்று தசைப்புழுக்கை மூக்கால் உரசி உண்ண அதில் அதிபத்தன் வந்த எதேச்சையில் இரவில் மாட்டிய நெகிழி உரவுநீர் அழுவத்து ஓடுகலம் கரையும் துறையில் காக்கை மூக்கால் உதிர்த்த மௌத்தியதாமம் அதிபத்தன் தற்செயலாய் எடுக்கக் குனிந்து ‘அடடே . . . ஏதேது சிறுகாக்கையே’ . . .”

இது ஒரு காகம் தரையில் கிடக்கும் சிப்பியைப் பிளந்து உண்ணும் தருவாயில் அதனுள்ளிருக்கும் முத்து வெளிப்பட்டு அதை ஒருவன் பொறுக்கியெடுக்கும் காட்சி. இந்தக் காட்சி இத்தனை சுற்றி வளைத்து இங்கே சொல்லப்படுவதற்கு ஒரே காரணம் தன் எழுத்தின் ஒரு வரிகூட சாதாரணமாக இருந்துவிடக்கூடாது என்பதில் கோணங்கிக்கு இருக்கும் தவிப்பு. சாதாரணம் அசாதாரணம் என்பதெல்லாம் ஒரு படிமம் ஒரு படைப்பில் அமையும் இடத்தைப் பொறுத்ததேயன்றி சொற்களிலா இருக்கிறது. கண்ணம்மா என் காதலி கவிதையில் பாரதி கண்ணம்மாவை ஒளி, வீணை, மது, வடம், வாழ்வு இத்யாதி என்று நீள வர்ணித்துப் பார்த்துவிட்டுக் கடைசியில் கை ஓய்ந்துபோய் நல்லவுயிரே கண்ணம்மா மிகமிகச் சாதாரணமான வார்த்தையில் குறிப்பிடும் நிலைக்கு அடங்கிவிடும்போது கண்ணம்மா என்னும் படிமம் எத்தனை உயரமாக எழுந்து நின்றுவிடுகிறது. த வில் சின்னச்சின்னதாக இதுபோன்ற இன்னும் பல இடங்கள் இருக்கின்றன (ஒரு தேள் கடிக்கும் நிகழ்வைக்கூடச் சாதாரணமாகச் சொல்ல முடியாமல் கோணங்கியின் மொழி திணறுகிறது). கோணங்கி அசாதாரணமான சொற்களின் காதலர் என்பது நமக்கெல்லாம் தெரியும். சாதாரணமான ஒரு சொல்லைப் பட்டை தீட்டி அசாதாரணமாக ஜொலிக்கச் செய்யும் வித்தையைத்தான் அவரிடம் நம்மால் பார்க்க முடியவில்லை.

(பின்குறிப்பு: த நாவலில் வரலாறு எழுதப்பட்டிருக்கும் விதம் குறித்தும் நாவலின் இலக்கு குறித்தும் பாத்திரங்களின் உருவாக்கம் குறித்தும் நான் தெரிவித்திருந்த கருத்துக்களை நேர்ப்பேச்சில் கோணங்கி மறுத்திருந்தார். நாகர்கள் பற்றிய தன்னுடைய கதைக்கு வரலாற்று ஆதாரங்கள் உள்ளதாகத் தெரிவித்தார். என்னுடைய

வாசிப்பு டாக்டர் நாவல் வியோகியின் 'Nagas: the Ancient rulers of India' வை அடிப்படையாகக் கொண்டது. கோணங்கி நாவலில் பிரஸ்தாபிக்கப்படும் இன்னொரு பழங்குடியினமான தயாக்குகள் பற்றி ஏதும் குறிப்பிடவில்லை. நாவல் கிளர்த்தவேண்டிய விவாதப் புள்ளிகளைப் பொறுத்தவரையில் அத்தியாயங்கள் 31 மற்றும் 40 ஆகியவை அதைப் பூர்த்தி செய்கின்றன என்பது அவர் வாதம். நான் குறிப்பிடும் விவாதங்கள் என்பவை பாத்திரங்களின் (அழகியல் தன்மை அதிகம் சார்ந்த) உரையாடல்கள் அல்ல. பாத்திர உருவாக்கம் குறித்துப் பேசும்போது நாவலில் அவை மொழிவயப்பட்ட படிமங்களாக உள்ளுறைந்திருக்கின்றன என்றும் மொழியினுள் செல்கிறபோது பாத்திரங்கள் தானாகவே உருக்கொள்ளும் என்றும் அவை வழக்கமான பாத்திர வார்ப்புகள் அல்ல என்றும் அவர் சொன்னார். இருக்கலாம், என்னுடைய வாசிப்பு இறுதியானதன்று. ஒரு புதிய கதைசொல்லல் முறையை அறிமுகப்படுத்துவதாக அவருடைய முயற்சிகள் இருந்தால் வழக்கமான தரப்பிலிருந்து அதற்கான சந்தேகங்களாகக்கூட என்னுடையது இருக்கக்கூடும்தான். வாசகர்கள் தீர்மானிப்பார்கள். கோணங்கி பரவலாக வாசிக்கப்படவேண்டுமென்பது ஒரு இலக்கிய வாசகனாக என்னுடைய விமர்சனத்தின் பிரதான நோக்கம். மற்றபடி வாசகர்களின் எதிர்வினைக்கும் விமர்சனங்களுக்கும் கட்டுப்பட்டதே என் பார்வை).

(16.08.2015 அன்று ஹம்பியில் ஒசூர் நண்பர்களால் ஏற்பாடு செய்யப்பட்ட கோணங்கியின் படைப்புகள் மீதான கலந்துரையாடலில் வாசிக்கப்பட்ட கட்டுரையின் சீரிய வடிவம்.)

2015

ஜோஸே ஸரமாகோ மற்றும் ஓர் அறியப்படாத தீவு – அறிமுகம்

ஸரமாகோ பொதுவாகத் தன் புதினங்களில் பல இயல்முரண் தன்மை கொண்ட கதைக் கருக்களைக் கையாள்கிறார். உதாரணமாக, ஒரேயொரு எதிர்மறை வார்த்தையைக்கொண்டு சரித்திரத்தை மாற்றியெழுதுவது, இறந்துபோகும் மனிதர்களின் விருப்பங்களால் பறக்கும் எந்திரம் செய்வது, நகரம் முழுக்க மனிதர்கள் திடீரெனக் குருடாகிப்போவது, தன் பிறப்பை முன்னிறுத்திக் கொல்லப்பட்ட குழந்தைகளால் நேர்ந்துபோன பாவத்திற்குக் கழுவாய் தெரியாமல் யேசு சிலுவையை ஏற்பது, நிலவெளி திடீரெனப் பிரிந்து புதிய கண்டமாகத் தனியே மிதக்கத் துவங்குவது என்றிப்படி. ஒரு நாவலாசிரியனின் இடத்தை விட்டுக்கொடுக்காமலேயே அவரால் இவற்றைச் சொல்ல முடிகிறது என்பதுதான் இயல்முரண் அம்சங்களைக் காட்டிலும் அதிகமாக நம்மை வியப்பிலாழ்த்தக்கூடிய அம்சமாக அவர் கதைகளில் எப்போதுமிருக்கிறது. ஸரமாகோவைத் தவிர ஏனைய உலகப் புகழ் பெற்ற நாவலாசிரியர்களில் யாரும் கதைசொல்லியைக் கதை நிகழும் இடம், காலம், மனிதர்களைச் சேர்ந்தவர்களாகத் தனித்து அடையாளப்படுத்தாமல் நாவலாசிரியராகவே இனங்காட்டுகிறவர்களாக இல்லை. ஸரமாகோ ஒருபோதும் தன் எழுதும் மேசையைவிட்டுக் கதையின் நிலவெளிக்குள் நுழைந்து தன்னை

இழப்பதில்லை. அந்த மனிதர்களோடு கலப்பதுமில்லை. கல்லிவர் கண்ட தீவு மனிதர்களைப்போல அவருடைய கதை மாந்தர்கள் அவருக்கே வினோதமான பிறிதொரு கடவுளின் படைப்புகளாக அவருடைய கண்ணெதிரே நடமாடிக்கொண்டிருக்கிறார்கள். அதை ஓர் அதிசயமாக விவரித்துக்கொண்டு போவதற்கப்பால் எழுத ஸரமாகோ தன்னை அனுமதித்துக்கொள்வதில்லை. இதன் பொருள் அவர் இதை ஒரு கூறுமுறையாக, பிரக்ஞைப்பூர்வமாக நிகழ்த்துகிறார் என்பதுதான். லூயி கரோலின் கற்பனைகளும் டொனால்ட் பார்தெல்மேயின் இரக்கமின்மையும் கலந்த வினோதக் கலவையாக அவர் சில சமயங்களில் நம் வாசிப்பின்போது தட்டுப்படுவதும் உண்டு. அறியப்படாத தீவின் கதைத் தொடக்கத்தைப் பாருங்கள். கதைசொல்லி கதையின் காலத்தில் இல்லை. அரசனுக்குச் சலுகைகள் தரப்படுவது குறித்து வாசகனைப் பார்த்துத் திரும்பி வினவும்போதே ஆசிரியர் தன் இருப்பைத் தெளிவாகச் சொல்லிக்கொண்டுவிடுகிறார். கதை முழுக்க இவ்விதமான கூற்றுமுறை திரும்பத் திரும்ப வருகிறது (அரசனுக்குத்தான் இழப்பு என்பது தெரியவரும், குழப்பத்தை விவரிப்பதில் எந்தப் பயனும் இல்லை, பார்வையை இப்போது புரிந்துகொள்ள முடியும், என்ன சொல்கிறார் என்பதைப் பார்ப்போம் என்பவற்றைப்போல). கிறித்துவின் கூற்றுப்படி வேதாகமம் புதினத்தில் கதை மாந்தர்களுக்கிடையில் செய்திப் பரிமாற்றக் குழப்பமொன்றைச் சொல்லவேண்டியிருக்கும்போது கூசாமல், அந்தக் காலத்தில் தொலைபேசி போன்ற உபகரணங்கள் இல்லாததால் என்று பேசி கதைவெளிக்குள் நாம் நம்மை இழக்கும்வண்ணம் இறங்கிச் செல்வதைத் தடுத்துவிட அவரால் முடிகிறது.

தன் புனைவின் இடம், காலம் மற்றும் பாத்திரங்கள் யாவரும் வார்த்தையுருக்கள் என்பதில் ஸரமாகோவிற்கு ஒரு நிச்சயம் இருக்கிறது. இஃது அர்த்தமாக்கலின் நெகிழ்வுத் தன்மையைப் பயன்படுத்திப் புனைவில் ஜாலங்களைச் சாதிக்க அவரை மிகச் சாதாரணமாக அனுமதிக்கிறது. அவர் காலத்தை ஒரு திரவத்தைப்போல கதைவெளிக்குள் வழியவிடுகிறார் ('ரிகார்டோ இறந்த வருடம்' புதினத்தில் கப்பலிலிருந்து இறங்கும் ஒருவன் ஒரு பெண்மணியின்மீது மோதி அவள் கைப்பையிலிருந்து திருவிழாப் பின்னணியில் எடுக்கப்பட்ட சிறுவனொருவனின் புகைப்படமொன்றை வெளிப்படச்செய்கிறான். பல மாதங்களுக்குப்பின் அதே மனிதன் சாலையொன்றில் நடக்கும்போது எதிர்ப்படும் ஊர்வலத்தின் பின்னணியில் ஒரு சிறுவனை நிற்க வைத்துப் படமெடுத்துக்கொண்டிருக்கும் பெண்ணொருத்தியைச்

சந்திக்கிறான்). சாத்தியாசாத்தியங்களைப்பற்றின தர்க்க ரீதியான விசாரங்களைப் புறமொதுக்கிவிட்டு நாம் ஏற்கனெவே அறிந்த பலவற்றை அறியாத விதத்தில் மறுகட்டுமானம் செய்கிறார் (அறியப்படாத தீவு என்கிற பருண்மையான இடம் அன்று, மாறாக அந்த வார்த்தையேதான் அதைப்பற்றின கதை வடிவமாக மாறுகிறது). கிட்டத்தட்ட கதைகளின் ஐந்தில் ஒரு பகுதியை அதில் நடக்காத நிகழ்வுகளைப்பற்றிய விவரணைகளிலேயே செலவிடுகிறார் (அறியப்படாத தீவின் தொடக்கப் பகுதியில் படகு கேட்டு வந்த மனிதன் கதவைத் தட்டிய கணத்திலேயே அங்கே என்ன நடக்கவில்லையென்கிற விவரணைகளுக்குள் கதை நுழைந்துவிடுவதைப் பாருங்கள். லிஸ்பன் முற்றுகையின் வரலாறு புதினத்திலும் அரசனை ஒரு மனிதன் பெயர் சொல்லி விளித்ததுமே யார் அவன் என்கிற விபரங்களுக்குப் பதிலாக யார் யாரெல்லாம் அப்படி அழைத்திருக்க முடியாதென்கிற யோசனைகளுக்குள் சொல்லாடல் சென்றுவிடுகிறது).

நீதிக்கதையின் சாயலில் சொல்லப்பட்டிருக்கிற, நாற்பது பக்கங்களேயுள்ள அறியப்படாத தீவின் கதைக்குள்ளும், பெரிய புதினங்களிலேயே சாத்தியமாவதைப்போல தோன்றும் உத்திகளையும் சொல்லல் முறைகளையும் அந்தகம் மற்றும் யேசுவின் கூற்றுப்படியான வேதாகமம் முதலிய புனைவுகளில் அனுபவம்கொள்ளும், லேசாகத் தலைசுற்ற வைக்கும் முடிவையும் நாம் பார்த்து வியப்படைகிறோம். தொடர்ந்து பெருகிக்கொண்டேயிருக்கும் வார்த்தைகள் நேரடி அர்த்தமாக்கலின் ஆழத்தில் சிருஷ்டித்துக்கொண்டே போகும் அடுக்குகளைக் கண்டுபிடித்து வெளிக்கொணர்வதென்பது தனி அனுபவமாகவே இருக்கிறது. அதாவது அறியப்படாத தீவின் கதை என்ன சொல்கிறது என்பதைவிட அதை எப்படியெப்படி வாசிக்கலாம் என்கிற சிந்தனை. சுத்தம் செய்யும் பெண் படகு கேட்டு வந்த மனிதனின் பின்னே செல்வதென முடிவு செய்வதற்கு அவளுக்குச் சில கணங்களே போதுமானதாயிருக்கிறது. அதற்கான காரணம் பணியில் மாற்றத்தின் மீதான விருப்பம் என்பதாகக் கதையின் தொடக்கப் பகுதியில் அறியப்படுவது சில பக்கங்களுக்குப் பிறகு அவள் அவனை அரண்மனைக் கதவருகில் பார்த்த கணத்திலேயே, அவன் அரசனிடம் என்ன கேட்கப் போகிறான் என்பது தெரியும் முன்பே, அவனை விரும்பத் தொடங்கிவிட்டாள் என்கிற குறிப்பால் முன்பு அறியப்படாததாகிவிடுகிறது. இந்தக் குறிப்பிற்குப் பிறகு கதை முழுவதுமே, தொடக்கத்திலிருந்தே, அந்தப் பெண்ணால் வழி நடத்திச் செல்லப்படும் நிகழ்வுகளின் தொகுப்பாகிவிடுகிறது. அரசன் மற்றும் அந்த மனிதன் உட்பட யாவரும் இரண்டாம்

நிலைக்குத் தள்ளப்பட்டுவிடுகிறார்கள். கதையின் முதல் வரி, நெடுங்காலமாக விண்ணப்பங்களுக்கான கதவைத் தட்டும் மனிதர்களைப் பார்த்துக்கொண்டிருந்த ஒரு சுத்தம் செய்யும் பெண் படகு கேட்டு வந்த ஒரு மனிதனின் பின்னே போகத் தீர்மானித்து வழக்கமான அதிகார வர்க்க வழிமுறைகளின் பாதை வழியாக அவன் வரவைச் சென்று தெரிவிக்காமல் தானே நேரடியாகச் சென்று... என்று இப்படியாகப் புதிய கதையொன்றைச் சொல்லத் தொடங்கிவிடுகிறது. ஸரமாகோவின் புதினங்களில் இப்படி நடுவழியில் கதையின் முதற்பகுதி வேறு முறையில் வாசிக்கப்படத் தொடங்கியிருக்க வேண்டுமோ என்கிற தோற்ற மாயையைத் தருவது மிகச் சாதாரணமாக நடக்கிறது (குறிப்பாக லிஸ்பன் முற்றுகையின் வரலாறு). இப்படி மாற்றி வாசிப்பது வாசகன் வலிந்து மேற்கொள்ளும் அர்த்தமாக்கலாக இருக்கத் தேவையில்லையென்பதையும் நாவலாசிரியரின் சொல்லாடல்களே உணர்த்திச் செல்கின்றன. இரவில் உறங்குவதற்காக அறியப்படாத தீவின் ஆணும் பெண்ணும் பிரிந்து செல்லவிருக்கையில் அவன் தன் அழகைக் கவனிக்கவில்லையென்கிற குறை அவளுக்கு இருப்பதாக நமக்குத் தெரியப்படுத்தப்படுகிறது. இது மீண்டும் அவளுக்கு அறியப்படாத தீவின் பயணம் என்பது ஏதோ ஒரு மாய நிலப்பரப்பை நோக்கிக் கப்பலில் செல்லும் தூலச் செயலன்று என்கிற நிலைப்பாடு தொடக்கத்திலிருந்தே இருப்பதையும் உறுதிப்படுத்துகிறது. இது கதையில் குறிப்பிடப்படும் அறியப்படாத தீவு பின் என்ன என்கிற கேள்வியையும் ஆனால் அறியப்படாத அந்தத் தீவு பெண்ணால் முன்பே அறியப்பட்டுவிட்டதென்கிற அறிதலையும் (பதிலையன்று) அதன் கன்னிமை (கற்பு அன்று) அதை அறியப்படாததாக வைத்திருக்கிறது என்கிற அர்த்தமாதலையும் சாத்தியப்படுத்துகிறது. அறியப்படாத அந்தத் தீவின் அழகையும் வெளிப்படுத்தப்படாத அவளுடைய மனக் குறையையும் அவளுடைய வார்த்தைகளிலேயே ஆண் தன் கனவில் அறிந்துகொள்ளுமிடம் இந்த அர்த்தப்படுத்தலின் பரவசமூட்டும் உச்சக்கட்டம்.

கதையின் இன்னொரு அடுக்கில் அஃது அரசனுக்கும் அவனிடம் படகு கேட்டு வந்தவனுக்குமான தொடர்ந்த போராட்டமாக வாசிக்கப்படுவதற்கான சொல்லாடல்களைக் கொண்டிருக்கிறது. கதையின் தொடக்கத்தில் வந்து சென்று விடுவதாகத் தன்னைக் காட்டிக்கொள்ளும் அரசன் அப்போதிருந்தே அந்த மனிதன் மற்ற யாசகர்களில் ஒருவனல்லன் என்கிற பயத்தைக் கொண்டிருக்கிறான். அவன் படகைக் கொடுக்க மறுக்கும்போது லேசான ஆனால் உறுதியான எதிர்ப்புக் குரல்

அந்த மனிதனிடமிருந்து எழுவதையும், அதற்கு ஜனங்களின் கூட்டுக்குரலைக் கட்டியெழுப்பும் வலிமை இருப்பதையும் அவன் அறிந்துகொள்கிறான் (போதாததற்கு அந்தக் குரல் தன்னுடைய அரண்மனைப் பணியாள் ஒருத்தியையும் தன்னிடமிருந்து கடத்திச்சென்றுவிட்டதென்பதையும் பின்பு தெரிந்துகொண்டிருப்பான்). நேரடியான மோதல் தனக்குத்தான் தோல்வியைத் தருமென்கிற அறிதலும் அவனுக்கிருக்கிறது (அவர்களின் போக்கில் குறுக்கிடாமல் இருப்பதே நல்லது. குறைந்தபட்சம் நேரடியாக). இந்த நிலையில் அவனுக்கு இருக்கக்கூடிய ஒரே வழி அறியப்படாத தீவிற்கான அவனுடைய பயணத்தைத் தோல்வியுறச் செய்வதுதான். பிறகு அரசனுடைய இந்தத் திட்டத்தின் காய் நகர்த்தலாகவே காட்சிகளை வாசித்துச் செல்ல அது நம்மை அனுமதிக்கிறது. துறைமுகத்திற்குக் கொடுத்துவிடும் துண்டுச் சீட்டில், மாலுமியின் பேச்சில், கப்பற்பாய்களைக் குறித்த சுத்தம் செய்யும் பெண்ணின் சிந்தனைகளில், மாலுமிகள் கிடைக்காமற்போவதில், படகின் அலமாரிகள் மற்றும் பெட்டகங்கள் வெறுமையாக விடப்பட்டிருப்பதில், கனவில் தென்படும், முதலில் மாலுமிகள் என அவன் நினைத்த, மனிதர்களின் சதித் திட்டத்தில் என்று தொடர்ந்து அரசனின் இருப்பு, அதாவது குரலையுயர்த்தும் பிரஜைகளின் மீதான பயமும், சந்தேகமும், ஆக்கிரமிப்பும் பதிவாகிக்கொண்டேயிருக்கிறது. இந்தத் தடைகள் படகை வாங்கிய மனிதனிடம் விளைவிக்கும் மனச் சோர்வு அவனை அரசன் விரும்பியிருக்கக்கூடியபடியே பயணத் திட்டத்தைக் கைவிடுமளவிற்குக் கொண்டு செல்கிறது. ஒரு மாலுமியாக ஆசைப்பட்ட அவன் வழக்கமான நகரப் பிரஜைகளில் ஒருவனாக விவசாயம் செய்யும் முடிவிற்கு இறங்கிவிடுகிறான். இறுதியில் பயணக் கலத்தையே அறியப்படாத தீவாக மாற்றுவதன் மூலம் அவனும் அவனுடன் புறப்பட்டு வந்த சுத்தம் செய்யும் பெண்ணும் அதிகாரத்தை வெற்றி கொள்கிறார்கள்.

கதையெங்கிலும் பரவலாக இடம் பெறும் மாலுமிகள் மற்றும் மாலுமிகளல்லாதவர்கள் ஆகியோருக்கிடையிலான உரையாடல்கள் (ஒவ்வொரு சமயம் ஒவ்வொரு நபர் மாலுமியாயும் மாலுமியல்லாதவராயும் மாறிக்கொண்டேயிருக்கிறார்கள்) அறியப்படாத தீவின் இன்னொரு, வாசித்துப் பார்க்க வேண்டிய, அடுக்கு.

இறுதிப் பகுதியில் விவரிக்கப்படும் கனவுப் புனைவின் நேரடி அர்த்தமாக்கலுக்கான திறவுகோலாகச் செயல்படுகிறது. அந்தக் கனவு முழுவதையும் கவனமாகப் படிக்கும்போது அஃது அதற்கு முந்தைய பக்கங்களில் சொல்லப்பட்ட சொல்லாடல்களின்

ஒருவிதமான தொகுப்பே என்பதையும், சிலபோது அவற்றின் உருப்பெருக்கப்பட்ட வடிவங்களென்பதையும் நாம் கண்டுகொள்கிறோம். மாலுமிகளாக உடன்வர மறுத்தவர்கள் அவனை உபயோகப்படுத்திக்கொள்ளும் திட்டத்துடன் கப்பலின் தளத்தில் உலாவுகிறார்கள், முன்பு விரட்டப்பட்ட கடற்பறவைகள் வீட்டுப்பிராணிகளாக உடன் வருகின்றன, சாமான்களற்ற வெற்று அறைகள் மிருகங்களின் குரல்களால் நிரம்பி வழிகின்றன. சுத்தம் செய்யும் பெண்ணையொத்த பெண்கள் கூட்டம் வேலை செய்துகொண்டேயிருக்கிறது. தீவைப்பற்றின தொடர்ந்த பகல் நேரத்து உரையாடல்கள் கப்பலின் தளத்தில் தாவரங்களை முளைக்கச் செய்கின்றன, நனவில் தின்ற உணவுப் பொருள்களை அவன் கனவில் தின்னவில்லை. கதையின் போக்கு இப்படி ஒரு சுழல் நிலையை அடையும்போது ஏற்கனவே அறியப்பட்டவற்றின் அர்த்தமாக்கம் கடையப்பட்டு அறியப்படாத தீவு புதிய பொருள்கோளாக, தன்னியல்பாகவே அவற்றினடியிலிருந்து எழுந்து மிதக்கத் தொடங்கிவிடுகிறது. கனவு முடிந்ததும் கப்பலுக்கு அறியப்படாத தீவு என்கிற பெயரை ஆணும் பெண்ணும் எழுதச் செல்லும்போது வாசகனின் மனம் ஆச்சரியம் எதுவுமின்றி அதை ஆமோதிக்கிறது.

இதே கனவுக் காட்சியைக் கொண்டு அறியப்படாத தீவை ஏடன் தோட்டமாயும் அதன் ஆண் பெண்ணிருவரையும் ஆதாம் ஏவாளாயும் வாசிக்கவும் கதையில் இடமுண்டு. அவர்கள் கனியை உண்டது வெறும் கனவென்று சொல்வதன்மூலம் அவர்களிருவரையும் விட்டுவிட்டு ஏனைய யாவரும் இறங்கிப் போய்விடும் நிகழ்வுக்கு ஒரு பிரமிக்கத்தக்க பொருள் உண்டாகிவிடுகிறது. முதல் மனிதர்களிருவரும் கனியை உண்ணாதவரையில் மனிதகுலப் பெருக்கமும் அவர்களுடைய வெளியேற்றமும் மீட்பை நோக்கிய தேடலும் எப்படிச் சாத்தியம்? ஒரு வகையில் இந்தக் கனவுக்காட்சி கதையின் ஏனைய நிகழ்வுகளோடு இணையும்போது இறுதியிலிருந்து முதலுக்கு, அறிந்துகொண்டவற்றிலிருந்து அறியப்படாத தொடக்கத்திற்கு என்று பழைய ஏற்பாட்டின் தலைகீழ் வாசிப்பைச் சாத்தியப்படுத்துகிறது என்றும் சொல்லலாம்.

ஆனால் ஸரமாகோ பெண்கள் விஷயத்தில் ஓர் அற்புதரசக் கதைசொல்லியன்று. அறியப்படாத தீவைப் படிக்கும்போது அதன் பிரதான பாத்திரத்தைப்போல தோற்றமளிக்கும் படகு கேட்டு வரும் மனிதன் அதைக் கேட்பதையும் கேட்டது கிடைத்தபின் அதைச் சுத்தம் செய்யும் பெண்ணின் பொறுப்பில் ஒப்படைத்துவிடுவதையும் (அவளுடைய முடிவிற்கே விட்டுவிடுகிறேன் என்கிறான்) பிறகு விச்ராந்தியாகக் கனவு

காண்பதையும் தவிர கதைக்குச் செயல்ரீதியான பங்களிப்பு எதையும் செய்யவில்லையென்பதை விசேஷக் கவனம் செலுத்தாமலேயே நாம் கண்டுகொள்ள முடியும். மாறாக அரண்மனையின் அழைப்பு மணியாக அறிமுகப்படுத்தப்படும் அந்தப் பெண் சிறிது சிறிதாக நுழைந்து கதை முழுவதையும் ஆக்கிரமித்துக்கொள்கிறாள். ஸரமாகோவின் எல்லாப் புதினங்களிலும் பெண்கள் இந்த விதமாகவே படைக்கப்படுகிறார்கள். அவர் கதைகளின் பெண்கள் கதை நிகழும் காலக்கட்டத்தின் குறைந்தபட்சப் பெண்ணியச் சிந்தனைகளைக்கூடப் பிரதிபலிப்பவர்களல்லர் (அந்தகம் புதினத்தின் பெயரிடப்படாத நாயகி மட்டும் சற்றே விதிவிலக்கு). மேலும் கதையின் பிரதான நோக்கம் மீதான எந்த அக்கறையும் அவர்களுக்குக் கிடையாது (சுத்தம் செய்யும் பெண்ணுக்கு ஓர் இடத்திலேனும் அறியப்படாத தீவைப்பற்றி அறிந்துகொள்ளும் குறுகுறுப்பு இருக்கிறதா பாருங்கள். மாறாக அவளுடைய கவலை இருப்பிடத்திற்குத் திரும்பும் ஆண்களுக்கான உணவைத் தயாரிப்பதிலல்லவா இருக்கிறது). ஆனால் அவர்கள் கடுமையான உடலுழைப்பாளிகள். ஆண்களுடைய தேடல்கள், சிந்தனைகள், கற்பனைகள், இலட்சியங்கள், தயக்கங்கள், கோழைத்தனங்கள், பாலுறவு குறித்த மயக்கங்கள் யாவற்றையும் அவர்கள் தங்களுடைய நிற்காத, ஆரவாரமற்ற, உடலுழைப்பின் மூலமாகவே அநாயாசமாக எதிர்கொண்டும் கடந்தும் செல்கிறார்கள். புனைவின் முடிவைத் தீர்மானிக்கும் உரிமையும் சமயோசிதமும் அவர்களுக்கு அவர்களுடைய உழைப்பின் மூலமாகவே கிடைத்துவிடுகிறது. லிஸ்பன் முற்றுகையின் வரலாற்றில் வரும் சலவை செய்யும் பெண் மற்றும் பதிப்பகத்தின் மேற்பார்வையாளர், அந்தகத்தின் பெண்கள் குழு, பால்தஸாரிலும் ரிகார்டோ ரெய்ஸிலும் வரும் பணிப்பெண்கள், யேசுவின் வேதாகமத்தின் தாசி என்று யாரை எடுத்துக்கொண்டாலும். ஒருவகையில் சொல்லப்போனால் ஸரமேகோவின் பெண் பாத்திரங்கள் அவருடைய அதீதப் புனைவுவெளியில் திணறும் யதார்த்தத்தில் கால் பதித்து நிற்பவர்கள். ஓர் இந்திய வாசகருக்கு அவர்கள் புடவையிலிருப்பதைப் போன்ற பிரமை தட்டினாலும் அதில் ஆச்சரியப்படுவதற்கு ஒன்றுமில்லை. பெண்கள் விஷயத்தில் ஸரமாகோ ஒரு மரபுவாதியென்கிற தோற்றத்தை அவருடைய படைப்புகள் தருகின்றன. அதை அவர் எங்கேயும் மறுக்கவும் முயலவில்லை.

ஸரமாகோவை மொழிபெயர்ப்பது அத்தனை எளிதன்று. அவருடைய கதைசொல்லல் ஒரே சமயத்தில் ஆச்சரியத்தை யளிப்பதும் ஆயாசத்தை ஏற்படுத்துவதுமான ஒன்று. எந்தவொரு கதை நிகழ்வும் அதன் நேரடியான சொல்லாடல்களால்

சுட்டப்படுவதில்லை. ஒரு நிகழ்வு தொடங்கியவுடனேயே அதன் மீதான பல்வேறு சிந்தனைகள், அதனுடன் சம்பந்தமுள்ள, சம்பந்தமற்ற வேறு பல நிகழ்வுகள், காலப் பிரக்ஞையைத் தடுமாறச் செய்யும் தகவல்கள் ஆகியவை மழை பொழிந்தாற்போல அடிமுடி தெரியாதபடிக்குப் பக்கங்களை ஆக்கிரமிக்கத் தொடங்கிவிடுகின்றன. இதைப் பொதுவாக வழக்கிலிருக்கும் நினைவோடையென்கிற யதார்த்த வகை உத்தியிலும் சேர்த்துவிட முடியாது. பத்திப் பிரிப்போ, நிறுத்தற்குறிகளோ இல்லாமல், பக்க வரையறைகளையும் மறந்து, தொடர்ந்து போய்க்கொண்டேயிருக்கும் இந்தச் சொல்லாடல்களை மிக நீண்ட வாக்கியங்கள் என்கிற, ஏற்கனெவே அறியப்பட்ட பிரதியாக்கம் சார்ந்த சாகஸங்களோடும் அடையாளப்படுத்த முடிவதில்லை. ஏனென்றால் ஸரமாகோவின் வாக்கியங்கள் வியந்து சொல்லும்படியான நீளத்தைக் கொண்டிருப்பவையல்ல. அவற்றின் முடிவில் நிறுத்தற்குறிகளையோ இடையில் தேவையான மேற்கோள் குறிகளையோ இடாமலிருக்கவும் பிறிதோரிடத்தில் திடீரென முற்றுப்புள்ளியிடவும் ஸரமாகோ என்ன வரையறைகளை வைத்திருக்கிறாரென்பது அவருக்கு மட்டுமே தெரிந்த மர்மமாக இருக்கிறது. அது மொழிபெயர்ப்பாளரைக் கண்டிப்பாகத் திணறச் செய்யும் தனித்துவமிக்க நடைப்பாணி. பேசுபவரையும் கேட்பவரையும், நடந்ததையும் நடந்ததாக ஊகிக்கப்பட்டவற்றையும், கனவையும் நிஜத்தையும், ஆணையும் பெண்ணையும், நாவலாசிரியனையும் பாத்திரங்களையும் லேசில் பிரித்துப் பார்க்க விடாமல் குழப்பும் இந்தப் பாணி பல சமயங்களில் தேவையில்லாத பிடிவாதத்தைப்போல தோன்றினாலும் இந்தப் பிடிவாதத்தின்மீது நாம் அசூயையையோ திகட்டலோ கோபமோ ஏமாற்றமோ பரிகாச உணர்வோ அடைவதில்லை. மாறாக வாசிப்பின்மீது சற்றேனும் பரிவற்ற ஒரு வலையைப்போல விரியும் ஸரமாகோவின் குரூரத்தின்மேல் நாம் விட்டில்பூச்சியைப்போல திரும்பத் திரும்பப் போய் விழுகிறோம். ஆனந்தின் பிடிவாதமான மொழிபெயர்ப்பு அதற்கு ஓர் உதாரணம்.

2006

வேறு

உள்ளடக்கம்

1. செங்கடல்   231
   (லீனா மணிமேகலையின் திரைப்படம்)
2. வெளியேறிவிட முடியாத சுழல்   238
   (மா. அரங்கநாதன் – நினைவுகள்)

செங்கடல்

(லீனா மணிமேகலையின் திரைப்படம்)

பெங்களூர் சர்வதேசத் திரைப்பட விழாவில் லீனா மணிமேகலையின் செங்கடல் திரைப்படம் பார்க்கும் வாய்ப்புக் கிட்டியது. இந்த வகையான, அரசியல் தன்மையதானவை எனச் சொல்லப்படும், திரைப்பட மற்றும் இலக்கியப் பிரதிகளைப் பார்த்துவிட்டு/படித்துவிட்டு உரையாடும்போது பொதுவாகவே உள்ளூர எனக்கு வியர்க்கத் தொடங்கிவிடும். உயிர் வாழ்தலின் சித்திரவதையை வெளிப்படுத்தும் இவ்வகைப் பிரதிகளை நோண்டி கலாபூர்வமாக வெற்றி பெற்றிருக்கிறதா இல்லையா என்றெல்லாம் பார்த்துக்கொண்டிருப்பது கடும் கண்டனத்திற்குரிய செயலாக நண்பர்களால் பார்க்கப்பட்டுவிட எப்போதுமே தொண்ணூற்றொன்பது சதவீதம் வாய்ப்பிருக்கிறது. அஃது ஒரு வகையில் சரியானதும் கூட என்பதால்தான் இந்த நடுக்கம். என்றாலும் அழகியல் என்பது வெறுமே ஒரு படைப்புக் கலைக்கான அளவுகோல்களுக்குள் சரியாக அடங்கியிருக்கிறதா என்பதைப் பார்ப்பது மட்டுமாகாது என்பதுவும் பிரதியின் மூலமாகப் படைப்பாளி சொல்ல முனையும் செய்தி அழகியல் குறைவு ஏற்படுமானால் பார்வையாளரை/வாசகரை அவர் விரும்பிய தீவிரத்துடன் சென்றடையாமல் போய்விடச் சாத்தியமிருக்கிறது என்பதுவும் அழகியலை

(அழகியல் என்பதற்கு அழகு செய்வது என்கிற அர்த்தத்தை ஒருபோதும் இலக்கியம் கொடுப்பதில்லை) கைக்கொள்வது என்பது போருக்குத் தயாராகும் ஒருவன் வாட்சண்டை பழகுவதற்கு ஒப்பானது என்பதுவும் என் பார்வையாக இருப்பதால் அதைப் பார்க்கத் தேவையில்லையென்னும் வாதத்தை ஒத்துக்கொண்டாலும்கூட. அழகியல் அம்சங்களில் என் கவனம் என்னை மீறியே சென்றுவிடுவதை என்னால் தவிர்க்க முடிந்ததில்லை. அழகியல் என்பது எனக்கு என்னவாக இருக்கிறது? ஒரு செய்தி சொல்லப்படுவதற்காக படைப்பாளியால் எடுத்துக் கொள்ளப்பட்ட வடிவத்திற்கு அந்தப் படைப்பு விசுவாசமாக இருக்கிறதா என்று பார்ப்பது. உதாரணமாக இருபத்தொன்றாம் நூற்றாண்டின் மிகப் பெரிய அரசியல் நிகழ்வுகளை ஒரு கதையாகச் சொல்வதற்கு இலக்கியவாதியான லீனா மணிமேகலை கவிதையை, கட்டுரையை, ஆவணமாகப் பிரதிப்படுத்தலை, தேர்ந்தெடுக்காமல் அதை ஒரு திரைப்படமாகச் சொல்ல முயன்றிருக்கிறாரென்றால், அஃது ஒரு திரைப்படமாக வந்திருக்கிறதா என்று பார்ப்பது.

எழுதப்படும், வரையப்படும், இசைக்கப்படும் பிரதிகளைப் போலன்றி திரைப்படம் என்பது ஒரே சமயத்தில் பல, உயிருள்ள, தனித் தன்மையதான தளங்களில் இயங்கிக்கொண்டேயிருக்கும் ஒரு கூட்டுப் பிரதியாக இருக்கிறது. இதில் எழுதப்படும் ஓர் இலக்கியப் பிரதியின் தன்மையும் அடக்கம். நாளது வரையிலான திரைப்படங்களில், நான் பார்த்தவரையில், இந்தப் பல தள இயக்கங்கள் கதை சொல்லல் என்கிற, இயக்குநரின் பிரதான நோக்கத்தைச் சாதிக்க திரைப்படத்தில் ஒரு புள்ளியில் இணைவு கொண்டு நகர்வதாயிருக்கும். செங்கடல் திரைப்படத்தின் தனித்தன்மை அஃது இந்தப் பல புள்ளிகளை ஒரு நோக்கத்தில் இணைக்கும் மரபான படமாக்கலை தகர்க்க முயன்றிருக்கிறது என்பதில் நிலைகொள்கிறது. அதாவது படத்தின் ஒளிப்பதிவு, உரையாடல், காட்சிகள் மற்றும் திரைக்கதை, இசை ஆகிய அம்சங்கள் ஒன்றாகக்கூடி ஒரே கதையைச் சொல்வதற்குப் பதிலாக தனித்தனியே தங்களுக்கான வடிவச் சுதந்திரத்தின் வழியே, செங்கடல் என்னும் ஒரு பொதுத் தலைப்பின்கீழ், தனித்தனிக் கதைகளைச் சொல்ல முயலுகின்றன. இதன் அர்த்தம் படம் இணைப்பின்றித் தறிகெட்டு ஓடுகிறது என்பது இல்லை. இதைச் சரியாகப் புரிந்துகொள்ளவேண்டுமானால் இப்படிச் சொல்லலாம்: சில திரைப்படங்களின் வெற்றி தோல்வியுடன் சம்பந்தப்படாமல் படத்தின் பாடல்கள் மட்டும் பொதுவெளியில் தனியே இயங்குகின்றன அல்லவா, கிட்டத்தட்ட அதைப்போல. குறிப்பிட்ட காலக்கட்டத்தில் ஒரு குறிப்பிட்ட நிலப்பரப்பின்மீது

நடமாடும் பல்வகைப்பட்ட மனிதவுயிர்கள் உற்பத்தி செய்யும், படமாக எடுக்கச் சக்தியிருக்கிறவரையில் காமிராவுக்குள் அகப்படும், ஆனால் அதற்கு வெளியிலும் அவற்றின் உலவலைப் பார்ப்பவரின் கற்பனையில் படரவிட்டுச் செல்லும், கதைகளின் தொகுப்பாகச் செங்கடல் இருக்கிறது. உரையாடல், காட்சி, கதைப் பிரதி ஆகிய, இலக்கியத்திற்கு நெருக்கமான, மூன்றையும் எடுத்துக்கொண்டால், உரையாடல் மூலமாக ஓர் அரசியல் கதையும் காட்சிகளின் மூலமாக மீனவர் வாழ்வும் கதைப்பிரதியாக ஒரு காதல் கதையும் சொல்லப்படுகிறது எனலாம். இந்த மூன்றும் ஒன்றுக்கொன்று எதேச்சையாக மட்டுமே சம்பந்தமுள்ளவை. ஆனால் ஒன்றில்லாமல் மற்றொன்று இயங்கும் வலிமையுள்ளவை.

செங்கடலில் உரையாடலாகச் சொல்லப்படும் கதை இந்தப் படத்தின் மனிதர்கள் வாழும் கடற்கரைக்குச் சற்று தொலைவிலுள்ள ஒரு நாட்டில் நடக்கும் போரைப்பற்றியது. இந்தப்போர் திரைக்களத்தில் காண்பிக்கப்படும் 'நிஜம்' அன்று. மாறாக அகதிகளால், மனநிலை பிறழ்ந்தவர்களால், தொலைக்காட்சிச் செய்திகளால், வாய்வழிக் கதைகளால், சுவரொட்டிகளால் சொல்லப்படும் 'கதை'. அந்தப் பீதிவயப் படுத்தும் கதைகள் கதைகளுக்கேயான இயல்புடன் வீர மரணங்களை, மேலும் சாகாமையை, (பிராபகரனின் இறப்பு நேதாஜியின் இறப்பைப்போல அவருடைய இருப்பை முன்னிலும் பல மடங்கு உக்கிரமாக உணரச்செய்யும் புதிய தொன்மமாக ஒரு பைத்தியக்காரனால் முன்மொழியப்படுகிறது), மறைந்து திரியும் சாவுகளை (நடுத் தீவில் இறக்கிவிடப்பட்ட ஒரு தம்பதிகளும் அவர்களின் குழந்தையும் காப்பாற்ற ரோந்துக்காரர்களிடம் அனுமதி கேட்டுக்கொண்டு ஒரு கிழவன் திரும்பி வருவதற்குள் அவன் தன் மனைவியிடம் அங்கலாய்ப்போடு பகிர்ந்துகொள்ளும் ஒரு 'கதை'யாகி விடுகிறார்கள். செங்கடலை ஓர் அரசியல் படமாக அறியச் செய்திருக்கும் இதன் இந்த அம்சம் முழுவதையுமே திரைப்படத்தில் ஒரு வாய்மொழிச் செய்தியாக மட்டுமே ஆக்கியிருப்பதன்மூலம் லீனாவால் படத்திற்கு வெளியே அலையும் கதைகளின் வடிவங்களைப் படத்தின் கதையோட்டத்திலேயே ஊகிக்கச் செய்வதில் வெற்றி பெற முடிந்திருக்கிறது. அதாவது 'நிஜத்தை' 'கதை'யாக்க சாத்தியப்பட்டிருக்கிறது. மேலும் உரையாடல் வழியிலான கதை உத்தி, நிகழ்கால் யதார்த்த அரசியல் தலைவர்கள், நிகழ்வுகளினூடு செயல்பட்டுக்கொண்டே 'யதார்த்தத்தை சந்தேகத்தில் நிறுத்திவைத்தல்' என்னும் மாய யதார்த்தத்தின் தன்மையையும் கொள்கிறது. படம் முழுவதிலும் நடக்கும் 100 நிமிட உரையாடல்களில் ஒரு சுட்டியாக இரண்டு இடங்களில் பயன்படுவதைத் தவிர தமிழ், தமிழர் என்னும்

குறிப்புகள் எங்குமே, சிங்களர் என்கிற பதத்திற்கு எதிர்வாகக் குறிப்பிடப்படாமலிருப்பதுவும் இந்த மாயக் கதைத் தன்மையைப் படம் தக்க வைத்துக்கொள்ளப் பயன்பட்டிருக்கிறது.

உரையாடல் வழியாகச் சொல்லப்பட்டிருப்பதாக மேலே விவரிக்கப்பட்ட கதைக்கு வெளியே ஒரு கதை காட்சி வடிவங்களிலிருந்து வெளிப்படுகிறது. இந்தக் கதையில் போர் கிடையாது. அதன் பயங்கரமோ அதன்மீதான அச்சமூட்டும் சொல்கதைகளோ கிடையாது. இந்த வாழ்வு மீனவர் சமுதாயத்தின் நேரடியான, அரசாங்கத்துடனும், எல்லைக் காவலர்களுடனும், இயற்கைச் சீற்றங்களுடனும், பகட்டான அறிவுஜீவிகளின் உருப்பெருக்கப்பட்ட பிம்ப முகமூடிகளினடியில் இயங்கும் சமூக ஆர்வலர்களுடனும் தொடர்பு கொண்ட ஓர் அன்றாட வாழ்வு. உரையாடல் வழியாகச் சொல்லப்படும் கதைக்கும் காட்சிகளின் வழியாகச் சொல்லப்படும் இந்தக் கதைக்கும், அகதிகளும் இதில் அடக்கம் என்பதற்கப்பால் (அதையும் ஒரு கட்டத்தில் ஒரு காவல்காரர் இரண்டு வருடங்களாகத் தங்களை பதிவு செய்துகொள்ளாத தம்பதிகள்மீதான விசாரணைமூலமாக உடைத்துவிடுகிறார்), சம்பந்தம் கிடையாது. மேலும் அவற்றின் குணாம்சத்திலும் முன்பு சொல்லப்பட்ட கதை கால, இட வரையறை கொண்ட ஓர் அரசியல் கதை. இரண்டாவது கதை கால, தேச அடையாளங்களுக்கு அப்பாற்பட்ட ஒரு சமூகத்தின் இருப்பின் கதை. முன்னது, சுதந்திரப் போர்க் காலத்திலும், மகத்தான புரட்சிகளின் காலக்கட்டத்திலும் அவற்றை மக்களுக்குக் கடத்துவதற்கான பிரசாரங்களாகப் பயன்படுவதற்கென்றே உருவாக்கப்பட்ட பிரதிகளைப்போல, பயன்பாடு முடிந்ததும் தாங்களும் காலாவதியாகிப்போகும் தன்மையவை. பின்னது அவற்றைத் தாண்டி நீளும் வாழ்வைப்போல நித்தியத்துவம் பெற்றது. அதாவது போரினால் பாதிக்கப்படுதலென்பது மீனவர் வாழ்வின் இன்றைய அவலத்தின் ஓர் அங்கம், ஆனால் மீனவர்களின் பாடு அதற்கப்பாலும் நீள்வது. இவ்விதமான கதை சொல்லல் முறை, இறுதிக் காட்சியில் காவல்துறை அதிகாரிகளின் மணிமேகலையின் படப்பிடிப்பு எல்டிடிஈ சம்பந்தப்பட்டது என்கிற குற்றச்சாட்டை மறுத்து தன்னுடைய அக்கறை அகதிகள் மற்றும் மீனவர்கள் பற்றியது மட்டுமே என்று அவள் பேசும்போது படம் பார்ப்பவர்கள் அதை ஆமோதித்து அதற்குச் சாட்சியாகத் தங்களை நிறுத்திக்கொள்ளும் சந்தர்ப்பத்தை உருவாக்குகிறது (காவல்காரர் படம் பார்க்காமலேயே 'கதை சொல்பவர்களின்' இடத்திற்கு நகர்த்தப்படுகிறார்).

உரையாடல், காட்சி ஆகிய இரண்டிற்கும் அப்பால் திரைக்கதை வாயிலாகச் செங்கடலில் தனியான ஓர்

உள்ளூறைந்த தனிப்பட்ட அன்பின் கதை வெளிப்படுகிறது. இது மீனவர்களின் வாழ்வையும் அகதிகளின் நிலையையும் படமெடுக்க தனுஷ்கோடிக்கு வரும் மணிமேகலை அந்தக் கடற்கரையில் எந்த நேரமும் சுட்டுவிடப்படக்கூடிய விளிம்பிலேயே அலைந்துகொண்டிருக்கும் ஒரு மனநிலை பிறழ்ந்த ஆணால் ஈர்க்கப்படும் கதையாக, மீனவர் மற்றும் அகதிகளின் பாடுகள் என்னும் பெரும் வியக்தியினடியில், சொல்லப்படாத ஒரு துயரமாக, படம் முழுக்க நீள்கிறது. இந்தக் கதை, இயக்குநர் லீனா ஒரு கவிஞருமாதலால், ஒரு, திரைப்படமாகப் பதிவு செய்யப்பட்ட, இலக்கியப் பிரதியாக வெளிப்பட்டிருக்கிறது. ஈர்ப்பா அன்பா நட்பா காதலா என்று சொல்ல முடியாத ஓர் ஊசலாட்டம் இந்த உறவின்மூலம் சாமர்த்தியமாகக் காட்டப்பட்டிருக்கிறது. ஏனெனில் பைத்தியத்தின்மீதான மணிமேகலையின் நோக்கில் மெலிதான பாலியல் ஈர்ப்பு இருக்கிறது (இதுபற்றிச் சற்று கீழே எழுதியிருக்கிறேன்). மேலும் மற்ற எல்லோருடனும் தைரியமாகச் சென்று பேசும் அவள் அவனுடன் உரையாடுவதைத் தவிர்ப்பது, குறுகுறுக்கும் நெஞ்சின் பாதிப்பு என்றும் ஊகித்துக்கொள்ளவும் காட்சிகள் இடம் தருகின்றன. அதே சமயத்தில் அதைக் காதல்தான் என்று சொல்லிவிட முடியாதபடி அஃது ஒரு உடலார்ந்த தவிப்பாக வளர்வதுமில்லை. இந்த ஊசலாட்டம் தன்னளவில், தனியாக, அழகான ஒரு கவிதையாக படத்தில் மலர்கிறது. மணிமேகலையின் படப்பிடிப்புகளின்போதும் காவல்நிலையத்திற்கும் இருப்பிடத்திற்குமான அலைச்சல்களின்போதும் கவனத்தைக் கவர்கிறவனாக அந்த அகதிப் பைத்தியம் கடற்கரையில் அலைந்து கொண்டிருக்க இந்தப் பைத்தியம் மணிமேகலையின் பார்வையில் ஒரு குழந்தையாகவே படம் முழுக்க உருவகப்படுத்தப்படுகிறான். இவனுடைய அரை நிர்வாணத் தனிமையைச் சன்னல் வழியாகக் கவனித்துவிட்டுத் திரும்பும் மணிமேகலை தன் அறையில் ஆடைகளைத் தளர்த்தி தன்னையும் ஏகதேசமாக ஒரு அரைநிர்வாணக் கோலத்தில் நிறுத்தித் தன் மார்புகளை, கண்ணாடியில் பார்த்துக்கொள்கிறாள். பைத்தியத்தையும் அவளையும் இணைக்கும் தொடர்புச் சாதனங்களாக அவன் கையிலிருக்கும் வானொலியும் அவளுடைய படமெடுக்கும் கருவியும் இருக்கிறது. அவனுடைய இருப்பு அவள் மனதில் அலைவது படமெடுக்கும் கருவியினூடே நகரும் அவளுடைய வளர்ப்பு ஆமையாக உருவகப்படுத்தப்படுகிறது (கடைசியில் அவள் அந்த ஆமையைத் கடலிலேயே விட்டுவிடுகிறாள். பைத்தியமும் கடலை நோக்கிச் சென்றுவிடுகிறான்). பைத்தியத்துடன் மணிமேகலையோ மணிமேகலையுடன் பைத்தியமோ பேசிக்கொள்வதில்லை. ஈர்ப்பு அல்லது அன்பு

ஒரு திரைப்படக் காதலாக மாறும் வாய்ப்புகள் அறவே தவிர்க்கப்பட்டுவிடுவதன்மூலம் மணிமேகலையின் மார்பகங்கள் இணைவிழைவுத் தூண்டிகளாகச் செயற்படுவதிலிருந்து துண்டிக்கப்பட்டு, தொடர்ந்து பால் சுரப்பிகளாக மட்டுமே தங்கள் படிமத்தைக் காப்பாற்றிக்கொள்ள முடிகிறது. இந்த, பால்சுரப்பி என்கிற நிலையில் மட்டுமே செயல்படுத்தப்படும் படிமம், படத்தின் இறுதிக் காட்சியில் மணிமேகலையின் கனவில் அந்தப் பைத்தியம் அவள் தன் மார்புகளால் பாலூட்டி உலகு புரக்க முடியும் என்று கூறி புத்த ஸ்தூபத்தை நோக்கி அழைக்கையில் எவ்வித உறுத்தலுமின்றி இயல்பாக அந்தக் காட்சியோடு இழைந்துவிடுகிறது. அவன் ஏற்கனெவே அவளுடைய மார்புகளை அறிந்தவனைப்போல அப்படிப் பேசுவது முதற்பகுதியில் மணிமேகலை தன்னைத் தானே பார்த்துக்கொள்வதாகக் காட்டப்படும் காட்சி உண்மையில் அவள் கற்பனையில் அவனுடைய பார்வை வழியாகத்தான் காட்டப்படுகிறது என்பதையும் உறுதி செய்கிறது. மேலும் மணிமேகலையின் படச்சுருள்கள் காவல்துறையால் பறிமுதல் செய்யப்பட்டு அவள் பலவந்தமாக வெளியேற்றப்படும்போது புகைவண்டிக் கழிப்பறையில் அவள் தன் இயலாமையை நினைத்து அழும் காட்சியின்போதும் அவளுடைய மனதில் அவள் கைவிட்டுவந்த மக்களின் பிரதிநிதியாக அந்தப் பைத்தியம் இருக்கிறான் என்பதை ஒளிப்பதிவு பார்வையாளனுக்கு டாப் ஆங்கிளில் புகைவண்டி, அவள் கனவில் கண்ட புத்த ஸ்தூபத்தை ஒத்த வடிவமுள்ள பாம்பன் பாலத் திறப்பிற்குள் நுழைந்து வெளியேறுவதன்மூலம் தெளிவாக உணர்த்துகிறது (அல்லது இந்த முடிவைத்தான் மணிமேகலை முன்பே புத்த ஸ்தம்பமாகக் கனவாகக் கண்டிருக்கிறாள்). முன்பு கனவில் இந்த ஸ்தூபத்தின் கதவுகளைத் தட்டி அதன் மறுபுறம் செல்ல முயல்கிறபோது அவள் கூட அவன் இருக்கிறான். இப்போது அந்த வெளியேற்றம் நிகழ்ந்துவிட்டது. ஆனால் அவன் அவளுடன் இல்லை. அவள் மட்டுமே, அவனால் உலகூட்டும் அக்ஷய பாத்திரங்கள் என வர்ணிக்கப்பட்ட, மார்பகங்களுடன் (இங்கே இது அந்த மக்களுக்காக அவள் எதிர்கொள்ளவேண்டிய வழக்கு முதலான தொடர்ந்த போராட்டங்களின் குறியீடு) அந்த நிலத்தைவிட்டு வெளியேறுகிறாள். முதல் காட்சியில் அவளுடைய அவன்மீதான, சந்தேகத்திற்கிடமான, ஈர்ப்பு நிகழுமிடத்திலும் இரண்டாம்முறை அவள் கனவில் அஃது உறுதிப்படுமிடத்திலும், மூன்றாவதாக அவனுடைய பிரிவு அவளை மீண்டும் தனியளாக்குமிடத்திலும் கதவுகளின் இருப்பு இந்தக் காட்சிகளுக்கு இந்த அர்த்தம் வலிந்து திணிக்கப்படவில்லையென்பதைச் சொல்ல உதவும்.

முதல் காட்சியில் அறைக் கதவு தட்டப்படுகிறது. இரண்டாவது காட்சியில் அதே அறைக்கதவு ஸ்தூபக் கதவு உருவகத்துடன் தட்டப்படுகிறது (கனவில் மார்புகளைப்பற்றிப் பைத்தியம் பேசி முடிக்கும் தருவாயில் அறைக்குள் மணிமேகலை இருக்கும் நிலையிலும் அவளுடைய மேற்சட்டை நெகிழ்ந்தேயிருக்கிறது). இறுதிக் காட்சியில் உள்புறம் தாளிடப்பட்டுக்கொண்ட கழிப்பறைக் கதவிற்குள் அவள் வெகுநேரம் அமர்ந்திருக்க முடியாது. அந்தக் கதவும் இன்னும் சற்று நேரத்தில் யாராலாவது தட்டப்பட்டுவிடலாம். இந்தக் கட்டுரையின் முதல் பத்தியின் கடைசி வாக்கியத்தைப் பாருங்கள். ஒரு திரைப்படத்தால்தான் இத்தகைய காட்சி ரூபமான இணைவுகளை உருவாக்க முடியும்.

செங்கடல் அசாதாரணமான படமில்லை. அழுத்தமாகவும் உணர்வுபூர்வமாகவும் வெளிப்பட்டிருக்கவேண்டிய பல காட்சிகள் (பைத்தியத்தின் டிரான்சிஸ்டர் உடைதல், மீனவர் குடியிருப்பில் காவலரின் அத்துமீறல், மணிமேகலையின் ஊமைக் காதல், அவள் வெளியேற்றப்படும் தருணங்கள்) அப்படிவெளிப்படத் தவறியிருக்கின்றன. எத்தனை சமாதானப்படுத்திக்கொண்டாலும் படத்தில் காணப்படும் அடர்ந்த நிழற்படிவம் பார்வையாளனைத் தொந்தரவு செய்யவே செய்யும். இயக்குநர் லீனா உட்பட படத்தின் நடிகர்கள் அனைவருடைய அசைவுகளிலுமே ஒளிப்பதிவுக் கருவியின்முன் நிற்கும் பிரக்ஞை அப்பட்டமாக வெளிப்படுகிறது (மணிமேகலையைக் காவல்துறை வெளியேற்றும் காட்சியில் இடம்பெறும் உரையாடல்களின்போது கேள்விக்கும் பதிலுக்கும் இடையில் விழும் தாமதம் அந்தக் காட்சியின் அழுத்தத்தைச் சுத்தமாக உறிஞ்சி எடுத்தேவிடுகிறது).

ஆனால் இத்தனை குறைகளுக்குப் பின்பும் இஃது ஒரு தைரியமான திரைப்படமாக இருக்கிறது. மரபான திரைப்பட மொழியில் தன் போக்கில் ஒரு சிறு கீறலை தன்னையறியாமலேயே உண்டுபண்ணியிருக்கிறது. ஒரு நேர்மையான திரைப்படப் பிரதியாக இதைக் கருதுவதற்கான தகுதியை அந்தக் கீறல் இந்தப் படத்திற்குக் கொடுத்துவிடுகிறது. இயக்குநரின் முதல் கதைப்படம் என்கிற அளவில் ஒரு முதல் முயற்சிக்கு இதைவிடத் தகுதி வேறென்ன வேண்டும்.

2012

வெளியேறிவிட முடியாத சுழல்

(மா. அரங்கநாதன் – நினைவுகள்)

காப்ரியல் கார்ஸியா மார்க்வெஸ்ஸின் 'கதையைச் சொல்வதற்காக வாழ்தல் (Living to tell the tale)' என்கிற சுயசரிதை நூலில் ஒரு காட்சி: கிராமத்திலிருக்கும் தங்களுடைய பழைய வீட்டை விற்பதற்காக ஆசிரியருடைய தாய் நகரத்திற்குச் சென்றுவிட்ட அவருடைய உதவியை நாடுகிறாள். வேண்டா வெறுப்பாக அவரும் இதற்குச் சம்மதிக்கிறார். அதன்படி பல வருடங்களுக்குப் பிறகு அவர் தாயுடன் தன் சிறு பிராயம் கழிந்த சொந்த கிராமத்திற்கு வருகிறார். பழைய தெருக்களின் வழியே தாயும் மகனும் மெதுவாக நடந்துசெல்கிறார்கள். தாய் மகனிடம் பழைய நினைவுகளின் பூரிப்போடு தெருவிலிருக்கும் வீடுகளையும் அவற்றில் இருக்கும்/ இருந்த மனிதர்களையும், அவர்களோடு மகன் முன்பு கொண்டிருந்த உறவு முறைகளையும் நெருக்கத்தையும் விளக்கிச் சொல்லிக்கொண்டே வருகிறாள்: "நீ அங்கே அப்படி விளையாடினாய், இங்கே இப்படிக் குறும்புகள் செய்தாய், இவர்களோடு இப்படியாகப் பழகிக்கொண்டிருந்தாய், அவர்கள் உன்னை அப்படிக் கவனித்துக்கொண்டார்கள், நினைவிருக்கிறதா எல்லாம் உனக்கு?" கடைசியாக அவர்கள் தங்கள் தெருவை அடையும்போது அதன் தொடக்கத்திலிருந்து கை நீட்டிச் சுட்டிக் காட்டி அவள் சொல்கிறாள்: "இந்த வீடுகளின் வரிசையில்

கடைசியில் தெரிகிறதே, அதுதான் நம்முடைய வீடு, அதற்கப்பால் ஒரு வாதாமரம், மகனே, அதோடு உலகம் முடிவடைகிறது."

மார்க்வெஸின் மாய யதார்த்தக் கதை கூறு முறையின் தொழில் நுட்பத்தைச் சரியாகக் கைப்பற்ற வேண்டுமானால் அவருடைய ஒரு நூற்றாண்டு காலத் தனிமையைப் படித்த கையோடு அதற்கு நாற்பது வருடங்களுக்குப் பின் வெளிவந்த இந்த நூலைப் படித்துப் பார்க்க வேண்டும். நூற்றாண்டு காலத் தனிமையின் கதைப் போக்கில் நாம் உணர்வதையொத்த சில, புரிந்துகொள்ள முடியாத, மர்மமான, மந்தகாச உணர்வுச் சுழல்களை அவற்றின் ஆழம் தூர்ந்துவிடாமலேயே சரியான வார்த்தைகளாக, பிம்பங்களாக நம் புரிதலின் வசப்படுத்திக்கொள்ள இது பெருமளவு உதவுகிறது. எண்பதுகளின் கடைசி அல்லது தொண்ணூறுகளின் தொடக்க வருடமொன்றில் மா. அரங்கநாதனை அவருடைய நங்கநல்லூர் வீட்டின் முன்னறையில் சந்தித்தபோது எனக்குள் சுரந்த, முன்பின் பழக்கப்பட்டிராத, ஒருவிதமான மர்மமான கேவல் உணர்வு எதனால் ஏற்பட்டது என்பதைப் புரிந்துகொள்ள அதற்குப் பத்துவருடம் கழித்து மார்க்வெஸ்ஸின் சுயசரிதையை நான் படிக்க வேண்டியிருந்தது. கண நேரத்தில் நடந்து முடிந்து மனதில் எதையெதையோ கசடுகளாக விட்டுச் செல்லும் அனுபவங்களை, அவை இன்னதுதான் எனப் புரிந்துகொண்டு அவற்றிலிருந்து விடுபட, அல்லது அவற்றில் மேலும் மூழ்கி மனதைச் சுகமாக வதைப்படுத்திக்கொள்ள, பல வருடங்கள் தொடர்ந்து விடாமல் படித்துப் படித்து வார்த்தைகளைத் தேடிக்கொண்டேயிருக்கிறோம்.

மா. அரங்கநாதனை நான் பார்க்க விழைந்தது அவர் முன்றில் இதழின் நிறுவனர் என்கிற முறையில். ஏப்ரல் எண்பத்தெட்டில் என் முதல் கவிதை கணையாழியில் பிரசுரம் கண்டிருந்தாலும் என்னை நான் ஒரு கவி ஆகிருதியாக இனம் கண்டது அக்டோபர் எண்பத்தெட்டில் என் கவிதைகளை ஒரு கொத்தாக முன்றில் பிரசுரித்தபோதுதான். என் நிறுவனம் ஏற்பாடு செய்திருந்த ஸ்தாபகர் தின விழாவின் செயற்குழுவில் ஓர் அங்கத்தினனாக நிறுவன வளாகத்தினுள் என்னினைவின்றி வேலைகளைக் கவனித்துக்கொண்டிருந்தபோது வீட்டிலிருந்து முன்றில் இதழ் வந்திருப்பதாயும் அதன் முகப்பு அட்டையிலேயே என் கவிதைவெளியிடப்பட்டிருப்பதாயும் மேலும் நான்கைந்து கவிதைகள் இதழின் உள்ளேயும் பா. வெங்கடேசன் கவிதைகள் என்கிற தலைப்பில் பிரசுரிக்கப்பட்டிருப்பதாயும் தகவல் கிடைத்தது. நான் மேலதிகாரிகளின் எச்சரிக்கையைப் பொருட்படுத்தாமல் வேலைகளைப் போட்டது போட்டபடி போட்டுவிட்டு இரு சக்கர வாகனமொன்றை இரவல்

வாங்கிக்கொண்டு பத்து கிலோமீட்டர் தொலைவிலிருக்கும் என் வீட்டிற்கு உடனே பறந்து வந்துவிட்டேன். ஆம், தொலைவு என்கிற என் கவிதை இதழின் முகப்பில் அச்சிடப்பட்டிருந்தது. மேலே இதழாசிரியராக என் ஆதர்ச படைப்பாளி க.நா.சு.வின் பெயர். உள்ளே என் பெயர் தலைப்பில் போடப்பட்டிருந்ததுகூட எனக்குப் பெரிதாகத் தெரியவில்லை, அதற்கு அடுத்த பக்கத்தில் போடப்பட்டிருந்த என் அபிமான கவிஞரான விக்கிரமாதித்யன் நம்பியின் பெயருக்கு இணையான எழுத்துருவிலும் அளவிலும் அஃது இருந்ததுதான் என்னை உன்மத்தனாக்கிவிட்டது. அன்று நான் அடைந்ததைப் போன்ற ஆச்சரியமும் ஆனந்தமும் வேறு வேறு பெயர்களில் அநேகமாக எல்லோராலும் ஏற்கனெவே வழிவழியாக எழுதப்பட்டுவிட்டதுதான் என்பதால் மேற்கொண்டு இதை விஸ்தரிக்கவேண்டியதில்லை. வருடங்கள் கழித்து யோசித்துப் பார்த்தபோது, பிரபலமான படைப்பாளியே யானாலும் அவனுடைய சிறந்த படைப்பை மட்டுமே பிரசுரம் செய்து அவனுக்கும் வாசகர்களுக்கும் தாட்சண்யமின்றி நியாயம் செய்யும் இதழ்களுக்குத் தமிழில் பஞ்சமில்லையென்றும், ஆனால் ஒரு நல்ல படைப்பாளியை அவனுடைய கன்னிப் படைப்புகளிலேயே இனம் கண்டு, (போனால் போகிறது, ஒரு படைப்பைப் பிரசுரிக்கிறோம், மேற்கொண்டு உன் தரத்தை உயர்த்திக்கொள்ள வேண்டியது உன் பொறுப்பு என்று, படைப்பாளி அதை ஒரு பாக்கியமாகக் கருதும் விதத்தில், அலட்டலோடு பிரசுரிக்காமல்) அவனுக்கு உரிய இடத்தைத் தந்து அவனை இலக்கியச் சூழலுக்குள், தன்னைத் துருத்திக் காண்பிக்காமல், பெருமிதத்தோடு அனுமதிக்கும் இதழ்கள் குறைவுதானென்றும் தோன்றுகிறது (முன்றில் என்னைப் பிரசுரித்ததற்காகவே நான் என்னை நல்ல படைப்பாளி என்று கூறிக்கொள்ள முடியும்தானே).

அடுத்த முறை பணி நிமித்தமாக நான் சென்னை செல்லவேண்டியிருந்தபோது முன்றில் அலுவலகத்தைப்போய்ப் பார்த்துவிட்டு வர வேண்டுமென முடிவு செய்தேன். இரண்டு காரணங்கள் அதற்கு இருந்தன: ஒன்று, நான் அதுவரையில் கணையாழி அலுவலகத்தை ஒரேயொருமுறை வெளியிலிருந்து பார்த்ததைத் தவிர மற்றபடி பத்திரிக்கை அலுவலகங்கள் எதையும், அவை எப்படியிருக்குமென்று, பார்த்தது கிடையாது. என் ஒரு கொத்துக் கவிதைகளைப் பிரசுரித்ததாலேயே அந்த அலுவலகம் ஏதோ என் சொந்த அலுவலகம் என்பதாக ஓர் எண்ணம் எனக்குள் ஏற்பட்டிருந்தது. இரண்டு, கவிதைகள் பிரசுரமாகியிருந்ததே தவிர, எல்லாரும் எழுதுவதைப்போல, அதன் ஆசிரியரோ அல்லது அவர் சார்பாக யாராவதோகூட நன்றாக

இருந்தது, தொடர்ந்து எழுதுங்கள் என்று தொலைபேசியிலோ கடிதம் மூலமாகவோ எனக்குச் சொல்லவில்லை. எனக்கு அவற்றை யார் படித்திருப்பார்கள், எப்படிப் படித்திருப்பார்கள், க.நா.சு அவற்றைப்பற்றி என்ன சொல்லி முன்னட்டையில் பிரசுரிக்கக் கொடுத்திருப்பார் என்றெல்லாம் யார் வாயிலாவது சொல்லிக் கேட்டுத் தெரிந்துகொள்ளாவிட்டால் மண்டை வெடித்துவிடும்போல இருந்தது. யார் கண்டது, ஒருவேளை என் ஆதர்ச நாயகனான க.நா.சு.வையே நேரில் பார்க்க முடிந்தாலும் முடியலாம்.

ஆனால் எனக்குச் சென்னை வாய்ப்புக் கிடைத்த போது க.நா.சு. காலமாகிவிட்டார். ஆசிரியர் இடத்திற்கு அசோகமித்திரன். நான் அப்போது அடிப்படையில் ஒரு கவிஞன். எனவே கதையாசிரியரான அசோகமித்திரனைப் பார்ப்பதில் அத்தனை ஈடுபாடில்லை. அவர் ஒரு மயன் அல்லவே. மேலும் அவர் வருவதற்குமுன் முன்றிலில் பிரசுரமான என் படைப்புகளைப்பற்றி என்ன பேச்சு வலம் வந்தது என்பது அவருக்குத் தெரிந்திருக்கவும் வாய்ப்பில்லை. எனவே முன்றிலின் நிறுவனரான அரங்கநாதனுக்கு தொலைபேசி நான் சென்னை வரவிருப்பதாயும் அவரைப் பார்க்க விரும்புவதாயும் சொன்னேன். அவர் கவிதை எதுவும் எழுதியிருப்பதாகத் தெரியவில்லையானாலும் கவிதையைப்பற்றி எழுதியிருக்கிறார். இடைப்பட்ட காலத்தில் அவரிடம் பேசலாமென்று நான் அவருடைய 'பொருளின் பொருள் கவிதை' மற்றும் 'வீடுபேறு' ஆகிய இரு நூல்களையும் படித்து வைத்திருந்தேன். தாராளமாகச் சந்திக்கலாமென்றார் அரங்கநாதன்.

"சந்தோஷம், மெட்ராஸில் எங்கே தங்குவீர்கள்?"

"என் நண்பர் ஒருவர் வீட்டில், ராயப்பேட்டை."

"அது ரொம்பத் தொலைவாயிற்றே நங்கநல்லூரிலிருந்து, நீங்கள் ஒன்று செய்யுங்கள், மெட்ராஸ் வந்ததும் மின்தொடர் வண்டி பிடித்து பழவந்தாங்கலுக்கு வந்துவிடுங்கள், அங்கிருந்து வீடு பக்கம், இங்கே தங்கிக்கொள்ளலாம், உங்களுக்கு ஒன்றும் பிரச்சனை இல்லையென்றால்."

ஆனால் அரங்கநாதன் அவருடைய குடும்பத்தவருடன் குடியிருந்த, ஸ்டோர் என்று அப்போது விளிக்கப்பட்ட, ஐந்தாறு குடும்பங்கள் சுற்றிவர ஒரே வளாகத்திற்குள் வாழும், வீட்டையடைந்து அதன் முன்னறையில் அவருடைய மகன் மகாதேவனால் அமர்த்தி வைக்கப்பட்டபோது இந்த வீட்டில் எப்படித் தங்கிக்கொள்ள என்று எனக்குத் தோன்றிவிட்டது.

நான் வீடு முழுவதையும் சுற்றிப் பார்க்கவில்லை. ஒருபோதும் அந்த வீட்டின் உட்பகுதிக்குள் சென்றதுமில்லை. ஆனால் அதன் முன்னறையே வீட்டின் மற்ற அங்கங்களை எடுத்துச் சொல்லப் போதுமானதாயிருந்தது (இந்த வீட்டை நீங்கள் அவருடைய சிறுகதையான 'அரணை'யில் பார்க்கக்கூடலாம்). இரண்டுபேர் எதிரும் புதிருமாக அமர்ந்தால் முழங்கால் இடித்துக்கொள்ளுமளவிற்குச் சிறிய அந்த முன்னறையில் தலை உயரத்தில், அந்தரத்தில், பொருத்தப்பட்டிருந்த அரங்கநாதனுடைய சிறிய நூலகத்தை (இந்தத் தாக்கத்தில்தான் பின்னாளில் நானும் என் வீட்டு நூலகத்தையும் அமைத்துக்கொண்டேன். அலமாரியாக தரையைத் தொடாமல் அந்தரத்தில் தொங்கும் நிலை ஒரு மாறுதலான வடிவத்தையும் மர்மமான கவர்ச்சியையும் கொடுக்கிறது) தொடாமல் உட்கார்ந்த நிலையிலேயே உற்றுப் பார்த்தபடி நான் அவருக்காகக் காத்திருந்தேன். நான் முன்னறையில் அமர்ந்திருந்த நிலை அந்த அறையையும் வீட்டின் உட்புறத்தையும் இணைக்கும் அறை வாயிலைப் பார்த்தபடி இருந்தது. ஆனால் புத்தகங்களின்மேல் ஓடிய பார்வையை அவ்வப்போது அரங்கநாதனை எதிர்பார்த்து அந்த வாயிலை நோக்கித் திருப்பி உள்ளறையை ஊடுருவ முயற்சித்தபோது அந்த வாயிலுக்கப்பால் என்னால் எதையும் பார்க்க முடியவில்லை. ஆதிமூலத்தின் ஓவியம்போல ஒரு பெரிய சதுரமான கருப்பு வண்ணத்தால் வரைந்து வைத்திருந்த திரைச்சீலை ஓவியம் போலவே அந்த நிலைப்படி எனக்குக் காட்சியளித்தது. அதன் உள்ளிருந்து, அறையினுள்ளிருந்து வருவதைப் போலல்லாமல் சித்திரத்தினுள்ளிருந்து உயிர் பெற்று வருவதைப்போல திடீரென்று அரங்கநாதனும் பிறகு அவர் மகன் மகாதேவனும் மற்றும் அவர் குடும்பத்தவரும்தோன்றியபோது எனக்குள் மேலெழும்பிய மெல்லிய கேவலைத்தான் இதனாலென்று புரிந்துகொள்வதற்கு அதற்குப் பிறகு பத்து வருடங்கள் தேவைப்பட்டது என்று முதலில் சொன்னேன்.

நான் எதை என் காது குளிரக் கேட்க வேண்டுமென்று அங்கே சென்றேனோ அதை, இருளிலிருந்து வெளிப்பட்ட அந்த, கருத்த, ஆழ்ந்த அம்மைத் தழும்புகள் நிறைந்த முகத்துடன், பழைய, சிதைந்த, காலத்தின் வடுவைத் தன்னுள் பெருமிதத்தோடு ஏற்றுக்கொண்ட, கோவில் சிலையொன்றின் சாயலிலிருக்கும் (சிவன் கோவில் சிலையென்று சொன்னால் நான் அவர் கதைகளுக்குச் சற்று நெருக்கமாகக்கூடச் செல்லக்கூடும்) மனிதர் வஞ்சகமில்லாமல் எனக்களித்தார். க.நா.சு என் கவிதைகளை வெகுவாகச் சிலாகித்துப் பேசினாரென்றும் யார் இந்த வெங்கடேசன் என்று கேட்டாரென்றும் தனக்கும்

அதேவிதமான அபிப்பிராயங்கள்தான் என் கவிதைகள்மேல் என்றும் சொன்னார். வேறென்ன போதை வேண்டும் புதிதாக எழுத வருகிறவனுக்கு? பிறகு வழக்கமான உசாவல்கள், படிப்பு பற்றிய கேள்விகள் பதில்கள், அதைப் படித்திருக்கிறீர்களா, இதைப் படித்திருக்கிறீர்களா இத்யாதி இத்யாதி. நான் அவரைச் சந்திக்கும்போது பேசுவதற்காக அவருடைய வீடுபேறு தொகுப்பை அதற்குச் சில நாட்கள் முன்புதான் வாங்கிப் படித்திருந்தேன். ஆனால் ஒன்றுமே புரிந்த மாதிரியில்லையாதலால் பேசுவதைத் தவிர்க்க வேண்டியதாயிற்று. அவர் கேட்டபோது நான் அவரைப் படித்திருப்பதாகச் சொல்லிவிட்டு நிறுத்திக்கொண்டேன். அவர் புரிந்துகொண்டிருப்பார். (இன்றும் அரங்கநாதன் கதைகளை முழுதாகப் புரிந்துவிட்டதென்று சொல்வதில் எனக்குத் தயக்கம் இருக்கவே செய்கிறது. "புரியாத விஷயங்கள் வாழ்க்கையில் நிறைய இருக்கின்றன, அப்படி இருக்கவும் வேண்டும்" என்பதைப்போல் ஒரு வரி பறளியாற்று மாந்தர் புதினத்தில் வருவதாக நினைவு).

கடைசியில் நான் பயந்தபடி இல்லாது வருபவர்கள் தங்கிக்கொள்வதற்காகவும் பயன்பட்டுக்கொண்டிருந்த, அதே ஸ்டோர் வளாகத்தின் மாடியிலிருந்த மகாதேவனின் வழக்குரைஞர் அலுவலக அறைக்கு மகாதேவனுடன் நான் அனுப்பி வைக்கப்பட்டேன். அங்கே குளியல் கீழே ஒரு சிறிய சிற்றுண்டி. பின் அலுவலகம். இத்தனைக்கும் நடுவில் வயிற்றில் சுரந்துகொண்டேயிருந்த அந்தக் கேவல் உணர்வு. முன்றில் இதழுக்கு அன்று நான் கண்டுபிடித்த இந்தப் பின்னணி அதன் வசீகரத்தைப் பன்மடங்கு அதிகப்படுத்தி பின் வந்த காலங்களில் அதோடு என்னை மேலும் ஒன்ற வைத்தது. நான் அன்று மாலையே சென்ட்ரல் நிலையத்தின் எதிரே ஒசூர் பேருந்தைப் பிடிக்க வேண்டியிருந்ததால் நுங்கம்பாக்கத்திலிருந்து திரும்ப என்னால் நங்கநல்லூர்வரை வரவியலாது என்றும், மாலையிலிருந்து இரவு புறப்படும் நேரம்வரை புத்தகக் கடைகளை அலசவும் புத்தகங்கள் வாங்கவும் அவகாசம் சரியாக இருக்குமென்றும் சொல்லிவிட்டு நான் அவரிடம் விடை பெற்றுக்கொண்டு கிளம்பிவிட்டேன்.

அதற்குப் பிறகு நான் சென்னை வரும்போது அரங்கநாதன் வீட்டில் தங்கிக்கொள்வது வாடிக்கையாகிவிட்டது. ஒரே நாள் பணி என்பதால் ஒருபோதும் இரவு தங்கி அவருடன் அளவளாவிக்கொண்டிருக்கச் சந்தர்ப்பம் வாய்த்ததில்லை. இன்று அஃது ஒரு பெரிய நஷ்டமாகவே தோன்றுகிறது. என்ன, மெதுமெதுவாக நானே தடுக்கி விழுந்து தெரிந்துகொண்ட பல விஷயங்களைச் சற்று முன்னதாகவே அவருடனான உரையாடல்களின் மூலமாகத் தெரிந்துகொண்டிருக்கலாம்.

இத்தனைக்கும் அவரோடு நடக்கவும் மின்வண்டியிலும் ஆட்டோவிலும் பயணிக்கவுமான வாய்ப்புகள் வாய்க்கவும் செய்திருக்கின்றன. வீட்டிலிருந்து ரெங்கநாதன் தெருவில் தொடங்கப்பட்டிருந்த முன்றில் அலுவலகத்திற்கு, திருவல்லிக்கேணியில் நிகழ்த்தப்பட்டுக்கொண்டிருந்த 'விருட்சம்' கூட்டங்களுக்கு, புதிய நம்பிக்கை அலுவலகத்திற்கு (அங்கேதான் முன்றில் பதிப்பிக்கப்பட்டுக்கொண்டிருந்ததாகச் சொன்ன நினைவு. தவறாகவும் இருக்கலாம்). ஆனால் அரங்கநாதன் கேட்டாலொழிய பதில் சொல்லும் பழக்கமில்லாதவராக இருந்தார். நானோ, அரக்கப்பரக்க வேடிக்கை பார்த்துக்கொண்டிருப்பதைத் தாண்டி, என்ன கேட்க வேண்டுமென்கிற அறிவே அற்றவனாக இருந்தேன்.

முன்றில், நிராகரித்தவை போக மிகுந்த, என் கவிதைகளை அடிக்கடி வெளியிட்டது. பிற சிற்றிதழ்களிலும் வெளி வந்துகொண்டிருந்தன. ஒரு விஷக்காய்ச்சல்போல் என்னைக் கவிதைகள் வெளியேறவிடாது பற்றிக்கொண்டிருந்த காலம் அது. அரங்கநாதன் என்னைக் கவனித்துக்கொண்டேயிருந்தார். கணிசமான கவிதைகளை நான் எழுதி வெளியிட்டுவிட்டதாகத் தோன்றியபோது அவரே முன்றில் மூலமாக தொகுப்பு வெளியிடும் யோசனையையும் தெரிவித்து மகாதேவனை அதற்குப் பொறுப்பாக நியமித்துவைத்தார். மகாதேவன் அதை ஏற்றுக்கொண்ட பெருந்தன்மை! தொகுப்பை அவர் வெளிக்கொண்டுவந்த விதம்! வெகு பலரால் பேசப்பட்ட அந்த அற்புதமான கருப்பு வெள்ளை அட்டைப்படம்! (பின்னட்டையில் இருப்பது நானே வரைந்த என் சுயவுருவப்படம்! எப்படியிருந்தது!?). இதற்கெல்லாம் மேலாக அமைந்த நூல் வெளியீட்டு விழா! நகுலனுடைய 'வாக்குமூலம்' புதினமும் என்னுடைய 'இன்னும் சில வீடுகள்' கவிதைத் தொகுப்பும் ஒரே மேடையில்! அரங்கநாதன், ஞானக்கூத்தன், நகுலன், அசோகமித்திரன் இவர்களோடு ஒரே மேடையில் நான். தலைகால் புரியவில்லை எனக்கு. பிறகு ஒரு காலம் முன்றில் நடத்திய, பிரசித்தி பெற்ற, இலக்கிய மாநாடு ஒரு குடும்ப விழா போலவே தோன்றுமளவிற்கு அதனுடன் மானசீகமாகப் பிணைந்திருந்தேன் நான். இத்தனை நெருக்கத்திற்குப் பிறகும் என்னுடைய ஓட்டை உடைசல்களை தாட்சண்யத்திற்காகவேனும் பிரசுரிக்க முன்றில் தயாராக இருந்ததில்லை. வெளிப்படும் ஒவ்வொரு பக்கத்திலும் நான் நல்ல கவிஞனாகவே அடையாளப்பட வேண்டுமென்பதில் அரங்கநாதனுக்கும் மகாதேவனுக்கும் அக்கறை இருந்தது. என்னுடைய இரண்டொரு கதைகளும் முன்றிலில் வெளிவந்ததாக நினைவு.

ஒரிஜினல் நியூஸ் ரீல் சிறுகதைகள் வெளிவருவதுவரை (1995) முன்றிலுடன் இருந்த என் பிணைப்பு பிறகு நெருடல்கள் ஏதுமின்றி வெகு இயல்பாக, என்னுடைய தேடல்களின் திசைமாற்றம் சார்ந்து, இளகத் தொடங்கியது. தொண்ணூற்று மூன்றில் நடந்த குற்றாலம் பதிவுகள் சந்திப்பிற்குப் பிறகு நஞ்சுண்டனின் புதிய தீவிரமான நட்பின் மூலமாக என் வாசிப்பு, எழுத்து அனைத்தும் முன்றிலைத் தாண்டி இன்னும் பரந்த வெளிகளில் சஞ்சரிக்க அவாவிக்கொண்டிருந்தது. சென்னைத் தங்கல்கள் வேறிடம் திரும்பி நட்புகள் கிளைத்துப் பரவி நான் அரங்கநாதனின் அணைப்பிலிருந்து விலகி வெகுதூரம் தள்ளி வந்துவிட்டதாக நினைத்துக்கொண்டேன். எனினும் அரங்கநாதன் விலகவில்லை. விலகவில்லையென்பது அவருடைய மகள் திருமணத்தின்போது மிக வலி தரும் விதத்தில் தெரிய வந்தது. நிறைய படைப்பாளிகளின் சேகரத்தில் நிரம்பி வழிந்த அந்தக் கூட்டத்தின் நடுவே என்னைப் பார்த்ததும் அந்த பெண்ணின் தகப்பனார் என்னை அழைத்துத் தன்னருகே நிறுத்திக்கொண்டு பெண்ணையும் மாப்பிள்ளையையும் வாழ்த்த வருகிறவர்களிடம், “எனக்கு மகாதேவனைப்போல இவனும் இன்னொரு மகன்” என்று அறிமுகம் செய்யவாரம்பித்துவிட்டார். மனிதனின் மிகப் பெரிய பலவீனம் அவனுக்குத் தங்கு தடையற்றுத் தன்மீது பொழியும் அன்பைத் தாங்கிக்கொள்ளும் திராணி கிடையாது. நாகரீகமான, மேம்போக்கான, பொறுப்புகளையோ குற்றவுணர்வையோ தன்மீது சுமத்தாத, நாசூக்கான அன்புதான் அவனுக்கு ஒத்துக்கொள்கிறது. என்னால் அரங்கநாதன் அருகே பத்து நிமிடத்திற்குமேல் தைரியமாக நிற்க முடியவில்லை. மூச்சுத் திணறியது. அன்பு உலர்ந்த ஒரு வெளியில் மொழியைப் பற்றியும் கட்டற்றுத் திரியக்கூடிய கதைமொழியைப் பற்றியும் மட்டுமே மணிக்கணக்காகப் பேசும் பின்நவீனத்துவப் படைப்பாளி ஒருவருடைய தோளைப் பற்றிக்கொண்டு மண்டபத்தைவிட்டு வெளியேறி என்னை ஆசுவாசப்படுத்திக்கொண்டேன். தொடர்பு நிரந்தரமாகவே நின்றுபோனது.

பல வருடங்களுக்குப் பிறகு, நான் முதல் பத்தியில் குறிப்பிட்டிருக்கும், மார்க்வெஸ்ஸின் சுயசரிதைப் பகுதியை ஓர் இரவு நேரத்தில் படித்துக்கொண்டிருந்தபோது, திடீரென்று, அரங்கநாதனை முதன்முதலில் சந்தித்தபோது அவருடைய பழைய நங்கநல்லூர் வீட்டில் நான் உணர்ந்த அந்தத் தேம்பல் உணர்வு மீண்டும் என்னை ஆட்கொண்டது. மார்க்வெஸ் நடந்த அந்த லத்தீன் அமெரிக்கத் தெருவை அரங்கநாதன் வாழ்ந்த வீடாயும் மார்க்வெஸ்ஸின் தாயாரால் சுட்டிக் காட்டப்பட்ட மரத்தை

அந்த வீட்டின் முன்னறையையும் உள்ளறைகளையும் இணைக்கும் இருண்ட வாயிலாகவும் நான் உணர்ந்தேன். மார்க்வெஸ் தன் சரியான வார்த்தைப்படுத்தலால் என்னை அந்தப் பழைய அனுபவத்திற்குள் முற்றான புதுமையுடன் அமிழ்த்தி அதிலிருந்து மீட்கிறார்: "அந்த நிலைப்படிக்கு அப்பால் எதுவுமில்லை, அதோடு உலகம் முடிகிறது". அதே கணம் அரங்கநாதனுடைய மகளின் திருமணம் நடைபெற்றுக்கொண்டிருக்கும் மண்டபத்திலிருந்து நான் இன்னும் வெளியேறவில்லையென்பதையும் திடுக்கிடும்படி நான் தெரிந்துகொண்டேன். எழுதிக்கொண்டிருக்கும் தாண்டவராயன் கதையின் முதல் பிரதியைத் தந்திரமாக அவரைப் பெற்றுக்கொள்ளும்படி செய்துவிட்டால் ஒருவேளை நான் வெளியேறுவது சாத்தியமாகலாம் என்று தோன்றியது. (மேலும் மாய யதார்த்தக் கதை சொல்லலின் முக்கிய அம்சங்களாக நான் கருதும் அங்கதம் மற்றும் பூடகம் ஆகிய இரண்டு அம்சங்களைப் படைப்பாக்கத்தில் பயன்படுத்தும் உத்தியை அப்போது தமிழ் இலக்கியச் சூழலில் புழக்கத்தில் விடப்பட்டிருந்த கோட்பாடுகளைவிட அதிகமாக எனக்குக் கற்றுக்கொடுத்ததில் அரங்கநாதனுடைய பறளியாற்று மாந்தருக்குப் பிரதான இடம் உண்டு (பிற சில: க.நா.சுவின் அவதூதர், கி.ரா.வின் கோபல்ல கிராமம்) இரண்டு வருடங்களுக்குப்பின் அதைச் செயல்படுத்தினேன். அரங்கநாதன் வரவியலவில்லை. அவருக்குப் பதிலாக நண்பர் மகாதேவன் வந்து அதைப் பெற்றுக்கொண்டார். பெரிய வித்தியாசம் ஒன்றுமில்லைதான். ஆனால் வெளியேறிவிட்டேனா தெரியவில்லை.

2015

ஆசிரியரின் காலச்சுவடு வெளியீடுகள்

நீளா

(கவிதைகள்)

ரூ. 70

குறுங்கதைகளே கவிதைகள் என்று ஆகிவிட்ட காலத்தில் உணர்வுகளின் சலனங்களைத் துல்லியம் குறையாமல் பதிவு செய்கிறது ‘நீளா’. தமிழ் நவீன கவிதையின் வழமையான சொற்றொடர்களை உதிர்த்து புத்தெழுச்சியான அழைப்புகளையும் தொனிகளையும் ஏற்கிறது. தயக்கமான கவித்துவத்தைக் கடக்கிறது. பெண் பாலிமையின் இயல்புகளையும் ஊக்கங்களையும் அதன் அளப்பரிய ஆற்றலையும் படைக்க முயல்கிறது. அதன் அறமும் இயக்கமும் குறித்த பார்வைகளும் கேள்விகளும் இன்றைய நாளின் விவாத மையம் ஆகியிருக்கையில் பெண் பாத்திரங்கள் குறியீடுகளாகின்றன. ‘நீளா’ கிட்டத்தட்ட பெண் கவிதைகளின் உலகத்தை மூர்க்கமாக முட்டுகிறது. நுழைகிறது. இதுதானே ஆண் என்பவன் தன் பாலிமையைக் கடக்கும் மலைப்பாதையாக இருக்க முடியும்.

குட்டி ரேவதி

பாகீரதியின் மதியம்

(நாவல்)

ரூ. 750

பாகீரதியின் கனவிற்கு வெளியே ஜெமினிக்கு நிஜத்தில் வேறொரு பெயர் இருக்கிறது, உறங்காப் புலி. ஜெமினியின் தாயாருடைய ஆசையால் சங்கிலிக்கு வேறொரு பெயர் உண்டானது, ஜெமினி. சவிதாதேவியின் சித்தப்பிரமைக்கு அப்பால் விபின் பாஸ்வானுக்கு வேறொரு பெயர் இருக்கிறது, உறங்காப்புலி. சில்லரைச் சாகஸங்களுக்கு வெளியே குடுமிநாதனின் பெயர் வாசுதேவன். ப்ராம் ஸ்டோக்கரின் உள்ளூர்க் கதை வடிவத்தில் ட்ராகுலாவின் பெயர் அரங்கநாதன் நம்பி. உபேந்திரநாத் தத்தாவின் கனவிற்கு அப்பால் பினித்ரா தேவிக்கான பூர்வப் பெயர் பேராபுடீமா. பேராபுடீமா சுயசாவை நிகழ்த்திக்கொள்வதற்கு முன்னால் தெக்கூவாக அறியப்பட்டவள். உறங்காப்புலியின் காதலின் பரவச உலகிற்கு வெளியே பாகீரதிக்குமேகூட இன்னொரு பெயர் இருக்கிறது, சவிதாதேவி. அரங்கநாதன் நம்பியினுடைய பூர்வ ஜென்மத்துப் பெயரறியாக் காதலியின் இந்த ஜென்மத்துப் பெயர் பாகீரதி. பெயர் பெயர்களை உற்பத்தி செய்துகொண்டேயிருக்கிறது என்கிறார் அரங்கநாதன் நம்பி. “பெயர் ஒரு வித்தைக்காரனின் தொப்பி. அதிலிருந்து வெளிவரும் எதுவும் உண்மையில்லை. அவை ஏதேதோ எண்ணங்களின் நோக்கங்களின் ஆரூடங்களின் திட்டங்களின் சித்திரவதைகளின் உருவகங்கள். அது வெறும் ஒரு சொல். சீஸேமைத் திறக்க வைக்கும் ஒரு கடவுச் சொல்.”